18 പുരാണങ്ങൾ

വാല്യം : മൂന്ന്

ഭവിഷ്യപുരാണകഥകൾ
വാമനപുരാണകഥകൾ
കൂർമ്മപുരാണകഥകൾ
പദ്മപുരാണകഥകൾ
സ്കന്ദപുരാണകഥകൾ

കെ.എച്ച്. ഉഷപ്രഭ

കോഴിക്കോട് സർവ്വകലാശാലയിൽ നിന്ന് സംസ്കൃത സാഹിത്യത്തിൽ എം.എ., എംഫിൽ, ബിഎഡ്. മഞ്ചേരി ഗവ.ഗേൾസ് ഹയർസെക്കന്ററി സ്കൂളിൽ സംസ്കൃത അദ്ധ്യാപികയായിരുന്നു. ഇപ്പോൾ മഞ്ചേരിക്കടുത്ത് ഇളംകൂറിലെ സ്വാശ്രയകോളേജായ ശ്രീശാസ്ത കോളേജിൽ സംസ്കൃതവിഭാഗം അസിസ്റ്റന്റ് പ്രൊഫസറാണ്. മൂഷികവംശ കാവ്യം മലയാളത്തിലേക്ക് ഗദ്യരൂപത്തിൽ പരിഭാഷപ്പെടുത്തിയിട്ടുണ്ട്. മലയാളത്തിലെ അൻപത്താറ് നാടോടിക്കഥകൾ സംസ്കൃതത്തിലേക്ക് വിവർത്തനം ചെയ്തിട്ടുണ്ട്.

ഭവിഷ്യപുരാണകഥകൾ
വാമനപുരാണകഥകൾ
കൂർമ്മപുരാണകഥകൾ
പദ്മപുരാണകഥകൾ
സ്കന്ദപുരാണകഥകൾ

കെ. എച്ച്. ഉഷപ്രഭ

കൈരളി ബുക്സ്

Malayalam Language
Pathinettu Puranangal
Vol. 3
(Divotional)
Compiled by
Dr. K.H. Subrahmanian

♦

Published in November 2022
by Kairali Books Private Limited
Thalikkavu Road, Kannur.
Ph : 0497-2761200
E-Mail : Kairalibooksknr@gmail.com

♦

Cover Design :
Prasanth Mangad

♦

Printed at
Printing Park, Tly

Price ₹ : 300.00
75/22-23/Sl.No.1383/500/NS 18.6
ISBN 978-93-94472-33-4

പ്രസാധകക്കുറിപ്പ്

ഭാരതീയ സംസ്കൃതിയുടെ ദാർശനിക അടിത്തറയെക്കുറിച്ച് പറയുമ്പോൾ ഇതിഹാസങ്ങൾക്കും പുരാണങ്ങൾക്കും ഉള്ള സ്ഥാനം മഹനീയമാണ്. ആയിരത്താണ്ടുകൾ പഴക്കമുള്ള ഈ രചനകൾ ഭാവിയിലേക്കുള്ള നീക്കിയിരിപ്പായി വർത്തമാനകാലത്തെ ദീപ്തമാക്കുന്നു. മുതിർന്നവർക്കും കുട്ടികൾക്കും സുഗമമായി വായിക്കാവുന്ന തരത്തിൽ പുരാണങ്ങൾ കഥാരൂപത്തിൽ അവതരിപ്പിക്കുകയാണ് ഈ പദ്ധതിയിലൂടെ കൈരളി ബുക്സ്.

മുൻ കണ്ണൂർ സർവ്വകലാശാല റജിസ്ട്രാറും ക്ഷേത്ര കലാ അക്കാദമി ചെയർമാനുമായ ഡോ.കെ.എച്ച്. സുബ്രഹ്മണ്യൻ ആണ് ഈ പദ്ധതിയുടെ ജനറൽ എഡിറ്റർ. ഡോ. പി. മനോഹരൻ, കെ.എച്ച്. ഉഷപ്രഭ, ഡോ. തുളസി ടി. ടി., ഡോ. സി. കെ.മോഹനൻ, ഡോ. പാലനാട് വാസുദേവൻ നമ്പൂതിരി എന്നിവരുടെ മനോഹരങ്ങളായ പുനരാഖ്യാനങ്ങൾ ഈ കൃതികളെ ഏറെ വായനാതൽപരമാക്കുന്നു. ഓരോ വീടുകളിലും അമൂല്യമായി സൂക്ഷിക്കേണ്ട ഗ്രന്ഥങ്ങളായാണ് ഈ പരമ്പര രൂപകല്പന ചെയ്തിരിക്കുന്നത്.

സ്നേഹപൂർവ്വം

ഒ. അശോക് കുമാർ
മാനേജിംഗ് ഡയരക്ടർ

ആമുഖം

ഡോ. കെ.എച്ച്. സുബ്രഹ്മണ്യൻ
ജനറൽ എഡിറ്റർ

"സർഗ്ഗശ്ച പ്രതിസർഗ്ഗഞ്ച വംശോ മന്വന്തരാണിച എന്ന് ബ്രഹ്മാണ്ഡ പുരാണത്തിൽ (1.1.37-38) പുരാണങ്ങളുടെ വിശേഷസ്വഭാവങ്ങൾ വിവരിച്ചുകാണുന്നു. സർഗ്ഗം-പ്രപഞ്ചസൃഷ്ടി, പ്രതിസർഗ്ഗം - പ്രപഞ്ചവിനാശവും പുനഃസൃഷ്ടിയും, വംശം-ദേവതകളുടേയും-വംശങ്ങളുടേയും മഹർഷിമാരുടേയും പരമ്പരകൾ, മന്വന്തരം-പ്രപഞ്ചസൃഷ്ടിക്കും നാശത്തിനും പുനഃസൃഷ്ടിക്കും ഹേതുഭൂതനായ മനുവിന്റെ കാലഘട്ടങ്ങൾ, വംശാനുചരിതം-ഭൂത-വർത്തമാന-ഭാവി കാലങ്ങളിലെ രാജവംശങ്ങളുടെ ചരിത്രം എന്നിവയാണ് പുരാണങ്ങളുടെ സ്വഭാവവിശേഷങ്ങൾ.

നമുക്ക് ഇന്ന് ലഭ്യങ്ങളായ മഹാപുരാണങ്ങളൊന്നും മേൽപറഞ്ഞ നിർവ്വചനത്തെ പൂർണ്ണമായും പിന്തുടരുന്നില്ല. പുരാണസാമാന്യനിർവ്വചനത്തിൽ പറഞ്ഞ വിഷയങ്ങൾക്കു പുറമെ മതം, പൂജാകർമ്മങ്ങൾ, തീർത്ഥാടനകേന്ദ്രങ്ങൾ, ഉപവാസവ്രതാദികൾ, ദാനധർമ്മങ്ങൾ, കർമ്മഫലങ്ങൾ, സ്തുതികൾ എന്നിങ്ങനെ പല വിഷയങ്ങളും മഹാപുരാണങ്ങൾക്കകത്ത് വർണ്ണിക്കപ്പെട്ടിട്ടുണ്ട്. ഇത് കാലപ്രവാഹത്തിൽ മഹാപുരാണങ്ങൾക്കകത്ത് കൂട്ടിച്ചേർക്കപ്പെട്ടയായിരിക്കണം. എന്നാൽ ബ്രഹ്മാണ്ഡപുരാണം ഇതിനൊരപവാദമാണ്. സർഗ്ഗം, പ്രതിസർഗ്ഗം, വംശം, മന്വന്തരങ്ങൾ, വംശാണിചരിതം എന്നുള്ള പുരാണങ്ങളുടെ അഞ്ചുലക്ഷണങ്ങളും വിശദമായി ഈ പുരാണത്തിൽ പ്രതിപാദിക്കപ്പെട്ടിട്ടുണ്ട്. അതുകൊണ്ടുതന്നെ ബ്രഹ്മാണ്ഡപുരാണമാണ് ഏറ്റവും പഴക്കംചെന്നത് എന്ന വാദത്തിനും പ്രസക്തി കൈവന്നിട്ടുണ്ട്.

സംസ്കൃതസാഹിത്യത്തിലെ ഒരു വിഭാഗമായി കണക്കാക്കപ്പെടുന്ന പുരാണസാഹിത്യം വൈദികകാലഘട്ടത്തിൽ രൂപം കൊണ്ടതായിരിക്കണം. ഉപനിഷത്തുകളിലും, ബ്രാഹ്മണങ്ങളിലും, സംഹിതകളിലും പുരാണം പ്രത്യേകമായി പഠിക്കേണ്ട ഒരു സാഹിത്യശാഖയാണ് എന്ന് പരാമർശങ്ങളുണ്ട്. ഋഗ്വേദത്തിലും അഥർവ്വവേദത്തിലും പുരാണമെന്ന വാക്കുപയോഗിച്ചുകാണാം. ഛാന്ദോഗ്യോപനിഷത്തിൽ പാഠ്യഭാഗമായി പുരാണത്തെ പറഞ്ഞിട്ടുണ്ട്. ശതപഥബ്രാഹ്മണത്തിൽ യാഗത്തിന്റെ

ഒൻപതാം ദിവസം പുരാണപാരായണം നടത്തണമെന്ന് നിർദ്ദേശിച്ചിട്ടുണ്ട്.

വൈദിക കാലഘട്ടത്തിലെ ഈ പുരാണസാഹിത്യം പിൽക്കാലത്ത് ഭാഷാപരമായും, രൂപഭാവപരമായും ഒട്ടനവധി മാറ്റങ്ങൾക്ക് വിധേയമായിട്ടുണ്ട്. മതപരവും, ആചാരപരവും, ചരിത്രപരവും, വേദാന്തപരവും മറ്റുമായി ഒട്ടനവധി കാര്യങ്ങൾ വിവിധ ഗുരുപരമ്പരകളിൽ നിന്ന് പുരാണങ്ങളിൽ ഉൾച്ചേർക്കപ്പെടുകയുണ്ടായി.

"ഇതിഹാസപുരാണാഭ്യാം വേദം സമുപബൃംഹയേത്" എന്ന് ബ്രഹ്മാണ്ഡപുരാണത്തിൽ (1:1:71) പറഞ്ഞുകാണുന്നു. വൈദികസാഹിത്യത്തിൽ കാണുന്ന ജ്ഞാനവിജ്ഞാനശാഖകളെ കണ്ടെത്തി വികസിപ്പിക്കുകയാണ് പുരാണങ്ങളുടെ ഉദ്ദേശ്യം എന്ന് ഈ വരിയിൽ നിന്ന് മനസ്സിലാക്കാം. പുരാണങ്ങളുടെ പരമ്പരാഗത സ്യഷ്ടാവായ വ്യാസമഹർഷിയെ കുറിച്ച് ബ്രഹ്മപുരാണത്തിൽ (1.15) ഇപ്രകാരം വിവരിച്ചുകാണുന്നു:-

"വിസ്താരായതു വേദാനാം
സ്വയം നാരായണഃപ്രഭുഃ
വ്യാസരൂപേണ കൃതവാൻ
പുരാണാനി മഹീതലേ
ആഖ്യാനൈശ്ചാ പ്യു പാ ഖ്യാ നൈഃ
ഗാഥാഭിഃ കല്പശുദ്ധിഭിഃ
പൂരാണസംഹിതാം ചക്രേ
പുരാണാർത്ഥവിശാരദഃ"

വേദങ്ങളെ വിശദീകരിക്കുന്നതിനായി ശ്രീനാരായണപ്രഭു ഭൂമിയിൽ വ്യാസരൂപത്തിൽ അവതരിച്ച് നാനാതരം വർണ്ണനകളോടു കൂടിയ പുരാണപ്രപഞ്ചം സൃഷ്ടിച്ചു എന്നാണ് ഈ ശ്ലോകത്തിന്റെ സാരാർത്ഥം. രാമായണമഹാഭാരതങ്ങളോടൊപ്പം പുരാണങ്ങളും വൈദികസംസ്കാരത്തിന്റെയും വിജ്ഞാനത്തിന്റെയും ഭാഗമായി ബഹുജനസുഖഹിതങ്ങൾക്ക് സുഗ്രാഹ്യമായൊരു ഭാഷയിൽ ഉടലെടുത്തു എന്നതാണ് ഇതിൽ നിന്നെല്ലാം ഉരുത്തിരിഞ്ഞു കിട്ടുന്ന അർത്ഥതലം.

ചരിത്രാതീതകാലം മുതൽ പുരാണങ്ങൾ പ്രചാരത്തിലുണ്ടായിരുന്നു എന്ന് ബ്രാഹ്മണങ്ങളിലെ പരാമർശങ്ങൾ സൂചിപ്പിക്കുന്നു. മഹാഭാരതത്തിൽ ദേവന്മാരെയും സിദ്ധന്മാരെയും പറ്റിയുള്ള കഥകൾ എന്ന അർത്ഥത്തിലാണ് പുരാണം എന്ന പദം പ്രയോഗിച്ചിട്ടുള്ളത്. സ്മൃതിഗ്രന്ഥങ്ങളിൽ പുരാണങ്ങളെ ഇതിഹാസങ്ങൾ എന്നും അഞ്ചാംവേദം എന്നും

പറയണമെന്ന് വിവരിച്ചിട്ടുണ്ട്. വേദങ്ങളുടെ വ്യാഖ്യാനങ്ങളാണ് പുരാണങ്ങൾ എന്ന നിലപാടും സ്മൃതിഗ്രന്ഥങ്ങളിൽ കാണാം. പുരാനവം എന്ന പദത്തിൽ നിന്നാണ് പുരാണപദം നിഷ്പന്നമായിരിക്കുന്നത് എന്ന് ഒരു വ്യാഖ്യാനമുണ്ട്. പഴയകാലത്ത് പുതുമ പകർന്നുകൊണ്ടുണ്ടായ കഥകൾ എന്നാണ് ഈ വ്യുൽപ്പത്തികൊണ്ട് ഉദ്ദേശിക്കുന്നത്. പ്രാചീന പുരാണങ്ങളോട് പല കാര്യങ്ങളും കൂട്ടിച്ചേർത്തുകൊണ്ട് പല പുരാണങ്ങളുടേയും രൂപഭാവങ്ങൾക്ക് മാറ്റം വന്നിട്ടുണ്ട്. ബ്രഹ്മാവിഷ്ണു മഹേശ്വരന്മാരെ സ്തുതിക്കുന്ന പുരാണങ്ങൾക്കകത്തുനിന്ന് പ്രപഞ്ചത്തെക്കുറിച്ചും ഭൂമിയെക്കുറിച്ചും കുറെ കാര്യങ്ങൾ മനസ്സിലാക്കാൻ സാധിക്കുന്നുണ്ട്.

ക്രിസ്തുവർഷത്തിനുമുമ്പ് രൂപം കൊണ്ട പുരാണങ്ങൾക്ക് എ.ഡി.150ാം നൂറ്റാണ്ടുവരെ പല പല കൂട്ടച്ചേർക്കലുകളും പുരാണങ്ങളിൽ നടന്നിട്ടുണ്ട് എന്നാണ് ചരിത്രകാരന്മാരുടെ പക്ഷം.

"ആഖ്യാനൈശ്ചാപാഖ്യനൈ:
ഗാഥാഭി:കല്പശുദ്ധിഭി:
പുരാണസംഹിതാം ചക്രേ
പുരാണാർത്ഥ വിശാരദ:"

വർണ്ണനകൾ, ഉപവർണ്ണനകൾ, കഥകൾ എന്നിവ കൂട്ടിച്ചേർത്തുകൊണ്ട് പുരാണസ്വരൂപത്തെക്കുറിച്ച് ശരിയായ അറിവുനേടിയവർ പുരാണങ്ങൾ രചിച്ചു എന്ന് അർത്ഥം വരുന്ന ഒരു ശ്ലോകം വിഷ്ണുപുരാണത്തിൽ കാണാം. വ്യാസമഹർഷിയാണ് എല്ലാ പുരാണങ്ങളുടേയും രചന നടത്തിയത് എന്ന് മത്സ്യപുരാണത്തിൽ കാണുന്നു.

"അഷ്ടാദശപുരാണാനി
കൃത്വാസത്യവതീ സുത:
ഭാരതാഖ്യാനമഖിലം
ചക്രേതദുപബൃംഹണം."

ബാണഭട്ടൻ, ശ്രീശങ്കരാചാര്യർ, കുമാരിലഭട്ടൻ തുടങ്ങിയവർ പുരാണങ്ങൾക്കംഗീകാരം നൽകിയിട്ടുണ്ട്.

ഇതിഹാസങ്ങളെപ്പോലെ ശ്ലോകരൂപത്തിലാണ് എല്ലാ പുരാണങ്ങളും രചിക്കപ്പെട്ടിരിക്കുന്നത്. എന്നാൽ കാവ്യഭംഗി രാമായണമഹാഭാരതങ്ങളെ അപേക്ഷിച്ച് പുരാണങ്ങളിൽ കാണാൻ പ്രയാസമാണ്. പ്രശസ്തങ്ങളായ പതിനെട്ടു പുരാണങ്ങളും പതിനെട്ടു ഉപപുരാണങ്ങളും ഉണ്ട്

എന്നാണ് കണക്കാക്കപ്പെട്ടിരിക്കുന്നത്. നമ്മുടെ പ്രാചീനസംസ്കാരത്തിന്റെ പ്രതിബിംബമായും സാംസ്കാരികോദ്ഗതിയുടെ അടിത്തറയായും, വിവിധകലാരൂപങ്ങളുടെ ഉല്പത്തിക്ക് അടിസ്ഥാനമായും പുരാണങ്ങൾക്ക് ഗണനീയമായ ഒരു സ്ഥാനമുണ്ടെന്നത് അനിഷേധ്യമാണ്.

പതിനെട്ടു പുരാണങ്ങളെ ഇപ്രകാരമാണ് വിഭജിച്ചിരിക്കുന്നത്-വിഷ്ണുവിനെ സംബന്ധിക്കുന്ന ആറ് പുരാണങ്ങൾ, ബ്രഹ്മാവിനെ സംബന്ധിക്കുന്ന ആറ് പുരാണങ്ങൾ, മഹാശിവനെ സംബന്ധിക്കുന്ന ആറ് പുരാണങ്ങൾ. ഈ പതിനെട്ടു പുരാണങ്ങൾക്ക് സനൽകുമാരം, നാരസിംഹം, മാനവം, ആദിത്യം, ദേവീഭാഗവതം, വിഷ്ണുധർമ്മോത്തരം തുടങ്ങിയ പേരുകളിൽ പതിനെട്ടു ഉപപുരാണങ്ങൾ നമുക്ക് കിട്ടിയിട്ടുണ്ട്.

മഹാവിഷ്ണുവിനെ സംബന്ധിക്കുന്ന പുരാണങ്ങൾ വിഷ്ണുപുരാണം, ഭാഗവതപുരാണം, നാരദീയ പുരാണം, ഗാരുഡപുരാണം, പത്മപുരാണം, വാരാഹപുരാണം എന്നിവയാണ്. ശിവനെ സംബന്ധിക്കുന്ന പുരാണങ്ങൾ വായു-ലിംഗ-സ്കന്ദ-അഗ്നി-മത്സ്യ-കൂർമ്മ എന്നിവയാണ്. ബ്രാഹ്മം, ബ്രഹ്മാണ്ഡം, ബ്രഹ്മവൈവർത്തം, മാർക്കണ്ഡേയം, ഭവിഷ്യം, വാമനം എന്നിവയാണ് ബ്രഹ്മാവിനെ സംബന്ധിക്കുന്ന പുരാണങ്ങൾ. ഈ പുരാണങ്ങളുടെ ലഘുവായ ഒരു വിവരണം താഴെ ചേർക്കുന്നു.

1. വിഷ്ണുപുരാണം : സർഗ്ഗം, പ്രതിസർഗ്ഗം എന്നിങ്ങനെയുള്ള സാങ്കേതികങ്ങളായ അഞ്ചുവിഭാഗങ്ങൾ ഏറെ പ്രാധാന്യമുള്ള വിഷ്ണുപുരാണത്തിലുണ്ട്. പുരാണരത്നം എന്ന പേരു കൂടി വിഷ്ണുപുരാണത്തിനുണ്ട്. മഹാവിഷ്ണുവിന്റെ ശ്രീകൃഷ്ണാവതാരകഥ, പ്രപഞ്ചസൃഷ്ടി, ഭൂമിവിവരണം, ഭാരതവർഷവിവരണം, വാനശാസ്ത്രം, സപ്തദ്വീപവർണ്ണനം എന്നിവയാണ് വിഷ്ണുപുരാണത്തിലെ പ്രതിപാദ്യം. ശിഷ്യനായ മൈത്രേയന് പരാശരമുനി ഉപദേശിക്കുന്ന രീതിയിലാണ് ഈ പുരാണത്തിന്റെ ഘടന. വ്യാസമഹർഷി പുരാണസംഹിത നിർമ്മിച്ച് സൂതനായ രോമഹർഷണന് നൽകി എന്നും അദ്ദേഹം ശിഷ്യന്മാർക്ക് ഇത് പകർന്നേകി എന്നും ഈ പുരാണത്തിൽ നിന്ന് മനസ്സിലാക്കാം.

2. ഭാഗവത പുരാണം : വിഷ്ണുഭക്തന്മാർക്ക് അത്യന്തം പ്രിയങ്കരമായ ഈ പുരാണം ഏറെ പ്രചാരം സിദ്ധിച്ചിട്ടുള്ള ഒന്നാണ്. പന്ത്രണ്ട് സ്കന്ദങ്ങളിലായി പതിനെട്ടായിരം ശ്ലോകങ്ങൾ ദശമസ്കന്ദത്തിൽ പ്രതിപാദിക്കപ്പെടുന്ന ശ്രീകൃഷ്ണാവതാരകഥയ്ക്കാണ് ഈ പുരാണത്തിൽ കൂടു

തൽ ജനസമ്മതിയും പ്രചാരവും കൈവന്നിട്ടുള്ളത്. ഭാഗവത പുരാണത്തിന്റെ മാഹാത്മ്യം വിവരിക്കാനായി മാത്രം പത്മപുരാണത്തിൽ ഒരദ്ധ്യായം നീക്കിവെക്കപ്പെട്ടിട്ടുണ്ട്. വൈഷ്ണവഭക്തി ഊട്ടിയുറപ്പിക്കുന്നതിന് സഹായകങ്ങളായ ആഖ്യാനങ്ങൾക്കുപുറമേ ഭാരതത്തിലെ വിവിധ സ്ഥലങ്ങളുടെ വർണ്ണനകളും ഭൂമിശാസ്ത്രപ്രതിപാദനവും ഭാഗവതപുരാണത്തിലുണ്ട്. മിക്കവാറും എല്ലാ ഭാരതീയ ഭാഷകളിലും ഭാഗവതപുരാണം വിവർത്തനം ചെയ്യപ്പെട്ടിട്ടുണ്ട്. കപിലമഹർഷിയെയും ശ്രീബുദ്ധനെയും ഭാഗവതപുരാണത്തിൽ മഹാവിഷ്ണുവിന്റെ അവതാരമായാണ് പറഞ്ഞിരിക്കുന്നത്.

3. നാരദപുരാണം : നാരദീയപുരാണം എന്ന പേരിൽ കൂടി അറിയപ്പെടുന്ന ഈ പുരാണത്തിൽ ഗോമതീ നദീതീരത്തെ നൈമിശാരണ്യത്തിൽ വെച്ച് നാരദമഹർഷി മറ്റു മഹർഷിമാരുമായി നടത്തുന്ന ആശയവിനിമയമാണ് മുഖ്യമായും വർണ്ണിച്ചിരിക്കുന്നത്. ദൈവനിന്ദയും ഗോഹിംസയും ചെയ്യുന്നവരുടെ സാമീപ്യത്തിൽ ഈ പുരാണപാരായണം ചെയ്യരുത് എന്നും പറഞ്ഞിട്ടുണ്ട്. ഇരുപത്തയ്യായിരം ശോകങ്ങളടങ്ങിയ നാരദീയ പുരാണത്തിലെ പല ഭാഗങ്ങളും പിൽക്കാലത്ത് കൂട്ടച്ചേർക്കപ്പെട്ടവയാണെന്ന് ചരിത്രപണ്ഡിതന്മാർ പറയുന്നു.

4. ഗരുഡപുരാണം : ഏറെ പഴക്കമില്ലാത്ത ഒരു പുരാണമാണ് ഇതെന്ന് കണക്കാക്കപ്പെടുന്നു. മഹാവിഷ്ണു ഗരുഡന് നൽകുന്ന ഉപദേശമായാണ് ഗാരുഡപുരാണത്തിന്റെ ഘടന. എട്ടായിരം ശ്ലോകങ്ങളടങ്ങിയ ഈ പുരാണത്തിൽ സൂര്യക്ഷേത്രങ്ങൾ, പുണ്യസ്ഥലങ്ങൾ, മരണാനന്തരജീവിതം എന്നിവയെ കൂടാതെ പലതരം ഔഷധങ്ങൾ, അമൂല്യരത്നങ്ങൾ, ജ്യോതിഷം, ഹസ്തരേഖാശാസ്ത്രം തുടങ്ങിയ വിഷയങ്ങളും പ്രതിപാദിക്കപ്പെട്ടിട്ടുണ്ട്.

5. പത്മപുരാണം : ആറ് കാണ്ഡങ്ങളും പന്ത്രണ്ടായിരം ശ്ലോകങ്ങളുമടങ്ങിയ പത്മപുരാണത്തിന് വിഷ്ണുപുരാണവുമായി ഒട്ടേറെ സമാനതകളുണ്ട്. സൃഷ്ടിപ്രക്രിയ, ഭൂമിവിവരണം, ശ്രീരാമ-ദുഷ്യന്തന്മാരുടെ കഥാകഥനം, മ്ലേച്ഛന്മാരെക്കുറിച്ചും ഇസ്ലാം മതവിശ്വാസികളെക്കുറിച്ചും ഉള്ള പരാമർശങ്ങൾ എന്നിവ കാണാം. ക്രിസ്തുവർഷം പത്താം നൂറ്റാണ്ടിനു ശേഷം പത്മപുരാണത്തിൽ പല കൂട്ടിച്ചേർക്കലുകളും നടന്നിട്ടുണ്ടെന്നാണ് ചരിത്രപണ്ഡിതന്മാർ കണ്ടെത്തിയിരിക്കുന്നത്.

6. വാരാഹപുരാണം : വരാഹാവതാരം കൈക്കൊണ്ട മഹാവിഷ്ണു പറയുന്ന രീതിയിൽ രചിക്കപ്പെട്ടിരിക്കുന്ന ഈ പുരാണത്തിൽ ഏഴായിരം ശ്ലോകങ്ങൾ ഉണ്ട്. വൈഷ്ണവതീർത്ഥാടന കേന്ദ്രങ്ങളുടെ വിവരണങ്ങൾ മധുരാപുരിയുടെ സവിശേഷതകൾ, അവിടത്തെ ക്ഷേത്രങ്ങൾ എന്നിവ യാണ് പ്രതിപാദിക്കപ്പെട്ടിരിക്കുന്നത്.

7. വായുപുരാണം : പ്രക്രിയ, ഉപോദ്ഘാതം, അനുഷങ്കം, ഉപസംഹാരം എന്നിങ്ങനെ നാലുപാദങ്ങളാണ് ഈ പുരാണത്തിലുള്ളത്. പ്രപഞ്ചവ സ്തുസൃഷ്ടിയാണ് പ്രക്രിയാപാദത്തിലെ വർണ്ണ്യവിഷയം. ഈ വിഷയം തന്നെ ഉപോദ്ഘാത പാദത്തിലും വർണ്ണിച്ചിട്ടുണ്ട്. തുടർന്ന് വിവിധ കല്പ ങ്ങൾ, കാലങ്ങൾ എന്നിവയുടെ വിശദീകരണങ്ങളും ഈ പാദത്തിൽ ഉണ്ട്. ജംബുദ്വീപം, സുമേരുപർവ്വതം, ദേവകൂടം, കൈലാസം, ഹിമവാൻ, വിവിധനദികൾ എന്നിവയുടെ വർണ്ണനകൾക്കാണ് അനുഷങ്ക ഉപസം ഹാരപാദങ്ങൾ നീക്കിവെച്ചിരിക്കുന്നത്. മഹാശിവനെ സ്തുതിക്കുന്ന ധാരാളം വർണ്ണനകൾ അടങ്ങിയ വായുപുരാണം ഗുപ്തരാജവം ശത്തെക്കൂടി പരാമർശിക്കുന്നുണ്ട്.

8. ലിംഗപുരാണം : മഹാശിവന്റെ ഇരുപത്തെട്ട് വിധത്തിലുള്ള രൂപഭാ വങ്ങൾ വർണ്ണിക്കുകയും ആരാധിക്കുകയും ചെയ്യുന്നതാണ് ലിംഗപുരാ ണത്തിൽ പ്രതിപാദിച്ചിരിക്കുന്നത്. ലിംഗസ്വരൂപിയായ മഹാദേവൻ സനാ തനധർമ്മങ്ങൾ ഉപദേശിക്കുന്ന രീതിയിൽ രചിക്കപ്പെട്ടിരിക്കുന്ന ലിംഗ പുരാണത്തിൽ ശ്രീകൃഷ്ണൻ വരെയുള്ള വിവിധ രാജവംശങ്ങളെക്കു റിച്ചുള്ള വർണ്ണനകളും, പ്രപഞ്ചവിവരണവും അടങ്ങിയിരിക്കുന്നു.

9. സ്കാന്ദപുരാണം : സ്കന്ദൻ- സുബ്രഹ്മണ്യൻ പറയുന്ന രീതിയിൽ രചിക്കപ്പെട്ട ഈ പുരാണത്തിൽ എട്ടു ഭാഗങ്ങളിലായി എൺപതിനാ യിരം ശ്ലോകങ്ങളുണ്ട്. സംഹിത, ഖണ്ഡം, മാഹാത്മ്യം എന്നിങ്ങനെ പല രൂപങ്ങളിലാണ് അപൂർണ്ണമാണെന്ന് കണക്കാക്കപ്പെടുന്ന ഈ പുരാ ണത്തിന്റെ ഘടന. താരകാസുരവധകഥ മുഖ്യമായും വിവരിക്കുന്ന സ്കന്ദപുരാണത്തിന് മഹാകവി കാളിദാസന്റെ കുമാരസംഭവം മഹാ കാവ്യവുമായി ഏറെ സാദൃശ്യമുണ്ട്. വാരാണസിയിലെയും സമീപപ്ര ദേശങ്ങളിലെയും ശിവാലയങ്ങളെ കുറിച്ചുള്ള ദീർഘവർണ്ണനകൾ, ഒറീ സ്സയിലെ പുരിജഗന്നാഥക്ഷേത്രവർണ്ണന, പല പ്രാദേശികക്ഷേത്രങ്ങളുടെ വർണ്ണനകൾ, ഭാരതത്തിലെ ജനപഥങ്ങളെ കുറിച്ചും ജനങ്ങളെക്കുറി ച്ചുമുള്ള വിവരണങ്ങൾ എന്നിവയും സ്കന്ദപുരാണത്തിൽ കാണുന്നു.

10. അഗ്നിപുരാണം : ഏതാണ്ട് ക്രിസ്തുവർഷം പതിമൂന്നാം നൂറ്റാണ്ടോടുകൂടി രൂപം കൊണ്ടതാണ് ഇന്ന് ലഭ്യമായ അഗ്നിപുരാണം എന്ന് ചരിത്രപണ്ഡിതന്മാർ രേഖപ്പെടുത്തിയിട്ടുണ്ട്. വസിഷ്ഠമഹർഷിക്ക് അഗ്നിദേവൻ ഉപദേശിച്ചു കൊടുത്തതാണ് ഈ പുരാണം. രാമായണ-മഹാഭാരതങ്ങളെ ആശ്രയിച്ചു കൊണ്ടാണ് അഗ്നിപുരാണത്തിൽ ശ്രീരാമനെയും ശ്രീകൃഷ്ണനെയും വർണ്ണിച്ചിരിക്കുന്നത്. ഭൂമിയെയും പ്രപഞ്ചത്തെയും കുറിച്ച് ഈ പുരാണത്തിലെ വർണ്ണനകൾക്ക് വിഷ്ണു പുരാണവുമായി ഏറെ സാദൃശ്യമുണ്ട്. ശിവലിംഗങ്ങളെക്കുറിച്ചും ദുർഗ്ഗാഭഗവതിയെക്കുറിച്ചും വർണ്ണിക്കുന്ന ഒട്ടനവധി സന്ദർഭങ്ങൾ ഉള്ള അഗ്നിപുരാണത്തിൽ വ്യാകരണം, അലങ്കാരശാസ്ത്രം, സംഗീതം, മന്ത്രവാദം, ശില്പവിദ്യ, പലതരം ഔഷധങ്ങൾ എന്നിങ്ങനെ നാനാവിഷയങ്ങൾ വിവരിക്കപ്പെട്ടിട്ടുണ്ട്.

11. മത്സ്യപുരാണം : മഹാവിഷ്ണുവിന്റെ മത്സ്യാവതാരകഥയാണ് ആദ്യമായി ഈ പുരാണത്തിൽ വിവരിച്ചിരിക്കുന്നത്. മത്സ്യാവതാരമെടുത്ത മഹാവിഷ്ണു മനുവിന് ഉപദേശിക്കുന്ന രീതിയിലാണ് ഈ പുരാണത്തിന്റെ രചന. ഭാരതവർഷം, ഹരിവർഷം, കിംപുരുഷവർഷം, ജംബുദ്വീപം, വിവിധ പർവ്വതങ്ങൾ എന്നിങ്ങനെ നാനാവിഷയങ്ങൾ ഇതിൽ വിവരിക്കപ്പെട്ടിട്ടുണ്ട്. ജൈന-ബുദ്ധമതങ്ങളെക്കുറിച്ചും, ആന്ധ്രരാജവംശത്തെക്കുറിച്ചും നാട്യശാസ്ത്രത്തെക്കുറിച്ചും മത്സ്യപുരാണത്തിൽ സൂചനകൾ കാണാവുന്നതാണ്.

12. കൂർമ്മപുരാണം : വിഷ്ണുപുരാണത്തിന്റെ മറ്റൊരു പതിപ്പായി ഈ പുരാണത്തെ കണക്കാക്കാം. മത്സ്യാവതാരമൂർത്തിയായ മഹാവിഷ്ണു ഇന്ദ്രദ്യുമ്നന്റെ കഥ പറയുമ്പോൾ നൽകുന്ന ഉപദേശങ്ങളാണ് കൂർമ്മപുരാണത്തിൽ കാണുന്നത്. നാല് ഭാഗങ്ങളുണ്ടായിരുന്നു എന്ന് പറയപ്പെടുന്ന കൂർമ്മപുരാണത്തിന്റെ ബ്രഹ്മീസംഹിത എന്ന ഭാഗം മാത്രമാണ് കണ്ടു കിട്ടിയിട്ടുള്ളത്. നിരവധി നദികളെ കുറിച്ച് വിവരണങ്ങളടങ്ങുന്ന കൂർമ്മ പുരാണത്തിൽ ഈശ്വരഗീത, വ്യാസഗീത എന്നിവ കൂടി അടങ്ങിയിരിക്കുന്നു.

13. ബ്രാഹ്മപുരാണം : ആദിപുരാണം എന്ന പേരിൽ കൂടി അറിയപ്പെടുന്ന ഈ പുരാണം ബ്രഹ്മാവ് ദക്ഷന് നൽകുന്ന ഉപദേശരൂപത്തിലാണ് രചിക്കപ്പെട്ടിരിക്കുന്നത്. ഒറീസ്സയിലെ അതി പുരാതനമായ പുരുഷോ

ത്തമക്ഷേത്രത്തെക്കുറിച്ച് സവിശേഷമായ വർണ്ണന ബ്രഹ്മപുരാണത്തിന്റെ ഒരു പ്രത്യേകതയാണ്. ശിവനും സൂര്യനുമായുള്ള ബന്ധത്തെപ്പറ്റി ഒരു പ്രത്യേക വർണ്ണനയും ഈ പുരാണത്തിലുണ്ട്. ജഗന്നാഥൻ, സൂര്യൻ, മഹാശിവൻ എന്നിവർക്കായി നിർമ്മിക്കപ്പെട്ട ക്ഷേത്രങ്ങളുടെ വിവരണവും ബ്രഹ്മപുരാണത്തിന്റെ ഉള്ളടക്കത്തിൽ പെടുന്നു.

14. ബ്രഹ്മാണ്ഡപുരാണം : ഈ പുരാണത്തിന്റെ സമ്പൂർണ്ണരൂപം നമുക്ക് ഇതുവരെയും ലഭ്യമായിട്ടില്ല. ലഭ്യമായ ഗ്രന്ഥത്തിൽ കുറേ മാഹാത്മ്യവർണ്ണനകളാണ് കാണുന്നത്. വായുപുരാണത്തിലെ ഭൂമിശാസ്ത്രവിവരണം ഏതാണ്ട് അതേപടി ഈ പുരാണത്തിൽ പകർത്തിയിട്ടുമുണ്ട്.

15. ബ്രഹ്മവൈവർത്തപുരാണം : ബ്രഹ്മം, പ്രകൃതി, ഗണേശം, കൃഷ്ണജന്മം എന്നിങ്ങനെ നാലു ഖണ്ഡങ്ങളിലായി ഈ പുരാണം വിഭജിക്കപ്പെട്ടിരിക്കുന്നു. നാരദന് മനു ഉപദേശിച്ചുകൊടുത്ത രീതിയിലാണ് ബ്രഹ്മവൈവർത്തപുരാണം രചിക്കപ്പെട്ടിരിക്കുന്നത്. രഥന്ധരന്റെ കഥ, വൃന്ദാവനത്തിലെയും ഗോകുലത്തിലെയും കൃഷ്ണകഥകൾ എന്നിവയാണ് പ്രധാനമായും വർണ്ണിക്കപ്പെട്ടിരിക്കുന്നത്. ബ്രഹ്മാവിന്റെ രൂപാന്തരപ്രാപ്തി വൈവർത്തം- ആയാണ് പ്രപഞ്ചം രൂപം കൊണ്ടത് എന്ന് ഈ പുരാണം പറയുന്നു.

16. മാർക്കണ്ഡേയ പുരാണം : ക്രിസ്തുവർഷം ഒമ്പതാം നൂറ്റാണ്ടിൽ രചിക്കപ്പെട്ടതാവാം ഈ പുരാണമെന്ന് ചരിത്രകാരന്മാർ അഭിപ്രായപ്പെടുന്നു. മാർക്കണ്ഡേയൻ വിവരിക്കുന്ന രീതിയിലാണ് ഇതിലെ പ്രതിപാദനം. ശരിയുടെയും തെറ്റിന്റെയും രൂപത്തിൽ രണ്ടു പക്ഷികളെ പരിചയപ്പെടുത്തിക്കൊണ്ടാണ് മാർക്കണ്ഡേയ പുരാണം ആരംഭിക്കുന്നത്. കുരുക്ഷേത്രത്തിൽ ജനിച്ച് വിന്ധ്യപർവ്വതത്തിൽ പാർക്കുന്ന ഈ പക്ഷികളെ ദിവ്യസൃഷ്ടികളായാണ് സങ്കല്പിച്ചിരിക്കുന്നത്. സൂര്യൻ, അഗ്നി, ഇന്ദ്രൻ എന്നിവരെപ്പറ്റിയുള്ള പല കഥകളും ഈ പുരാണത്തിലുണ്ട്. ദേവീ മാഹാത്മ്യപ്രതിപാദനം ഈ പുരാണത്തിലെ മറ്റൊരു സവിശേഷതയാണ്. വ്യാസമഹാഭാരതത്തിനോട് ഏറെ സമാനതകൾ ഉള്ള നിരവധി കഥാസന്ദർഭങ്ങളും മാർക്കണ്ഡേയ പുരാണത്തിൽ കാണാം.

17. ഭവിഷ്യപുരാണം : കലിയുഗത്തിലെ രാജവംശ പരമ്പരകളെപ്പറ്റി ആദ്യമായി വിവരിക്കുന്നു എന്ന ഒരു പ്രത്യേകത ഈ പുരാണത്തിനു

ണ്ട്. ഭാവികാലത്തെപ്പറ്റി പല പ്രവചനങ്ങളും അടങ്ങുന്ന ഭവിഷ്യപുരാണം സൂര്യൻ മനുവിന് പറഞ്ഞുകൊടുക്കുന്നരീതിയിലാണ് രചിക്കപ്പെട്ടിട്ടുള്ള ത്. തീർത്ഥാടനകേന്ദ്രങ്ങൾ, തീർത്ഥാടകരുടെ അവകാശങ്ങൾ, സൂര്യ-അഗ്നി-നാഗാരാധനകളുടെ വർണ്ണനകൾ എന്നിവയും ഈ പുരാണത്തി ലടങ്ങിയിരിക്കുന്നു. ഭൂമി ശാസ്ത്രത്തെക്കുറിച്ചും സൃഷ്ടിപ്രക്രിയയെക്കു റിച്ചും ഭവിഷ്യപുരാണത്തിലെ പ്രതിപാദനം മറ്റു പുരാണങ്ങളുടെ അതേ മാതൃകയിലാണ്.

18. വാമനപുരാണം : വരാഹപുരാണവുമായി ഏറെ സാദൃശ്യമുള്ള വാമ നപുരാണത്തിൽ മഹാവിഷ്ണുവിന്റെ പല അവതാരങ്ങളും വിവരിക്ക പ്പെട്ടിട്ടുണ്ട്. പ്രപഞ്ചോൽപ്പത്തി, ജനപഥ വിവരണം എന്നിവ, മറ്റുപുരാ ണങ്ങളിൽ എന്ന പോലെ ഈ പുരാണത്തിലുമുണ്ട്. ഉമാ-മഹേശ്വര വിവാ ഹരംഗവർണ്ണന വാമനപുരാണത്തിൽ കാണാം. ബദരികാശ്രമം, കേദാ രേശ്വരം, കുരുക്ഷേത്രം, ധാനേശ്വർ എന്നിവിടങ്ങളെക്കുറിച്ചുള്ള വർണ്ണ നകൾ വാമനപുരാണത്തിന്റെ പ്രത്യേകതകളായി കണക്കാക്കാം. ആന്ധ്രക്കാരെക്കുറിച്ചും തുലുക്കന്മാരെക്കുറിച്ചും ഏതാനും പരാമർശ ങ്ങൾ കൂടി വാമനപുരാണത്തിൽ കാണുന്നുണ്ട്.
ഈ പുരാണങ്ങൾ പാരായണം ചെയ്യപ്പെടേണ്ട രീതിയെക്കുറിച്ചും ഫല സിദ്ധിയെക്കുറിച്ചും പല വിധികളും വിശ്വാസങ്ങളും ഭാരതത്തിൽ നില നിന്നിരുന്നു. ഉദാഹരണത്തിന് വൈശാഖമാസത്തിലെ പൗർണ്ണമിദിവസം ബ്രാഹ്മണന് ബ്രഹ്മപുരാണദാനം സ്വർഗ്ഗലാഭസാധകമാണ്. ദാനത്തിന് അത്യുത്തമമാണ് സ്കന്ദപുരാണം തുടങ്ങിയ വിധികളും വിശ്വാസങ്ങളും നിലനിന്നിരുന്നു.

പതിനെട്ടു മഹാപുരാണങ്ങളുടെ പൊതുസ്വഭാവം മുൻപ് വിവരിച്ചു. പല കഥകളും പല പുരാണങ്ങളിലും ആവർത്തിക്കപ്പെടുന്നുണ്ട്. ക്ഷേത്ര വർണ്ണനം, തീർത്ഥമാഹാത്മ്യം, ദേവീ-ദേവസ്തുതികൾ, ക്ഷേത്രനിർമ്മാ ണം, ആരാധനാവിധികൾ, പിതൃകർമ്മങ്ങൾ, പരബ്രഹ്മതത്വം തുടങ്ങിയ നാനാവിഷയങ്ങൾ ഈ പതിനെട്ടു പുരാണങ്ങൾക്കകത്തും വിവരിച്ചു കാണാം.

അഗ്നിപുരാണത്തിലും ഗരുഡപുരാണത്തിലും പുതിയ കഥകൾ ഒന്നും തന്നെയില്ല. ഈ പുരാണങ്ങളിലെ കഥകൾ മറ്റു പുരാണങ്ങളിൽ കണ്ട കഥകളിലെ ആവർത്തനം മാത്രമാണ്. അതുകൊണ്ടാണ് ഈ പുരാണങ്ങളിലെ കഥകൾ ഒഴിവാക്കിയിട്ടുള്ളത്.

ശിവപുരാണം : ഉപപുരാണങ്ങളുടെ കൂട്ടത്തിലാണ് ചേർക്കപ്പെട്ടിട്ടുള്ള ത്. എന്നാൽ മഹാശിവനുമായി ബന്ധപ്പെട്ട, മറ്റുപുരാണങ്ങളിൽ വർണ്ണി ക്കപ്പെടാത്ത നിരവധി കഥകൾ ശിവപുരാണത്തിലുണ്ട്. ഈ കഥകൾ വായനക്കാർക്ക് അറിവേകുന്നവയും രസകരങ്ങളും ആയിരിക്കും എന്നു കരുതിക്കൊണ്ടാണ് പുരാണകഥകളുടെ ഈ സമാഹാരത്തിൽ ചേർത്തി ട്ടുള്ളത്.

നമ്മുടെ സാംസ്കാരിക പൈതൃകത്തിൽ അനശ്വരനിക്ഷേപങ്ങളാണ് വേദങ്ങൾ തൊട്ട് സംസ്കൃതഭാഷയിലുണ്ടായിട്ടുള്ള ജ്ഞാനവിജ്ഞാന ശാഖകൾ. പുരാണങ്ങൾക്ക് ഈ വിജ്ഞാനശാഖകളിൽ അഗ്രിമസ്ഥാ നവുമുണ്ട്. ഈ പുരാണങ്ങളിലെ രസനിഷ്യന്ദികളായ കഥകൾ നമ്മുടെ മാതൃഭാഷയിൽ ഇതാദ്യമായി ഒന്നിച്ചൊരിടത്ത് വായിക്കാൻ അവസരം ഒരുക്കുക എന്നതാണ് ഇത്തരമൊരു പ്രസിദ്ധീകരണത്തിന്റെ ലക്ഷ്യം. ഈ മഹായത്നത്തിൽ ഡോ. പാലനാട് വാസുദേവൻ നമ്പൂതിരി, ഡോ. പി. മനോഹരൻ, ശ്രീമതി കെ.എച്ച്. ഉഷപ്രഭ, ഡോ. സി.കെ. മോഹനൻ, ഡോ. ടി.ടി. തുളസി എന്നിവർ അവരുടെ കൃത്യാന്തരങ്ങൾക്കിടയിലും ആത്മാർത്ഥമായി സഹകരിച്ചവരാണ്. ആ സഹകരണമാണ് പുരാണ കഥാസമാഹരണത്തിന് താങ്ങായി തീർന്നത്.

ഈ മഹായജ്ഞത്തിൽ എന്നെ സഹായിച്ച ഓരോരുത്തർക്കും ഔപ ചാരികമല്ലാത്ത കൃതജ്ഞത ഇവിടെ രേഖപ്പെടുത്തുകയാണ്. ഈ പുരാ ണകഥകൾ കഥാകുതുകികൾക്കും, ഭാഷാസ്നേഹികൾക്കും, നമ്മുടെ ഭാഷക്കും ഒരു മുതൽക്കൂട്ടായി തീരുമെന്ന് പ്രത്യാശിക്കുന്നു.

ഭവിഷ്യപുരാണകഥകൾ

കഥകൾ

നാഗങ്ങൾ ശപിക്കപ്പെടുന്നു

പണ്ട് ദേവന്മാരും അസുരന്മാരും ചേർന്ന് പാലാഴി കടയുകയുണ്ടായി. അതിൽനിന്ന് ഉച്ചൈശ്രവസ്സ് എന്ന വെളുത്ത ഒരു കുതിര പൊങ്ങിവന്നു. അതിനെ കണ്ട് നാഗജനനിയായ കദ്രു, സഹോദരിയായ വിനതയോട് ഇപ്രകാരം പറഞ്ഞു.

'അമൃതസംഭവമായ ഈ വെളുത്ത അശ്വരത്നത്തെ നോക്കൂ! ആകാശത്തു കാണുന്ന ആ വെളുത്ത കുതിരയുടെ വാലിലെ രോമങ്ങൾ കറുത്തനിറത്തിൽ കാണുന്നു.'

അതുകേട്ട വിനത പറഞ്ഞു.

'മുഴുവൻ വെളുത്ത ശ്രേഷ്ഠമായ കുതിരയാണ് അത്. അതിന്റെ വാൽ കറുത്തതോ, ചുവന്നതോ അല്ല. നീ എങ്ങനെ അതിന്റെ വാൽ കറുത്തതതായി കാണുന്നു.'

അപ്പോൾ കദ്രു, 'ഒറ്റക്കണ്ണുകൊണ്ട് ഞാൻ അതിനെ കറുത്ത വാലോടെ കാണുന്നു. രണ്ടുകണ്ണും ഉള്ള നീ കാണുന്നില്ലല്ലോ വിനതേ! എന്നാൽ പന്തയം വെക്ക്'എന്ന് കദ്രു പറഞ്ഞു.

അപ്പോൾ വിനത, 'വാലിൽ കറുത്ത രോമങ്ങൾ കാണിച്ചുതന്നാൽ ഞാൻ നിന്റെ ദാസിയാകും. കാണിച്ചുതന്നില്ലെങ്കിൽ നീ എന്റെ ദാസിയാകും.' ഇപ്രകാരം തർക്കിച്ച് ഉറങ്ങാൻ പോയി.

അപ്പോൾ കദ്രു കുടിലബുദ്ധിയോടെ ചിന്തിച്ചു. എന്നിട്ട് പുത്രന്മാരെ വിളിച്ചു.

'കുതിരയുടെ വാലിൽ കറുത്ത രോമങ്ങളായി നിങ്ങൾ നിൽക്കണം. എന്നിട്ട് പന്തയത്തിൽ ജയിക്കണം' എന്ന് അവരോട് ആജ്ഞാപിച്ചു.

മാതാവിന്റെ കുടിലബുദ്ധിയെ മക്കൾ നിന്ദിച്ചു.

'ഇത് അധർമ്മമാണ്. പറഞ്ഞ വാക്കുകൾ അനുസരിക്കുകയില്ല' എന്ന് അവർ പറഞ്ഞു.

അപ്പോൾ കദ്രു കോപിഷ്ഠയായി.

'അഗ്നി നിങ്ങളെ ദഹിപ്പിക്കും'

അവരെ ശപിച്ചു.

'വളരെക്കാലം കഴിയുമ്പോൾ ഭൂമിയിൽ ജനമേജയൻ എന്ന പാണ്ഡവൻ അന്യർക്ക് ദുഷ്കരമായ സർപ്പസത്രം നടത്തും. അതിൽ ഇരുണ്ട കിരണങ്ങളോടുകൂടിയ അഗ്നി (ഇരുണ്ട രശ്മിക ളോടുകൂടിയത്)നിങ്ങളെ ദഹിപ്പിക്കും' എന്ന് ശപിച്ചു.

സർവ്വപാപനാശകഭാസ്കരൻ

വളരെ പണ്ട് ലോകം ഇരുട്ടിലായി.

സ്ഥാവരജംഗമവസ്തുക്കൾ എല്ലാം പ്രളയത്തിലായി. സത്വാദി ഗുണങ്ങളുടെ പ്രവൃത്തികാരണമായി ആദ്യം ബുദ്ധി ഉണ്ടായി.

അതിനുശേഷം, അഹങ്കാരം, വായു, അഗ്നി, ജലം, ആകാശം, ഭൂമി, അണ്ഡം എന്നിവ ഉണ്ടായി. ആ അണ്ഡത്തിൽനിന്ന് ഏഴു ലോകങ്ങളും, ഏഴു ദ്വീപുകളോടും, ഏഴുസമുദ്രങ്ങളോടുംകൂടിയ തുമായ ഭൂമിയും പ്രതിഷ്ഠിച്ചു. അവിടെ സ്ഥിതിചെയ്ത ബ്രഹ്മാവും വിഷ്ണുവും മഹേശ്വരനും കൂരിരുട്ടിനാൽ മൂടപ്പെട്ടു. ശ്രേഷ്ഠനായ ഈശ്വരൻ അപ്പോൾ ഇരുട്ടിനെ പിളർത്തിക്കൊണ്ട് ഒരു മഹാതേ ജസ്സ് ഉണ്ടായി. അപ്പോൾ ധ്യാനയോഗം കൊണ്ട് അവർ അത് (ബ്ര ഹ്മാവ്, വിഷ്ണു, മഹേശ്വരൻ എന്നിവർ) സൂര്യന്റെ തേജസ്സാണെന്ന് മനസ്സിലാക്കി. അതു മനസ്സിലാക്കിയ അവർ എല്ലാവരും സൂര്യദേ വനെ സ്തുതിക്കാൻ തുടങ്ങി.

അവരാൽ സ്തുതിക്കപ്പെട്ടപ്പോൾ സൂര്യദേവൻ തേജോരൂപം പ്രാപിച്ച് 'നിങ്ങൾക്ക് എന്തുവരമാണ് നൽകേണ്ടത്' എന്നു ചോദിച്ചു.

'അങ്ങയുടെ അത്യധികതേജോരൂപം സഹിക്കാൻ കഴിയുന്നി ല്ല. ജഗത്തിന്റെ ഹിതത്തിനായി (ലോകനന്മയ്ക്കായി) അത് സഹി ക്കാൻ പറ്റുന്ന രൂപത്തിൽ ആക്കുക പ്രഭോ!' എന്നവർ പറഞ്ഞു.

'അങ്ങനെയാവട്ടെ' എന്ന് സൂര്യദേവൻ പറഞ്ഞു.

എന്നിട്ട് ലോകനന്മക്കായി ഭഗവാൻ ചൂടുകുറഞ്ഞ രശ്മികൾ പ്രദാനം ചെയ്യുന്നവനായി (നൽകുന്നവനായി). അതുകൊണ്ട് എല്ലാ വരും ഹൃദയസ്ഥനായ സൂര്യനെ എന്നും ധ്യാനിക്കുന്നു.

സൂര്യൻ രാകപ്പെടുന്നു

ബ്രഹ്മാവ് സുഖമായിരിക്കുകയായിരുന്നു ദേവലോകത്ത്. ആ സമയം അദ്ദേഹത്തെ ദേവന്മാരും, അസുരന്മാരും, ഋഷിമാരും സമീപിച്ചു. എന്നിട്ട് പറഞ്ഞു.

'ദേവൻ! ഏതൊരു ദേവതാപുത്രനാണ് സ്വർഗ്ഗത്തിൽ വിരാജിക്കുന്നത്, അവൻ അന്ധകാരത്തെ കളഞ്ഞ് (ഇരുട്ടിനെ കളഞ്ഞ്) ജ്വലിച്ചുകൊണ്ട് നിൽക്കുന്നു. അവന്റെ തേജസ്സുകൊണ്ട് ലോകം മുഴുവൻ നശിക്കുന്നു. കഷ്ടപ്പെടുന്ന നദീതടം പോലെ, ഞങ്ങളും എല്ലാവരും ബുദ്ധിമുട്ടുന്നു. താമര വാടിപ്പോകുന്നു. സ്വർഗ്ഗത്തിലും, ഭൂമിയിലും, അന്തരീക്ഷത്തിലും സുഖം ലഭിക്കുന്നില്ല. ആ അതിതേജസ്സ് നശിപ്പിക്കുക.'

അപ്പോൾ വിഷ്ണു ദേവന്മാരോട് പറഞ്ഞു.

'മഹാത്മാക്കളായ മഹാദേവനോടും, ഇന്ദ്രനോടും കൂടി നമുക്ക് ഒരുമിച്ച് ആ ദേവനെ കാണാൻ പോകാം.' അങ്ങനെ അവരെല്ലാവരും ഒരുമിച്ച് ഭാസ്കരനെ കാണാൻ പോയി.

എല്ലാവരും ഭക്തിഭാവത്തോടെ സ്തുതിക്കാൻ തുടങ്ങി.

എന്നിട്ട് അവർ ത്വഷ്ടാവിനെ പൂജിച്ചു. (വിശ്വകർമ്മാവ്). അങ്ങയുടെ നിർദ്ദേശത്താൽ അങ്ങയെ വിശ്വകർമ്മാവ് സൗമ്യനാക്കി ചെയ്യട്ടെ എന്ന് പറഞ്ഞ് തേജോരാശിയായ സൂര്യനെ എല്ലാ കർമ്മങ്ങളുടെയും വിധി അറിയുന്നവനായ വിശ്വകർമ്മാവ് ഭൂമിയിൽ ഇരുത്തി. അതിനുശേഷം അമൃതാഭിഷിക്തനായ സൂര്യനെ കുറേശ്ശെ കുറേശ്ശെ രാകാൻ തുടങ്ങി. കാൽമുട്ടുവരെ എത്തിയപ്പോൾ ദേവന് അസ്വസ്ഥത തോന്നി. അവിടെവെച്ച് രാകൽ നിർത്തി.

ചൂടുപിടിച്ചും, തളർത്തിക്കളഞ്ഞും തേജസ്സ് സഹിക്കാവുന്ന രൂപത്തിലാക്കി. രാകിയെടുത്ത തേജസ്സുകൊണ്ട് ചക്രം ഉണ്ടാക്കി. ആ ചക്രത്താൽ വിഷ്ണു ദേവന്മാരേയും അസുരന്മാരേയും വധിച്ചു.

ശൂലം, ശക്തി, ഗദ, വജ്രായുധം, ചാപം, മഴു മുതലായവയും വിശ്വകർമ്മാവ് നിർമ്മിച്ചു. അത് ദേവതകൾക്ക് കൊടുത്തു.

വീണ്ടും ദേവന്മാരും മഹർഷിമാരും വാക്കുകളെക്കൊണ്ട് സൂര്യനെ സ്തുതിച്ചു.

അവരുടെ സ്തുതികേട്ടപ്പോൾ സൂര്യൻ തന്റെ തേജോരാശിയെ മോചിപ്പിച്ചു. ഋങ്മയമായ തേജസ്സിനാൽ ഭൂമിയും, യജുർമയമായ

തേജസ്സിനാൽ സ്വർഗ്ഗവും, സാമമയമായ തേജസ്സിനാൽ സ്വയമായും തിളങ്ങി. രാകി എടുത്ത തേജസ്സിന്റെ പതിനഞ്ചുഭാഗം കൊണ്ട് വിശ്വകർമ്മാവ് ശിവന് ശൂലം നിർമ്മിച്ചുകൊടുത്തു. മഹാത്മാവായ വിഷ്ണുവിന് ചക്രവും, സുബ്രഹ്മണ്യന് വേലും, കുബേരന് പുഷ്പ കവും, മറ്റ് ദേവന്മാർക്ക് ഉഗ്രങ്ങളായ ആയുധങ്ങളും നൽകി.

അതുപോലെ യയവിദ്യാധരന്മാർക്കും ആയുധങ്ങൾ നിർമ്മിച്ചു കൊടുത്തു. ബാക്കിയായ പതിനാറാമത്തെ ഭാഗം സൂര്യൻതന്നെ ധരിക്കുന്നു. പിന്നീട് സൂര്യൻ ഉത്തരകുരുദേശത്ത് പോയി. അവിടെ കുതിരയുടെ രൂപത്തിൽ നിന്നിരുന്ന ഭാര്യയായ സംജ്ഞയെ കണ്ടു.

ഈ കഥ ഭക്തിയോടെ കേൾക്കുന്നവർക്ക് അശ്വമേധഫലം ലഭിക്കും.

ബ്രഹ്മാദികളുടെ സൂര്യരൂപദർശനം

ബ്രഹ്മാവും, വിഷ്ണുവും ഭാസ്കരനെ പൂജിച്ചിട്ട് ഹിമാലയത്തി ലേക്കു പോയി. അവർ രണ്ടുപേരും മുല്ലപ്പൂപോലെ വെളുത്ത ഹിമാ ലയത്തിലേക്ക് സൂര്യന്റെ സമീപത്ത് ശിവനെ കാണാനാണ് പോയ ത്. ചന്ദ്രക്കല ചൂടിയ ആ മഹാത്മാവ് അവിടെ സൂര്യനെ പൂജിക്കു ന്നവനായിട്ട് കണ്ടു.

മുക്കണ്ണനോട് ബ്രഹ്മവിഷ്ണുമാർ പറഞ്ഞു,

'അങ്ങയുടെ മുമ്പിൽ എത്തിയിരിക്കുന്ന ഞങ്ങളെ കണ്ടാലും.'

അവരുടെ വാക്കുകൾ കേട്ട് പ്രണമിച്ചു.

പൂജ ചെയ്യുന്ന ശിവൻ മധുരമായ വാക്കുകളാൽ ഗദ്ഗദകണ്ഠ നായി, ദിക്കുകൾ മുഴങ്ങുമാറ് പറഞ്ഞു.

'എന്തിനെ ആരാധിച്ചിട്ടാണ് നിങ്ങൾ സർവ്വശ്രേഷ്ഠനായ സൂര്യനെ പ്രാപിച്ചത്? അതെല്ലാം പറഞ്ഞാലും. എനിക്ക് അതി യായ കൗതുകമുണ്ട്. നിങ്ങൾ ഏതു രൂപത്തിലുള്ള ദേവനെയാണ് കണ്ടത്.?'

മഹാദേവന്റെ വാക്കുകൾ കേട്ട് ബ്രഹ്മാവും വിഷ്ണുവും പറ ഞ്ഞു. 'ആ അത്ഭുതമായ രൂപത്തെ ഞങ്ങൾ കണ്ടില്ല. ആരാധിക്കാ നായിട്ടാണ് ഞങ്ങൾ അങ്ങയുടെ സമീപത്ത് വന്നത്. അതുകൊണ്ട് നമുക്ക് ഒന്നിച്ച് സ്വർണ്ണംപോലെ ശോഭിക്കുന്ന ഉദയപർവ്വതത്തിൽ പോയി സൂര്യനെ ആരാധിക്കാം.'

അവരുടെ വാക്കുകൾ കേട്ട് മഹാദേവൻ സന്തുഷ്ടനായി 'ശരി ആകട്ടെ' എന്ന് പറഞ്ഞു.

അവരോടൊപ്പം വേഗത്തിൽ ഉദയപർവ്വതത്തിലേക്ക് പോയി.

ആ പർവ്വതം പലതരത്തിലുള്ള ധാതുക്കളെക്കൊണ്ട് അലങ്കരിക്കപ്പെട്ടതായിരുന്നു. മൂന്നു ശൃംഗങ്ങളും ആ പർവ്വതത്തിനുണ്ട്. അവിടെ എത്തി വിധിയാംവണ്ണം അവർ സൂര്യനെ ആരാധിക്കാൻ തുടങ്ങി. സ്തുതിച്ചും, ധ്യാനിച്ചും, പൂജ ചെയ്തും കൊണ്ട് അവർ ഉദയപർവ്വതത്തിൽ ആയിരം വർഷം കഴിച്ചുകൂട്ടി.

ബ്രഹ്മാവ് പത്മാസനത്തിലിരുന്ന് ധ്യാനിച്ചു. ശിവൻ മുകളിലേക്ക് കൈ ഉയർത്തി തൂണുപോലെ നിന്ന് ധ്യാനിച്ചു. വിഷ്ണു പഞ്ചാഗ്നിയെ ഭജിക്കുന്നപോലെ മിണ്ടാതെ നിന്ന് ധ്യാനിച്ചു.

അങ്ങനെ അവരുടെ തപസ്സിൽ സന്തുഷ്ടനായ ഭഗവാൻ സൂര്യൻ അവരോട് പറഞ്ഞു.

'ഹേ, ബ്രഹ്മൻ! ഹേ ശംഭോ! ഹേ വിഷ്ണോ! നിങ്ങൾ എന്നിൽനിന്ന് എന്താണ് ആഗ്രഹിക്കുന്നത്. പറയൂ. സന്തുഷ്ടനായ ഞാൻ നിങ്ങൾക്ക് വരം നൽകാനാണ് ഇവിടെ വന്നിട്ടുള്ളത്.'

സൂര്യന്റെ വാക്കുകൾ കേട്ട് പ്രണമിച്ചുകൊണ്ട് അവർ പറഞ്ഞു.

'ഞങ്ങൾ അങ്ങയുടെ പ്രസാദംകൊണ്ട് കൃതകൃത്യരായി(തൃപ്തരായി). പണ്ട് ഞങ്ങൾ അങ്ങയെ ആരാധിച്ചു. ഞങ്ങൾ മൂന്നു പേരും അങ്ങയുടെ ആജ്ഞപ്രകാരം സൃഷ്ടി, സ്ഥിതി, സംഹാരാദികൾ എന്നിവ ചെയ്യുന്നതിൽ സമർത്ഥരായി തീർന്നു. എന്നാൽ ഞങ്ങൾ ഇപ്പോൾ ഒരേ ഒരു വരം മാത്രം ആഗ്രഹിക്കുന്നു. അങ്ങയുടെ പരമമായ രൂപം ഞങ്ങൾ ദർശിച്ചിട്ടില്ല (കണ്ടിട്ടില്ല). സർവ്വദേവമയമായ, നാശമില്ലാത്ത ആ രൂപം ഞങ്ങളെ കാണിച്ചാലും.'

അവരുടെ വാക്കുകൾ കേട്ട് സൂര്യൻ ലോകപൂജിതമായ ആ അത്ഭുതരൂപം അവരെ കാണിച്ചു.

ആ ദിവ്യരൂപം അനേകം മുഖങ്ങളോടു കൂടിയ ശിരസ്സ് ഉള്ളതും സർവ്വലോകമയവും, സർവ്വദേവമയവും ആയിരുന്നു.

ആ സർവ്വദേവമയമായ സൂര്യന്റെ രൂപം കണ്ടിട്ട് ബ്രഹ്മ, വിഷ്ണു, മഹേശ്വരന്മാർ അത്ഭുപ്പെട്ടു.

പ്രണമിച്ച് ഭയംകൊണ്ട് വിറച്ച്, ഗദ്ഗദകണ്ഠരായി പറഞ്ഞു.

'ഹേ ദേവ! അനേകം മുഖങ്ങൾ, കൈകൾ, ചരണങ്ങൾ മുതലാ

യവയോടുകൂടിയ തീജ്ജ്വാലകൾപോലെയുള്ള ഭീമമായ അങ്ങയുടെ രൂപം കണ്ടിട്ട് ഞങ്ങൾ ഭയചകിതരായി. (ഭയംകൊണ്ട് വിറച്ചു) ഞങ്ങൾക്ക് ദിഗ്ജ്ഞാനം പോലും ഇല്ലാതായി. ഇതിനെ അതിജീവിക്കാൻ ഞങ്ങൾ ശക്തരല്ല. ഈ വിശ്വരൂപം സംഹരിച്ചാലും.'

ഇത്തരത്തിലുള്ള അവരുടെ വാക്കുകൾ കേട്ട് സൂര്യദേവൻ പ്രസന്നനായി. ചിരിച്ചുകൊണ്ട് പറഞ്ഞു.

'ഈ ലോകപൂജിതവും, പുണ്യവും, സർവ്വജഗന്മയവുമായ യോഗികൾക്ക് മഹാലയമായ ഈ രൂപം നിങ്ങളുടെ ശ്രേയസ്സിനായി ഞാൻ കാണിച്ചു.'

ബ്രഹ്മാവിഷ്ണുമഹേശ്വരന്മാർ പറഞ്ഞു.

'അങ്ങ് പറഞ്ഞതിൽ തെറ്റില്ല. അത് അങ്ങനെ തന്നെയാണ് സൂര്യദേവ! അങ്ങയുടെ ഈ ദർശനം യോഗികൾക്കുപോലും സുലഭമല്ല. അങ്ങയെ ആരാധിച്ചാൽ ഒന്നും ദുർലഭമല്ല. അതിനാൽ ഈ ലോകത്ത് ദേവന്മാരിൽ പൂജ്യാത്മൻ ആയി വേറെ ആരും ഇല്ല.'

അവർ സൂര്യദർശനത്താൽ സന്തുഷ്ടരായി.

അവർ ദിവാകരനെ പൂജിച്ച് പരമമായ സിദ്ധി നേടി.

ത്രിലോകസുന്ദരീകഥ

വിക്രമാദിത്യരാജാവിനോട് വേതാളം ഒരു വിശ്രുതമായ ഗാഥ (രംഗം) വർണ്ണിച്ചുകൊടുത്തു.

പ്രസിദ്ധമായ ചമ്പാപുരിയിൽ ചമ്പകേശൻ എന്ന ഒരു രാജാവ് ഉണ്ടായിരുന്നു. അദ്ദേഹത്തിന്റെ പത്നിയായിരുന്നു സുലോചന. അവർക്ക് ത്രിലോകസുന്ദരി എന്ന ഒരു പുത്രി ഉണ്ടായി. അവളുടെ മുഖം ചന്ദ്രനെപ്പോലെയും, പുരികം വില്ലുപോലെയും ആയിരുന്നു. മാൻപേട പോലെയായിരുന്നു കണ്ണ്. ശബ്ദം കുയിലിനെപ്പോലെയും. ദേവന്മാർപോലും അവളെ മനസാ വരിച്ചു.

അവളുടെ സ്വയംവരം പ്രഖ്യാപിച്ചു.

കേൾവികേട്ട അനേകം രാജാക്കന്മാർ അവളെ വരിക്കാനായി എത്തിച്ചേർന്നു. ഇന്ദ്രൻ, യമൻ, കുബേരൻ, വരുണൻ മുതലായവർ മനുഷ്യരൂപം ധരിച്ച് സ്വയംവരത്തിനെത്തി.

അവർ എല്ലാവരും അവരവരുടെ ഗുണഗണങ്ങൾ വർണ്ണിച്ചു. എന്നിട്ട് രാജാവിനോട് കന്യകയെ യാചിച്ചു.

അവരുടെ വാക്കുകൾ കേട്ട വിക്രമാദിത്യൻ പുത്രിയോടുതന്നെ ചോദിച്ചു. 'പുത്രീ! ആർക്കാണ് നിന്നെ നൽകേണ്ടത്?'

അവളാകട്ടെ നാണിച്ച് ഒന്നും മിണ്ടിയില്ല.

ഇതുകേട്ട വേതാളം ഇതേ ചോദ്യം രാജാവിനോട് ചോദിച്ചു.

വിക്രമാദിത്യൻ പറഞ്ഞു.

'ധർമ്മദത്തനാണ് ആ കന്യക യോഗ്യയായിട്ടുള്ളത്.'

സർവ്വശാസ്ത്രനിപുണനാണ് അവൻ. ധർമ്മത്തിൽ ബ്രാഹ്മണനാണ്. ഭാഷാജ്ഞാനിയും ധനധാന്യമുള്ളവനും വൈശ്യനുമാണ്. കലകൾ അറിയുന്നവൻ ശൂദ്രൻ. ധനുർവേദി സമാനവർണ്ണനാണ് കന്യകയ്ക്ക് അർഹൻ. അതിനാൽ ആ ബാലയെ നൽകേണ്ടത് ധർമ്മദത്തനാണ്.

ചന്ദ്രാവലീകഥ

പുഷ്പാവതി എന്ന മനോഹരനഗരിയിൽ സുവിചാരൻ ആയിരുന്നു രാജാവ്. അദ്ദേഹം പ്രജാപാലനതൽപ്പരനായിരുന്നു. അദ്ദേഹത്തിന്റെ പത്നിയായിരുന്നു ചന്ദ്രപ്രഭ. അവർക്ക് ചന്ദ്രാവലി എന്ന പുത്രി ഉണ്ടായി.

അവൾ ഒരിക്കൽ തോഴിമാരോടൊപ്പം കാട്ടിൽ പോയി. അവിടെ ധാരാളം പൂക്കൾ ഉണ്ടായിരുന്നു. അവിടെവെച്ച് അവൾ സുദേവൻ എന്ന ബ്രാഹ്മണനെ കണ്ടു. അദ്ദേഹത്തെ കണ്ട മാത്രയിൽ അവൾ കാമമോഹിതയായി. ആ വിപ്രൻ തൽസമയം ഭൂമിയിൽ വീണു. കാമബാണം ഏറ്റ് അയാൾ മരിച്ചതിനു തുല്യനായി. അവൾ പോയപ്പോൾ അവിടെ മൂലദേവൻ, ശശി എന്നുപേരുള്ള രണ്ടു ബ്രാഹ്മണർ കൂടി അവിടെ എത്തി. അവർ മോഹാലസ്യപ്പെട്ട കാരണം ചോദിച്ചു.

അദ്ദേഹം എല്ലാ വിവരങ്ങളും പറഞ്ഞു.

കൃപാലുവായ മൂലദേവൻ ആ ബ്രാഹ്മണനെ(സുദേവനെ) സ്വന്തം വീട്ടിലേക്ക് കൊണ്ടുപോയി. അവിടെവെച്ച് ചാമുണ്ഡീബീജസംയുതമായ മന്ത്രം ജപിച്ച് രണ്ടു ഗുളിക ഉണ്ടാക്കി സുദേവന് നൽകി. അതിൽ ഒരു ഗുളികകൊണ്ട് പന്ത്രണ്ടുവയസ്സുള്ള ശുഭകന്യകയുണ്ടായി. രണ്ടാമത്തേതുകൊണ്ട് മൂലദേവൻ മഹാവൃദ്ധനും ആയി. അവർ രണ്ടുപേരും രാജാവിന്റെ അടുത്തെത്തി.

വാക്കുകളെ കൊണ്ട് പൂജിച്ച് പറഞ്ഞു.

'നഗരത്തിലെ സുന്ദരമായ എന്റെ ഗൃഹം 'വിലാപധ്വജൻ' എന്ന രാജാവ് ബലമായി ആക്രമിച്ചു. പുത്രനും ഭാര്യയും അവിടെനിന്ന് ഒളിച്ചോടി. അവരെ അന്വേഷിച്ച് വന്നതാണ് ഞാൻ. ഇത് പുത്രന്റെ ഭാവിവധുവാണ്. ഞാൻ ഗൃഹത്തിലേക്ക് ചെല്ലുന്നതുവരെ ഇവളെ രക്ഷിക്കണം.'

ഇതുകേട്ട രാജാവ് സ്വന്തം മകളെ വിളിച്ച് ആ കുട്ടിയെ അവളെ ഏൽപ്പിച്ചു. വൃദ്ധവേഷം കെട്ടിയ മൂലദേവൻ വീട്ടിലേക്ക് തിരിച്ചു പോയി.

സുദേവൻ അർദ്ധരാത്രിയിൽ ഭയമില്ലാത്തവനായി ആ രമണി യോട് ചോദിച്ചു.

'എന്താണ് നിന്റെ മനസ്സ് വിഷമിച്ചിരിക്കുന്നത്. പറയൂ സഖീ?'

'എന്റെ മനസ്സിൽ എന്നും സുദേവനാണ്. അവന്റെ വിരഹംകൊ ണ്ടാണ് എനിക്ക് ദുഃഖം' എന്നവൾ പറഞ്ഞു.

'ഞാൻ നിന്നെ ആ ബ്രാഹ്മണോത്തമന് സമർപ്പിക്കാം. എന്നാൽ എനിക്ക് നീ എന്തു നൽകും' എന്ന് സുദേവൻ ചോദിച്ചു.

അതിനു മറുപടിയായി അവൾ 'ഞാൻ നിന്റെ ദാസിയായി ത്തീരും' എന്നു പറഞ്ഞു.

ഇതുകേട്ടപ്പോൾ സുദേവൻ മുഖത്തുനിന്ന് യന്ത്രകം മാറ്റി. മുൻപത്തെ ദേഹത്തെ പ്രാപിക്കുകയും അവളോടുകൂടി രമിക്കു കയും ചെയ്തു.

മന്ത്രിപുത്രനാകട്ടെ വിപ്രന്റെ സ്ത്രീരൂപത്തെ മോഹിച്ചു. മര ണാസന്നനായി മന്ത്രി പുത്രസ്നേഹത്താൽ ആ നാരിയെ അവനു നൽകി. മൂന്നുമാസം തീർത്ഥസ്ഥലങ്ങളിൽ മന്ത്രിപുത്രൻ സ്നാനം ചെയ്താൽ അവൾ അവന് യോഗ്യയായി ഭവിക്കും എന്ന് മനസ്സി ലാക്കിയ മന്ത്രിപുത്രൻ തീർത്ഥങ്ങളിൽ പോയി കുളിച്ചു. സുദേ വൻ ആകട്ടെ അവന്റെ സ്ത്രീയായ ഭൂപകാന്തിയെ ആലിംഗനം ചെയ്തു. അവൾ പെട്ടെന്ന് ഗർഭം ധരിച്ചു. സുദേവൻ മൂലദേവന്റെ വീട്ടിലേക്കു തിരിച്ചുപോയി. ഉണ്ടായ സംഭവങ്ങളെല്ലാം അറിയി ച്ചു. മൂലദേവൻ സന്തുഷ്ടനായി ശശി എന്ന തന്റെ മിത്രത്തെ ഇരു പതുവയസ്സുള്ളവനാക്കി. സ്വയം വൃദ്ധവേഷം ധരിച്ച് രാജാവിന്റെ അടുത്തുചെന്ന് തന്റെ പുത്രവധുവിനെ തിരികെ ചോദിച്ചു. അപ്പോൾ രാജാവ് ലജ്ജിതനായി.

ഇപ്രകാരം പറഞ്ഞു.

'രാജകരൻ എന്ന മന്ത്രിയുടെ പുത്രൻ അവളെ കണ്ട് മോഹിച്ചു. കാമവശംവദനായി. മരണാസന്നനായി. അപ്പോൾ ഞാൻ ബ്രാഹ്മണവൃദ്ധനോട് ആലോചിച്ച്, അവളെ മന്ത്രിയുടെ പുത്രന് നൽകിയല്ലോ. നീ അതിൽ സന്തോഷിക്കണം'

എന്നാൽ മൂലദേവൻ തന്റെ പുത്രന്റെ സുഖത്തിനായി പുത്രിയെ ആവശ്യപ്പെട്ടപ്പോൾ തന്റെ മകളായ ചന്ദ്രാവലിയെ അനേകം ദ്രവ്യത്തോടെ വേദവിധിപ്രകാരം നൽകി.

ശശിയാകട്ടെ ആ രാജകുമാരിയേയും കൂട്ടി സ്വഗൃഹത്തിൽ എത്തി. സുദേവൻ അപ്പോൾ ദുഃഖത്തോടെ മൂലദേവനോട് പറഞ്ഞു, ' ഈ രാജപുത്രി എന്റെ ഭോഗത്തിനായുള്ള പത്നിയാണ്.'

അതുകേട്ട് മൂലദേവൻ അത്ഭുതപ്പെട്ടു. അപ്രകാരം ചെയ്തു.

ഇത്രയും പറഞ്ഞശേഷം വേതാളം വിക്രമാദിത്യനോട് പറഞ്ഞു, 'ഈ രാജപുത്രി ധർമ്മം അനുസരിച്ച് ആർക്കാണ് വേണ്ടതെന്ന് പറയൂ.'

രാജാവ് പറഞ്ഞു.

'മാതാപിതാക്കളുടെ ആജ്ഞ അനുസരിച്ച് ദേവസന്നിധിയിൽനിന്ന് പുത്രി ആർക്കായി നൽകപ്പെട്ടുവോ, അയാൾക്കാണ് അവൾ ധർമ്മപരയായി യോഗ്യയായത്. അതിനാൽ ആ രാജകുമാരി ശശിയെ വരിക്കും. സുദേവന് പുത്രന്റെ യോഗ്യത തന്നെ വരും.'

മന്ത്രിപുത്രൻ എന്താണ് ചെയ്തത് എന്ന് എന്നോട് പറയൂ എന്ന് വേതാളം വീണ്ടും ചോദിച്ചു.

ഇതുകേട്ട് രാജാവ് പറഞ്ഞു,

'അവൻ ശുഭമായ വൃന്ദാവനത്തിലെ രാധാകുണ്ഡത്തിൽ എത്തി. ബഹുളാഷ്ടമിയിൽ അവിടെ സ്നാനം ചെയ്തു. ആ പുണ്യത്താൽ അവന്റെ പാപമെല്ലാം നഷ്ടമായി. മനസ്സിൽ ഗോവിന്ദനെ സ്മരിച്ച് സ്തുതിച്ചു. സ്തുതിയുടെ മാഹാത്മ്യത്താൽ കാമപാശത്തിൽനിന്ന് മോചിതനായി. ഗൃഹത്തിൽ തിരിച്ചെത്തി. സ്വന്തം പുത്രിയെ ആലിംഗനം ചെയ്ത് രാജാവ് സന്തുഷ്ടനായി.

വിപ്രദോഷം ഇല്ലാതാക്കാൻ സുദേവനെ വിളിച്ച് തന്റെ സഹോദരിയെ നൽകി. മദാതുരയായ അവളെ ധർമ്മമാർഗ്ഗത്തിലൂടെ സ്വീകരിച്ചു. എന്നിട്ട് സ്വന്തം ഗൃഹത്തിലേക്ക് പോയി.

ചന്ദ്രചൂഡോദ്ധാരണം

കേദാരമണിപൂരകത്തിൽ ചന്ദ്രചൂഡൻ എന്ന പ്രസിദ്ധനായ ഒരു രാജാവുണ്ടായിരുന്നു. അദ്ദേഹം ധാർമ്മികനായിരുന്നു. പ്രജാപാലന തൽപ്പരനും ശാന്തനും, മധുരഭാഷിതനും (മധുരമായി സംസാരിക്കുന്നവൻ) ആയിരുന്നു. എന്നാൽ വിന്ധ്യനിവാസികളായ അപരിഷ്കൃതർ അദ്ദേഹത്തിന് ശത്രുക്കളായിരുന്നു. ഭൂശുണ്ഡി മുതലായ അസ്ത്രങ്ങൾ പ്രയോഗിക്കുന്നതിൽ അവർ സമർത്ഥന്മാരായിരുന്നു. അവരുമായുള്ള യുദ്ധത്തിൽ വലിയ ഒരു സൈന്യം യമപുരത്ത് എത്തി. അവരുടെ കുറെ സൈന്യങ്ങളും യുദ്ധത്തിൽ മരിച്ചു. അങ്ങനെ അദ്ദേഹം പരാജിതനായി. രാജ്യം ഉപേക്ഷിച്ചു. എന്നിട്ട് വനത്തിലേക്കു പോയി.

അദ്ദേഹം കാശീനഗരത്തിൽ എത്തി. അവിടെ ഓരോ ഗൃഹത്തിലും ഭഗവാൻ നാരായണനേയും ധനധാന്യസമൃദ്ധിയേയും കണ്ടു. ആ നഗരി ദ്വാരകാപുരി പോലെയായിരുന്നു. ശീലധർമ്മയുക്തയായ ഐശ്വര്യലക്ഷ്മിയെ നഗരത്തിൽ പരിപാലിക്കുന്നത് ചന്ദ്രചൂഡൻ കണ്ടു. അതിൽ അദ്ദേഹം അത്ഭുതപ്പെട്ടു. സന്തോഷം കൊണ്ട് സത്യദേവപൂജകനായ ബ്രാഹ്മണന്റെ കാൽക്കൽ വീണ് പറഞ്ഞു.

'ഹേ, ദ്വിജരാജ! സദാനന്ദ! അങ്ങേയ്ക്ക് നമസ്കാരം. രാജ്യം നഷ്ടപ്പെട്ട എന്നെ ഉദ്ധരിച്ചാലും(ഉയർത്തിയാലും). പ്രസന്നനായ വാസുദേവനെപ്പോലെ പാപനാശകമായ വ്രതം എന്തെന്ന് പറഞ്ഞാലും.'

സദാനന്ദൻ പറഞ്ഞു. 'ദുഃഖശോകനാശകവും, ധനധാന്യവർദ്ധകവും, സന്തതി പ്രദായകവുമായ സത്യനാരായണവ്രതം വിഷ്ണുവിന് പ്രീതികരമാണ്. അത് ഏതെങ്കിലും ദിവസം രാത്രിയുടെ ആരംഭത്തിൽ ചെയ്യാവുന്നതാണ്. കദളിവാഴ സ്തംഭം നാട്ടി, തോരണം സ്ഥാപിക്കുക. അഞ്ച് കലശങ്ങളോടെ അഞ്ച് കൊടികളും തൂക്കി അതിന് നടുവിൽ വേദിക പണിത് ബ്രാഹ്മണരെ കൊണ്ട് ആ വ്രതം അനുഷ്ഠിക്കണം. അവിടെ സ്വർണ്ണതുല്യമായി കൃഷ്ണന്റെ ശിലാരൂപം സ്ഥാപിക്കണം. ഭക്തിയോടെ പൂജിക്കണം.'

ഇതുകേട്ട രാജാവ് കാശിയിൽ സത്യനാരായണനെ പൂജിച്ചു. പ്രസന്നനായ ഭഗവാൻ രാത്രിയിൽ രാജാവിന് ഒരു വാൾ സമ്മാ

നിച്ചു. ശത്രുക്കളെ നശിപ്പിക്കാൻ സാധിക്കുന്ന ആ വാൾ കിട്ടിയ രാജാവ് സദാനന്ദ ബ്രാഹ്മണനോട് യാത്ര പറഞ്ഞു. എന്നിട്ട് കേദാരമണിപൂരകത്തേക്ക് തിരിച്ചുപോയി. അവിടെചെന്ന് ദസ്യുക്കളെ (കൊള്ളക്കാരെ, ശത്രുക്കളെ) നശിപ്പിച്ചു. അവരുടെ മഹാവനത്തെ നേടി. നർമ്മദാനദീതിരത്ത് ഹരിയെ പൂജിച്ച് താമസിച്ചു. ഓരോ മാസവും പൗർണ്ണമിയിൽ പ്രേമപാരവശ്യത്തോടെയും ഭക്തിയോടെയും സത്യദേവനെ പൂജിച്ചു. ആ വ്രതത്തിന്റെ മാഹാത്മ്യത്താൽ അദ്ദേഹം ലക്ഷം ഗ്രാമങ്ങളുടെ അധിപനായി മാറി. അങ്ങനെ അറുപതുകൊല്ലം രാജ്യം ഭരിച്ചു. അതിനുശേഷം വിഷ്ണുപുരത്തെ പ്രാപിച്ചു.

നിഷാദന്മാർക്ക് മോക്ഷം

കൃതാർത്ഥികളായ ഒരു ജാതി അപരിഷ്കൃതർ (മ്ലേച്ഛന്മാർ) വനത്തിൽ വിഹരിക്കുകയായിരുന്നു. അവർ മരക്കഷണങ്ങൾ ശേഖരിച്ചു. അത് വിൽക്കാനായി കാശിയിലേക്കു പോയി. അവരിൽ ഒരുവന് ദാഹമുണ്ടായി. അവൻ വിഷ്ണുദാസന്റെ ആശ്രമത്തിലേക്കു പോയി. വിപുലമായ ഐശ്വര്യത്തോടെ ബ്രാഹ്മണരാൽ സേവിക്കപ്പെടുന്ന ഹരിയെ കണ്ടു. വെള്ളം കുടിച്ചു. അതിനുശേഷം ഭിക്ഷുകന് ഇത്രയും ഐശ്വര്യം എങ്ങനെ ലഭിച്ചു എന്ന് അത്ഭുതപ്പെട്ടു. ദരിദ്രനായി കണ്ടിരുന്നവൻ ഇന്ന് ധനവാൻ ആയിരിക്കുന്നു എന്ന് ചിന്തിച്ചു. അതെങ്ങനെ ഉണ്ടായി എന്ന് ചോദിച്ചു.

അപ്പോൾ സദാനന്ദൻ പറഞ്ഞു- (ബ്രാഹ്മണൻ പറഞ്ഞു) 'സത്യനാരായണനെ സേവിച്ചാൽ എന്തുതന്നെ ലഭിക്കില്ല (ലഭിക്കാത്തത് ഒന്നുമില്ല) അദ്ദേഹത്തിന്റെ ദയയില്ലാതെ ആരും സുഖത്തെ പ്രാപിക്കുകയില്ല.'

നിഷാദൻ പറഞ്ഞു.

'അഹോ! സത്യനാരായണപൂജയുടെ മാഹാത്മ്യം, അതിന്റെ രീതി, ഉപചാരം എന്നിവ ഉപദേശിച്ചുതരണം. ആർത്തന്മാരുടെ (ദുഃഖിതരുടെ) ദുഃഖത്തെ നശിപ്പിക്കുന്നതൊന്നും രഹസ്യമാക്കേണ്ടതില്ല. ഇപ്രകാരം പറഞ്ഞപ്പോൾ വിധിയെക്കുറിച്ച് പറയാനായി ചന്ദ്രചൂഡന്റെ കഥ പറഞ്ഞു.

'കേദാരമണിപൂരകത്തിലെ രാജാവായ ചന്ദ്രചൂഡൻ സത്യനാ

രായണാർച്ചന സമയത്ത് എന്റെ ആശ്രമത്തിൽ വന്നു. അർച്ചനാ വിധി കേൾക്കാൻ ആഗ്രഹിച്ച അദ്ദേഹത്തോട് ഞാൻ പറഞ്ഞു വിധി കേൾപ്പിക്കാം.

നിഷ്കാമ മനസ്സോടെ മനസ്സിൽ സങ്കല്പിച്ച് ഗോതമ്പുപൊടി കേടകാദികളോടുകൂടി പൊടിച്ച് മധുഗന്ധാദികൾകൊണ്ട് സംസ്ക രിച്ച് നിവേദ്യം അർപ്പിക്കണം. പഞ്ചാമൃതംകൊണ്ട് കുളിപ്പിച്ച് ചന്ദ നാദികളെക്കൊണ്ട് പൂജിക്കണം, പായസം, അപ്പം, തൈര്, പാൽ എന്നിവകൊണ്ടും, ഫലം, പുഷ്പം, ധൂപാദികൾ എന്നിവകൊണ്ടും അതീവഭക്തിയോടെ പൂജിക്കണം. ഭക്തിയാണ് ഭഗവാന് ആവശ്യം.

ദുര്യോധനൻ കൊടുത്ത പൂജയെ ഉപേക്ഷിച്ച് (കൗരവനായ ദുര്യോധനൻ)വിദുരന്റെ ആശ്രമത്തിൽ വാസസ്ഥാനം സ്വീകരിക്കു കയല്ലേ ഭഗവാൻ ചെയ്തത്? സുദാമാവിന്റെ (കുചേലന്റെ) അവിൽ സ്വീകരിച്ച് മനുഷ്യദുർല്ലഭമായ സമ്പത്ത് നൽകിയില്ലേ? ഭക്തിമാത്രം കൊണ്ടാണ് ഹരി പ്രീതനാവുന്നത് എന്നർത്ഥം. ഗോപന്മാരും, വണി ക്കുകളും(കച്ചവടക്കാരും), കഴുകന്മാരും വിഭീഷണനോടുകൂടിയ ഹനുമാനും, അങ്ങനെ പാപാത്മകന്മാരായ മറ്റു ദൈത്യന്മാരും നാരാ യണന്റെ അടുത്ത് എത്തിയാൽ ഇന്നും സന്തോഷിക്കുന്നു.

ഇതുകേട്ട രാജാവ് പൂജാരംഭങ്ങൾ ചെയ്തു. അതിനുശേഷം ധനം ലഭിച്ച് നർമ്മദാതീരത്ത് സുഖമായും, സന്തോഷമായും വസി ക്കുന്നു.

നിഷാദാ! നീയും സന്തോഷത്തോടെ സത്യനാരായണനെ പൂജിക്കൂ! ഭജിക്കൂ! എന്നാൽ ഈ ലോകത്ത് സുഖം പ്രാപിക്കും. മരണാനന്തരം വിഷ്ണുസാന്നിദ്ധ്യവും ലഭിക്കും'

ഇതുകേട്ട നിഷാദൻ കൃതകൃതാർത്ഥനായി.

അവൻ ബ്രാഹ്മണനെ നമസ്ക്കരിച്ചു. തന്റെ ആളുകളുടെ അടു ത്തേക്കു പോയി. ഹരിസേവാമാഹാത്മ്യത്തെക്കുറിച്ച് പറഞ്ഞു.

അവർ സന്തുഷ്ടരായി. വിറകു വിറ്റുകിട്ടിയ പൈസകൊണ്ട് സത്യനാരായണപൂജ ചെയ്യും എന്ന് തീരുമാനിച്ചു. വിറകുവിറ്റപ്പോൾ അവർക്ക് നാലിരട്ടി ധനം ലഭിച്ചു. വീട്ടിൽ തിരിച്ചെത്തിയ സ്ത്രീക ളോട് ഇക്കാര്യം പറഞ്ഞു. അവരുടെ സന്തോഷത്തോടെ പൂജയിൽ പങ്കാളികളായി. അവസാനം ഭക്തിപൂർവ്വം നമസ്ക്കരിച്ചു. പ്രസാദം എല്ലാവർക്കും നൽകി. ഈ പൂജാഫലംകൊണ്ട് മ്ലേച്ഛന്മാർ(അപരി ഷ്കൃതർ, ഇവിടെ നിഷാദന്മാർ) ഭാര്യാപുത്രന്മാരുള്ളവരായി. ധന

വാന്മാരും ആയി. അറിവാകുന്ന കണ്ണ് ഉള്ളവരായി. നല്ല സുഖഭോഗത്തോടെ വസിച്ചു. ദാരിദ്ര്യം ഇല്ലാത്തവരായി. യോഗികൾക്കുപോലും ദുർല്ലഭമായ വൈഷ്ണവലോകം പ്രാപിച്ചു.

സത്യനാരായണപൂജ മറന്ന വ്യാപാരി

രത്നപുരത്ത് ലക്ഷപതിയായ ഒരു കച്ചവടക്കാരൻ താമസിച്ചിരുന്നു. അദ്ദേഹം തോണിയിൽ ധനം നിറച്ച് നദിയിലൂടെ പോകുകയായിരുന്നു. അപ്പോൾ നദീതീരത്ത് മണിമുത്തുകളാൽ അലങ്കരിച്ച നാനാഗ്രാമവിലാസികളോടുകൂടിയ ഒരു സ്ഥലം കണ്ടു. ഗീതാവാദ്യമേളവും വേദപാരായണവും കേട്ടു. മനോഹരമായ ആ സ്ഥലം കണ്ട് വ്യാപാരിക്ക് കൗതുകം ഉണ്ടായി. വ്യാപാരി തോണിക്കാരനോട് തോണി അടുപ്പിച്ച് വിശ്രമിക്കാം എന്നു പറഞ്ഞു. നാവികരും മറ്റും തീരത്തിറങ്ങി. അവർ വിനോദത്തിനായി മല്ലയുദ്ധത്തിൽ ആകൃഷ്ടരായി. വ്യാപാരി സ്വയം തോണിയിൽനിന്ന് ഇറങ്ങി. ആ സ്ഥലം കണ്ട് സന്തോഷത്തോടെ അവിടെ എന്താണ് നിങ്ങൾ നടത്തുന്നത് എന്ന് ചോദിച്ചു.

'ലോകാനുകമ്പിയായ രാജാവ് (ചന്ദ്രചൂഡൻ) ബന്ധുജനങ്ങളോടുകൂടി സത്യനാരായണനെ പൂജിക്കുകയാണ്. സത്യനാരായണ പൂജ ചെയ്ത് മണിപൂരം എന്ന ചന്ദ്രചൂഡന്റെ രാജ്യം ശത്രുക്കൾ ഇല്ലാത്തതായി തീർന്നു. ആ പൂജയാൽ ആഗ്രഹിക്കുന്ന ഫലം ലഭിക്കുന്നതാണ്. ആ പൂജാരീതിയെക്കുറിച്ച് കേട്ട വ്യാപാരി ചേല (വസ്ത്രം) കഴുത്തിൽ ചുറ്റി ദണ്ഡനമസ്കാരം ചെയ്തു.(സാഷ്ടാംഗപ്രണാമം ചെയ്തു). എന്നിട്ട് പറഞ്ഞു.

'പുത്രൻ ഇല്ലാത്തവനാണ് ഞാൻ. ഭഗവാൻ എനിയ്ക്ക് ഐശ്വര്യങ്ങൾ എല്ലാം നൽകി. അത് വെറുതെയാണ്. പുത്രനേയോ, പുത്രിയേയോ ലഭിച്ചാൽ ഞാൻ സ്വർണ്ണക്കൊടിമരം നൽകി കൃപാകരനായ ദേവനെ പൂജിക്കും.'

'അങ്ങയുടെ ആഗ്രഹം സഫലമാകട്ടെ' എന്ന് അവിടെ കൂടിയവർ ആശംസിച്ചു.

വ്യാപാരി ഹരിയേയും അവരേയും വണങ്ങി. പ്രസാദം സ്വീക

രിച്ചു. ഹരിയെ ചിന്തിച്ചുകൊണ്ട് സ്വന്തം ഗൃഹത്തിലേക്ക് പുറപ്പെട്ടു. അവിടെയെത്തി അനേകം മംഗളകാര്യങ്ങൾ ചെയ്തു.

അന്തഃപുരത്തിൽ പ്രവേശിച്ചു. അയാളെ ഋതുസ്നാതയായ ഭാര്യ പരിചരിച്ചു. അവൾ യഥാകാലം ഗർഭം ധരിച്ചു. സുന്ദരിയായ ഒരു മകളെ പ്രസവിച്ചു. സന്തോഷംകൊണ്ട് രാജാവ് സാധുക്കൾക്ക് ധനം കൊടുത്തു. വേദജ്ഞരായ ബ്രാഹ്മണരെ വരുത്തി. മംഗളകർമ്മങ്ങൾ ചെയ്തു. ജാതകം എഴുതിച്ചു. കലാവതി എന്ന് പേരിട്ടു. അവൾ പത്തുവർഷംകൊണ്ട് കന്യകയായി. അതിനുശേഷം അവളുടെ വിവാഹത്തെക്കുറിച്ച് ചിന്തിച്ചു.

കാഞ്ചനപുരനഗരത്തിൽ 'ശംഖപതി' എന്ന ഒരു വ്യാപാരി ഉണ്ടായിരുന്നു. പ്രസിദ്ധനും കുലീനനും, സുന്ദരനും ആയിരുന്നു അദ്ദേഹം. അദ്ദേഹത്തെ പുത്രിക്ക് യോജിച്ച വരനായി സ്വീകരിച്ചു. ശുഭമുഹൂർത്തത്തിൽ വേദവാദ്യഘോഷത്തോടെ അഗ്നിസാക്ഷിയായി വേണ്ടവിധം കന്യാദാനം നടത്തി. ആടയാഭരണങ്ങൾ വളരെ സന്തോഷത്തോടെ നൽകി. സ്നേഹംകൊണ്ട് ജാമാതാവിനെ സ്വന്തം വീട്ടിൽതന്നെ താമസിപ്പിച്ചു. അവനെ സ്വന്തം പുത്രനെപ്പോലെ കണക്കാക്കി. അവൻ വ്യാപാരിയെ അച്ഛനെപ്പോലെയും. അങ്ങനെ വളരെക്കാലം കഴിച്ചുകൂട്ടി.

വ്യാപാരി സത്യനാരായണപൂജ മറന്നു. (മകളുടെ ഭർത്താവ്) ജാമാതാവിന് ഒപ്പം കച്ചവടത്തിന് പോയി. തോണിയിൽ പലതരം രത്നങ്ങൾ കൂട്ടിവെച്ച് ദേശങ്ങൾതോറും സഞ്ചരിച്ചു. നർമ്മദാതീരത്തെ നഗരത്തിൽ താമസിച്ചു. ക്രയവിക്രയം ചെയ്ത് വളരെക്കാലം താമസിച്ചു. പക്ഷെ മനസ്സുകൊണ്ടോ, വാക്കുകൊണ്ടോ, കർമ്മം കൊണ്ടോ സത്യനാരായണസേവ ചെയ്തില്ല.

ഒരുദിവസം രാത്രി എല്ലാവരും ഉറക്കമായ സമയത്ത് കള്ളന്മാർ രാജഗൃഹത്തിൽ എത്തി. അവർ മുത്തുമാലകളും, അനേകം രത്നങ്ങളും മോഷ്ടിച്ചു. ഈ വാർത്ത കിങ്കരന്മാർ രാജാവിനെ അറിയിച്ചു. ഇതുകേട്ട് ദേഷ്യം വന്ന രാജാവ് ഇങ്ങനെ പറഞ്ഞു.

'വേഗം കള്ളനോടുകൂടി നഷ്ടപ്പെട്ടതെല്ലാം വീണ്ടെടുത്ത് കൊണ്ടുവരണം. ഇല്ലെങ്കിൽ എല്ലാവരേയും ഞാൻ കൊല്ലും.'

ഇതുകേട്ട കിങ്കരന്മാർ നാലുപാടും ഓടിനടന്നു. അവരുടെ പ്രയത്നം ഫലിക്കാതെയായി. അവർ ആലോചിച്ചു. രാജാവിന്റെ ശിക്ഷയേക്കാൾ നല്ലത് നർമ്മദയിൽ ചാടി മരിക്കുന്നതാണ് എന്ന്

ചിന്തിച്ച് അവിടേക്ക് പോയി.

അപ്പോൾ രത്നമാല കഴുത്തിൽ തൂങ്ങിക്കിടക്കുന്ന വിദേശിയായ വ്യാപാരിയേയും ധാരാളം ധനത്തേയും കണ്ടു. ഇതുതന്നെ കള്ളൻ എന്ന് നിശ്ചയിച്ചു. പണത്തേയും ജാമാതാവിനേയും വ്യാപാരി യേയും രാജസന്നിധിയിൽ എത്തിച്ചു.

അയാൾ പറഞ്ഞതൊന്നും രാജാവ് വിശ്വസിച്ചില്ല. ധനമെല്ലാം ഖജനാവിൽ നിക്ഷേപിച്ചു. ചങ്ങലകൊണ്ട് അയാളെ ബന്ധിച്ചു. കാരാഗൃഹത്തിൽ അടച്ചു.

ജാമാതാവിനോടുകൂടി (മകളുടെ ഭർത്താവിനോടുകൂടി) സാധു വായ വ്യാപാരി ദുഃഖിച്ചു.

ഹാ! പുത്രാ! എന്ന് അയാളും ഹാ! താത! എന്ന് ജാമാതാവും കരഞ്ഞുകൊണ്ടിരുന്നു. ധനം എവിടെ? മകളും ഭാര്യയും എവിടെ? വിധി വിപര്യയം. ദുഃഖസാഗരത്തിൽ നമ്മൾ പതിച്ചിരിക്കുന്നു. ആരു രക്ഷിക്കും? വിധാതാവിന് ഇഷ്ടപ്പെടാത്തത് പലതും ഞാൻ മുൻപ് ചെയ്തിട്ടുണ്ട്. അതിന്റെ ഫലമാണിത്. ഇങ്ങനെ ഒരു പോലെ ദുഃഖി ച്ചു. വ്യാപാരിക്ക് ഈ ദുഃഖാവസ്ഥയ്ക്ക് കാരണം ഹരി പ്രതികൂല മായതിനാലാണ്. അതുകൊണ്ട് കാരാഗൃഹത്തിൽ കഴിയേണ്ടിവ ന്നത്. തനിക്ക് കാര്യസാധ്യം ആയപ്പോൾ സത്യനാരായണവ്രതം മറന്നുപോയി. അതിനുള്ള ശിക്ഷ.

മസീഹന്റെ കഥ

വിക്രമാദിത്യൻ സ്വർഗ്ഗഗതനായി. അതിനുശേഷം അനേകം രാജാക്കന്മാരും പതിനെട്ടു രാജ്യങ്ങളും ഉണ്ടായിരുന്നു. പടിഞ്ഞാറ് സിന്ധുനദിയുടെ അവസാനം. തെക്ക് സേതുബന്ധം. വടക്ക് ബദരീ സ്ഥാനം, കിഴക്ക് കപില. അതിനുള്ളിൽ പതിനെട്ട് രാജ്യങ്ങൾ.

ഇന്ദ്രപ്രസ്ഥം, പാഞ്ചാലം, കുരുക്ഷേത്രം, കാപിലം, അന്തർവേ ദി, പ്രജസ്ഥം, അജമേരം, മരുധന്വ, ഗൗർജ്ജരം, മഹാരാഷ്ട്രം, ദ്രാവി ഡം, കലിംഗകം, ആവന്ത്യം, ഉഡുപം, വംഗം, ഗൗഡം, മാഗധം, കൗശല്യം. ഇവിടെയെല്ലാം രാജാക്കന്മാർ വേറെ ആയിരുന്നു. പല ഭാഷകളും അനേകം ധർമ്മപ്രവർത്തനങ്ങളും ഉണ്ടായിരുന്നു. ഇങ്ങനെ നൂറുകൊല്ലം കഴിഞ്ഞപ്പോൾ ധർമ്മവിനാശം ഭയന്ന 'ശകാ ദികൾ' സിന്ധുനദി കടന്ന് ആര്യദേശത്ത് വന്നു.

അവർ ഹിമാലയം വഴിയും, സിന്ധുനദി വഴിക്കും വന്ന്, ആര്യന്മാരെ പരാജയപ്പെടുത്തി. വീണ്ടും സ്വന്തം ദേശത്തേക്ക് പോയി സന്തോഷിച്ചു. ഇതിനിടയിൽ വിക്രമാദിത്യന്റെ പൗത്രനായ (പുത്രന്റെ പുത്രൻ) ശാലിവാഹനത്തിലെ രാജാവ് അച്ഛന്റെ രാജ്യം തിരിച്ചുപിടിച്ചു.

അയാൾ തോൽപ്പിക്കാൻ പ്രയാസമുള്ള ചീനർ, തൈത്തിരിദേശജരായ ശകന്മാർ, ഇഷ്ടരൂപം ധരിക്കാൻ കഴിയുന്ന സാൽഹീകർ, രോമജർ, സുരജന്മാർ മുതലായവരെ പരാജയപ്പെടുത്തി. അവരുടെ ഖജനാവെല്ലാം പിടിച്ചെടുത്തു. അവരെ ശിക്ഷിച്ചു. അങ്ങനെ മ്ലേച്ഛന്മാരേയും, ആര്യന്മാരേയും വേറെ സ്ഥാപിച്ചു. സിന്ധുസ്ഥാനം എന്ന ഉത്തമദേശം ആര്യന്മാരുടേതെന്ന് അറിയപ്പെട്ടു. അതിനപ്പുറം മ്ലേച്ഛസ്ഥാനം എന്നും സ്ഥാപിച്ചു.

ഒരിക്കൽ ശകാധിപൻ ഹിമാലയത്തിന് മുകളിലുള്ള ഒരു ഉയർന്ന സ്ഥാനത്ത് എത്തി. ഹൂണദേശത്തിന് നടുവിലായി പർവ്വതത്തിൽ ഇരിക്കുന്ന വെള്ളവസ്ത്രം ധരിച്ച ഒരു വെളുത്ത ശുഭദർശനനെ കണ്ടു. ആരെന്ന് ചോദിച്ചു.

'ഞാൻ കുമാരീഗർഭസംഭവനായ ഈശപുത്രനാണെന്ന് അറിഞ്ഞാലും. മ്ലേച്ഛധർമ്മത്തിന്റെ വക്താവും, സത്യവ്രത പരായണനും ആണ് ഞാൻ' എന്നു പറഞ്ഞു.

ഇതുകേട്ട ശകാധിപൻ, അങ്ങയുടെ അഭിപ്രായത്തിൽ ധർമ്മം എന്താണ് എന്നു ചോദിച്ചു. അപ്പോൾ അദ്ദേഹം ഇങ്ങനെ പറഞ്ഞു.

'മ്ലേച്ഛദേശം സത്യത്തിന് ക്ഷയം വന്ന്, മര്യാദാരഹിതമായപ്പോൾ ഞാൻ 'മസീഹനായി' സംജാതനായതാണ്. അസുരന്മാർക്ക് പ്രത്യക്ഷപ്പെട്ട ഭയങ്കരിയാണ് ഈശാമസി. മ്ലേച്ഛന്മാരിൽനിന്ന് അവളെ മോചിപ്പിച്ചിട്ട് ഞാൻ മസീഹത്വത്തെ പ്രാപിച്ചു. ഹേ, രാജൻ! മ്ലേച്ഛന്മാരിൽ ഞാൻ സ്ഥാപിച്ച ധർമ്മത്തെക്കുറിച്ച് കേട്ടാലും- ശുഭാശുഭമായ മലത്തെ ദേഹത്തിൽനിന്നും, മനസ്സിൽനിന്നും മാറ്റി, ഉപനിഷത് സംബന്ധമായ ജപം ന്യായമായും, മനസ്സുമായും സത്യമായും നടത്തണം. അങ്ങനെ സൂര്യമണ്ഡലസ്ഥിതനായ ഈശനെ ധ്യാനിക്കണം. സൂര്യൻ അചലനായിരിക്കുന്നതുപോലെ ഈ പ്രഭുവും അചലനാണ്. (ചലിക്കാത്തതതാണ്)

ചുറ്റിലും ഉള്ള പല ഭൂതങ്ങളുടെയും ആകർഷണത്താൽ 'മസീഹ' സൂര്യനിൽ വിലയം പ്രാപിച്ചു. ഈശമൂർത്തിയെ ഹൃദയ

ത്തിൽ പ്രതിഷ്ഠിച്ച നിത്യശുദ്ധയും ശിവങ്കരിയുമായ 'ഈശാമസി' എന്ന നാമം എന്നിൽ പ്രതിഷ്ഠിതമായി.'

ഇതുകേട്ട രാജാവ് മ്ലേച്ഛപൂജകനെ നമസ്ക്കരിച്ചു. ദാരുണമായ മ്ലേച്ഛസ്ഥാനത്ത് അതിനെ സ്ഥാപിച്ചു.

തിരിച്ച് സ്വന്തം രാജ്യത്ത് എത്തി. അദ്ദേഹം അശ്വമേധം നടത്തി. അറുപതുകൊല്ലം രാജ്യം ഭരിച്ചതിനുശേഷം ദിവംഗതനായി.

(സ്വർഗ്ഗത്തിൽ പോയി, മരിച്ചു)

മഹാമദനും ഭോജകനും

ശാലിവാഹനവംശത്തിലെ പത്തുരാജാക്കന്മാർ അഞ്ഞൂറുകൊല്ലം രാജ്യം ഭരിച്ചു. അവർ സ്വർഗ്ഗം പ്രാപിച്ചു. ആ കാലത്ത് ഭൂമണ്ഡലത്തിലെ മര്യാദകളെല്ലാം ക്രമത്തിൽ ഇല്ലാതായി. അത് തിരിച്ചു സ്ഥാപിക്കാനായി പത്താമത്തെ രാജാവായ ഭോജൻ തീരുമാനിച്ചു. അദ്ദേഹം പതിനായിരം സൈന്യത്തോടും കാളിദാസനോടും, മറ്റു ബ്രാഹ്മണരോടും കൂടി ദിഗ്വിജയത്തിന് പുറപ്പെട്ടു. അവർ സിന്ധുനദിയുടെ കരയിലെത്തി. ഗാന്ധാരദേശത്തിലെ മ്ലേച്ഛന്മാരേയും, കാശ്മീരദേശക്കാരേയും തോൽപ്പിച്ചു. അവരുടെ കോശം (വിത്തകോശം) അപഹരിച്ചു. അവരെ ദണ്ഡയോഗ്യരാക്കി.

ഈ സമയത്ത് മഹാമദൻ എന്ന മ്ലേച്ഛൻ അവരുടെ ആചാര്യനോടും ശിഷ്യരോടും കൂടി അവരുടെ രാജാവായ ഭോജനോടൊപ്പം മരുഭൂമിയിൽ എത്തി. അവിടെ ഉണ്ടായിരുന്ന മഹാദേവവിഗ്രഹത്തെ പഞ്ചഗവ്യംകൊണ്ട് അഭിഷേകം ചെയ്തു. ചന്ദനംകൊണ്ട് പൂജിച്ച് സന്തോഷിപ്പിച്ചു.

ഭോജരാജാവ് പറഞ്ഞു.

'അല്ലയോ ഗിരിജാനാഥ! മരുസ്ഥലനിവാസി! സച്ചിദാനന്ദരൂപി അങ്ങ് എന്നെ ശരണം പ്രാപിച്ച കിങ്കരനാണെന്ന് മനസ്സിലാക്കിയാലും.'

ഇതുകേട്ട ദേവൻ പറഞ്ഞു.

'ഭോജരാജാവേ! അങ്ങ് മ്ലേച്ഛന്മാർ മുഷിപ്പിച്ച മഹാകോലേശ്വരസ്ഥലത്ത് 'വാഹീകം' എന്ന് പ്രസിദ്ധമായ ദേശത്ത് പോകണം. അവിടെ ആര്യധർമ്മം ഉണ്ടായിരുന്നില്ല.

അവിടെ ത്രിപുരദൈത്യൻ പറഞ്ഞയച്ച മായപ്രവൃത്തിയിൽ

തൽപ്പരനായി, അയോനിജനായി; 'മഹാമദൻ' എന്ന് പ്രസിദ്ധനായ, പൈശാചികർമ്മത്തിൽ തൽപ്പരനായ ഒരു ദൈത്യൻ എന്നിൽ നിന്ന് വരവും വാങ്ങി വന്നുചേർന്നു. അങ്ങ് ആ പൈശാചികദേശത്ത് പോവേണ്ടതില്ല. പോയാൽ എന്റെ പ്രസാദംകൊണ്ട് പരിശുദ്ധനായി തീരും.'

ഇതുകേട്ട രാജാവ് സ്വന്തം ദേശത്തേക്ക് പോയി. അവരോടൊപ്പം മഹാമദനും സിന്ധുതീരത്ത് എത്തി. മായാവിശാരദനായ (മായയിൽ സമർത്ഥനായ) അവൻ രാജാവിനോട് പറഞ്ഞു.

'അങ്ങയുടെ ദേവൻ എന്റെ ദാസനാണ്. എന്റെ ഉച്ചിഷ്ടം ഭക്ഷിക്കുന്നത് കണ്ടോളൂ' എന്നു പറഞ്ഞ് അതുപോലെ ചെയ്തു. ഇതു കണ്ട രാജാവ് അത്ഭുതപ്പെട്ടു. ദാരുണമായ മ്ലേച്ഛധർമ്മത്തിൽ ആ രാജാവിന്റെ ബുദ്ധി ആകർഷിച്ചു.

അതുകേട്ട കാളിദാസൻ ദേഷ്യത്തോടെ മഹാമദനോട് പറഞ്ഞു.

'നീ രാജാവിനെ മോഹിപ്പിക്കാൻ മായ കാണിച്ചതാണ്. ദുരാചാരനായ പുരുഷാധമനെ ഞാൻ ഹനിക്കും' എന്ന് പറഞ്ഞു. എന്നിട്ട് നവാർണ്ണജപതൽപരനായി.

പത്തായിരം പ്രാവശ്യം ജപിച്ചു. അതിന്റെ പത്തംശം ചോദിച്ചു. അപ്പോൾ മായാവി ഭസ്മമായി മ്ലേച്ഛദേവത്വത്തെ പ്രാപിച്ചു. ഭയപ്പെട്ട ശിഷ്യന്മാർ അവന്റെ ഭസ്മവും എടുത്ത് വാഹീകത്തേക്ക് വന്നു. അവർ മദഹീനരായി തീർന്നു. മൗഹീനദേശമായി. അത് അവരുടെ തീർത്ഥസ്ഥാനത്തിന് സമമായി.

രാത്രിയായപ്പോൾ മായാവി ശാരദനായ ആ ദേവരൂപം പൈശാചികമായ ദേഹം പ്രാപിച്ച് ഭോജരാജനോട് പറഞ്ഞു.

'അങ്ങയുടെ ആര്യധർമ്മം എല്ലാ ധർമ്മങ്ങളിലും ഉത്തമമാണ്. ഈശ്വരാജ്ഞയാൽ ഞാൻ അതിനെ ദാരുണമായ പൈശാചധർമ്മമാക്കും. ലിംഗം മുറിച്ച് ശിഖയില്ലാതെ (കൊമ്പ്), താടിവെച്ച് ഉറക്കെ സംസാരിക്കുന്ന, എല്ലാം ഭക്ഷിക്കുന്നവരാകും എന്റെ ജനം. ഒരു കുലീനതയുമില്ലാത്ത എല്ലാ മൃഗങ്ങളും അവർക്ക് ഭക്ഷ്യമാകും. കുശം കൊണ്ടെന്നപോലെ (ദർഭ) മുസലത്തെ (ഉലക്ക) കൊണ്ട് എല്ലാ സംസ്കാരങ്ങളും ചെയ്യും. അതിനാൽ 'മുസൽവാലി' ധർമ്മത്തിന്റെ ദൂഷണത്തോടുകൂടിയവരായി ആ ജാതി മാറും.

ഇപ്രകാരം സ്ഥാപിച്ച ഈ ജാതികൾ പൈശാചികധർമ്മത്തോടുകൂടിയവരാകും.'

ഇപ്രകാരം ദേവൻ പറഞ്ഞു. ആ ദേവൻ പോയപ്പോൾ രാജാവ് വീട്ടിലേക്കു പോയി.

മൂന്നുവർണ്ണങ്ങളിലും സ്വർഗ്ഗദായിനിയായ സംസ്കൃതമായ വാണിയെ (വാക്കിനെ) സ്ഥാപിച്ചു. എന്നാൽ ശൂദ്രരിൽ പ്രാകൃത ഭാഷ സ്ഥാപിച്ചു. അങ്ങനെ അമ്പതു വർഷം രാജ്യം ഭരിച്ച്, അദ്ദേഹം സ്വർഗ്ഗഗതനായി.

വിന്ധ്യ, ഹിമാലയം ഈ പർവ്വതങ്ങളുടെ ഇടയിലുള്ള സ്ഥലം പുണ്യഭൂമിയായ ആര്യാവർത്തം. അവിടെ ശ്രേഷ്ഠ വർണ്ണങ്ങൾ നിലനിന്നു. എന്നാൽ വിന്ധ്യയുടെ അവസാനഭാഗങ്ങളിൽ സങ്കര വർണ്ണങ്ങളും നിലനിന്നു. മുസൽമാൻമാരും, സിന്ധികളും, പാർസികളും അവിടെ കാണപ്പെട്ടു. സർബരം, തുഷം മുതലായ നാനാദ്വീപുകളിൽ രാജാക്കന്മാർ ദേവന്മാരുടെ ആജ്ഞയാൽ 'ഈശാമസീഹ' ധർമ്മങ്ങളെ സ്ഥാപിച്ചു.

അനംഗപാലകഥ

ഇന്ദ്രപ്രസ്ഥത്തിലെ രാജാവായിരുന്നു അനംഗപാലൻ. അദ്ദേഹം സന്തതികളില്ലാത്തതുകൊണ്ട് ശൈവയാഗം നടത്തി. ശിവപ്രസാദത്താൽ ചന്ദ്രകാന്തി, കീർത്തിമാലിനി എന്നുപേരായ രണ്ടു പെൺകുട്ടികളെ അദ്ദേഹത്തിന് ലഭിച്ചു. മൂത്തപുത്രിയായ ചന്ദ്രകാന്തിയെ കന്യകുബ്ജത്തിലെ രാജാവായ ദേവപാലന് വിവാഹം ചെയ്തുകൊടുത്തു. ചാപഹാനികുലത്തിലെ അശ്വമേധാധിപനായ സോമേശ്വരന് കീർത്തിമാലിനിയേയും വിവാഹം ചെയ്തുകൊടുത്തു.

ജയശർമ്മ എന്ന ഒരു ബ്രാഹ്മണൻ ഹിമാലയത്തിൽ സമാധിസ്ഥനായിരുന്നു. അദ്ദേഹം മനോഹരമായ രാജ്യോത്സവം കണ്ട് കൊതിച്ചു. രാജലാഭത്തിനായി സ്വന്തം ദേഹം ഉപേക്ഷിച്ചു. അനന്തരം ചന്ദ്രകാന്തിയുടെ പുത്രനായി പുനർജ്ജനിച്ചു. അദ്ദേഹം പരാക്രമശാലിയും ഇന്ദ്രിയങ്ങളെ ജയിച്ചവനുമായിരുന്നു. ജയചന്ദ്രൻ എന്ന പേരിൽ പ്രസിദ്ധനാകുകയും ചെയ്തു.

അവന്റെ അനുജനായി രത്നഭാനു ഉണ്ടായി. അവൻ മദംകൊണ്ട് അഹങ്കാരികളായ ശത്രുക്കളെ നശിപ്പിച്ച് സഹോദരന്റെ (ജയചന്ദ്രന്റെ) ആജ്ഞയനുസരിച്ച് ജീവിച്ചു. ഗംഗാസിംഹൻ എന്ന രാജാവിന്റെ സഹോദരി വീരവതി, അവന് പത്നിയായി തീർന്നു.

അപ്പോൾ ശിവന്റെ ആജ്ഞയനുസരിച്ച് നകുലാംശത്തിന്റെ ഭൂമിയിലെ അവതാരം അവളിൽ ഉണ്ടായി. അവൻ വാൾയുദ്ധത്തിൽ സമർത്ഥനായിരുന്നു. അവൻ ലക്ഷ്മണൻ എന്നറിയപ്പെട്ടു. ഏഴു കൊല്ലം കൊണ്ട് പിതാവിന് തുല്യനായി മാറി.

മദോൽക്കടരായ മൂന്നുപുത്രന്മാർ കീർത്തിമാലിനിക്കും ഉണ്ടായി. ധുധുംമാരനും, കൃഷ്ണകുമാരൻ എന്ന പൃത്ഥീരാജനും, അവൻതന്നെ അനുജൻ എന്നും സ്മരിക്കുന്നു. പന്ത്രണ്ടുവയസ്സായപ്പോൾ അവൻ സിംഹങ്ങളുമായി കളിക്കുവാൻ തുടങ്ങി. അവന്റെ വീരത്വം കേട്ടറിഞ്ഞ അനംഗപാലൻ രാജ്യം അവന് സ്വയം നൽകി എന്നിട്ട് ഹിമാലയത്തിൽ യോഗധ്യാനപരനായി മാറി.

മഥുരയിൽ നീതിജ്ഞനായ ധുംധും കാരനും, അജ്മീരിൽ അനുജനും രാജാക്കന്മാരായി. പ്രദ്യോതൻ, വിദ്യോതൻ എന്ന ചന്ദ്രവംശജരായ രണ്ട് ക്ഷത്രിയർ ആ രാജാവിന്റെ മന്ത്രിമാരായി. അവർ ബലവാന്മാരും മദശാലികളും ആയിരുന്നു. പ്രദ്യോതന് പരിമളൻ എന്ന ശക്തിമാനായ ഒരു പുത്രൻ ഉണ്ടായി. രാജാവ് അവനെ ലക്ഷസേനയുടെ അധിപനായി വാഴിച്ചു. വിദ്യോതപുത്രൻ ഭീഷ്മസിംഹൻ ഗജസേനയുടെ അധിപനായി. അനംഗപാലൻ ദിവംഗതനായി. അപ്പോൾ രാജാവായ 'ഭൂമി' എന്നു പേരായ രാജാവ് അദ്ദേഹത്തിന് ഇഷ്ടമില്ലാത്ത എല്ലാവരേയും രാജ്യത്തിൽനിന്ന് പറഞ്ഞയച്ചു. അവർ കന്യാകുബ്ജത്തിലെ ജയചന്ദ്രന്റെ അടുത്തെത്തി ഇപ്രകാരം പറഞ്ഞു.

'ജയചന്ദ്രാ! രാജൻ, അങ്ങയുടെ മാതൃസഹോദരിയുടെ പുത്രൻ, അമ്മാവനായ നിന്റെ രാജ്യം നിർഭയം പ്രാപിച്ചിരിക്കുന്നു. പകുതി രാജ്യം നൽകണം എന്ന് പറഞ്ഞതിനെ അയാൾ തള്ളിക്കളഞ്ഞു. ഞങ്ങൾ ഇപ്പോൾ അങ്ങയെ ശരണം പ്രാപിച്ചിരിക്കുന്നു. വേണ്ടത് ചെയ്താലും. '

അവരുടെ വാക്കുകൾ കേട്ട ജയചന്ദ്രൻ അവരുടെ മക്കളെ തന്റെ അശ്വസൈന്യത്തിന്റെ അധിപരാക്കി.

പരിമളനെ സ്വന്തം മന്ത്രിയാക്കി. വിദ്യോതനേയും ഭീഷ്മകനേയും ഗജസൈന്യത്തിലും നിയോഗിച്ചു. വൃത്തിക്കായിട്ട് (പ്രവൃത്തിക്കായിട്ട്) മഹീപതീരാജാവിന് മഹാവതി എന്ന പുരി നൽകി. അയാൾക്ക് പ്രിയപ്പെട്ട നഗരിയായിരുന്നു അത്. ഇതുകേട്ട എല്ലാവരും സന്തോഷിച്ചു. ദുഃഖിതനായ മഹീപതി എല്ലാ പട്ടണവും

ഉപേക്ഷിച്ച് മറ്റൊരു സ്ഥലത്ത് വസിച്ചു. തന്റെ സഹോദരിമാരായ അഗമ, മലന എന്നിവരെ ഭൂമിപാലനും പരിമളനും നൽകി. സഹോദരൻ സന്തുഷ്ടനായി.

വിവാഹാനന്തരം ഭദ്രരാജൻ ഒരു പുതിയ കോട്ട കെട്ടി. നഗരി മനോഹരമാക്കി. നാലുവർണ്ണങ്ങൾക്കും താമസിക്കാൻ യോഗ്യമാക്കി. മുഹൂർത്തം നോക്കി കോട്ടയുടെ ഉമ്മറവാതിൽ സുരക്ഷിതമായി വെച്ചു. അത് യോജന വിസ്തൃതമായപ്പോൾ രാജാവ് അത്ഭുതപ്പെട്ടു. അതിന് ദേഹലി എന്ന് പേരിട്ടു. പിന്നീട് രാജാജ്ഞയാൽ ദേഹലീഗ്രാമം എന്നും അറിയപ്പെട്ടു. ഇങ്ങനെ മൂന്നുവർഷം കഴിഞ്ഞു. അപ്പോൾ കപ്പം (നികുതി, ദായം) കൊടുക്കണമെന്നും മാതാമഹന്റെ കപ്പത്തിന്റെ പകുതി നൽകണം എന്നു പറഞ്ഞ് ജയചന്ദ്രന് ഭൂമിരാജൻ കത്തുനൽകി. നൽകിയില്ലെങ്കിൽ തന്റെ പതിനാറുലക്ഷം സൈന്യങ്ങളെക്കൊണ്ട് നിന്നെ നശിപ്പിക്കുമെന്നും പറഞ്ഞു. എന്നാൽ മഹീരാജന് ഇരുപതുലക്ഷം ഭടന്മാരുണ്ടായിരുന്നു. അയാൾ അഹങ്കാരത്തോടെ ദൂതനെ പറഞ്ഞയച്ചു.

ചന്ദ്രവംശികളെ തോൽപ്പിച്ചതുമുതൽ തന്റെ പക്കൽ ഇരുപതുലക്ഷം സൈനികരുണ്ട്. നിങ്ങൾ എനിക്ക് കപ്പം നൽകിയില്ലെങ്കിൽ നിങ്ങളെ ഞാൻ നശിപ്പിക്കുമെന്നും പറഞ്ഞു. ഇങ്ങനെ അവർ തമ്മിൽ ശത്രുക്കളായി. അവർ രണ്ടുപേരും ബലവാന്മാർ ആയിരുന്നെങ്കിലും പരസ്പരം ഭയപ്പെട്ടിരുന്നു. അങ്ങനെ രണ്ടു കൂട്ടരും രാജ്യത്തെ പകുതി രാജ്യമാക്കി. ഇങ്ങനെ അവരുടെ ശത്രുത അഗ്നിവംശത്തിന്റെ നാശത്തിന് കാരണമായി.

ഭീഷ്മാദികളുടെ കഥ

ഗംഗാതീരത്ത് ഭീഷ്മൻ ശുക്രപൂജ ചെയ്യുവാൻ ആരംഭിച്ചു. അപ്പോൾ ഇന്ദ്രനെ സൂര്യമയൻ ആണെന്ന് മനസ്സിലാക്കി. എന്നിട്ട് തപസ്സു ചെയ്ത് സന്തോഷിപ്പിച്ചു. സന്തുഷ്ടനായ ഇന്ദ്രൻ ഒരു മാസം കഴിഞ്ഞപ്പോൾ പ്രത്യക്ഷപ്പെട്ടു. അപ്പോൾ ഭീഷ്മൻ അതിന് ശുഭം നൽകുന്ന ഒരു ദിവ്യമായ പെൺകുതിരയെ നൽകാൻ യാചിച്ചു. ഇതുകേട്ട ഇന്ദ്രൻ സ്വർണ്ണക്കുതിരയെ നൽകി അപ്രത്യക്ഷനായി. ആ സമയത്ത് പിതൃദുഃഖത്താൽ പരിമളൻ മഹാദേവപൂജ ചെയ്യിച്ചു. അവനെ പരീക്ഷിക്കാൻ ശിവൻ അവനെ സർപ്പരോഗത്താൽ

വിഴുങ്ങി. അഞ്ചുമാസമായപ്പോഴേക്കും അവന്റെ ശക്തി നഷ്ടപ്പെട്ടു. എങ്കിലും പൂജ മുടക്കിയില്ല. മരണംതന്നെ സംഭവിക്കും എന്ന് ചിന്തിച്ചു. പത്നീസഹിതനായി കാശിയിൽ എത്തി. അവിടെ ഒരു ആലിൻചുവട്ടിൽ താമസിച്ചു.

അപ്പോൾ അതിന്റെ ചുവട്ടിൽ താമസിച്ചിരുന്ന ഒരു സർപ്പം മധുരശബ്ദം ഉണ്ടാക്കി. അതുകേട്ട് രുദ്രന്റെ (ശിവന്റെ)സർപ്പം അവിടെ എത്തി. അതിനോട് മറ്റേ സർപ്പം പറഞ്ഞു.

'അങ്ങ് ശിവഭക്തനായ ഈ രാജാവിനെ നിർദ്ദയം പീഡിപ്പിക്കുന്ന (ദയയില്ലാതെ ദ്രോഹിക്കുന്ന) ദുഷ്ടനാണ്. കഞ്ഞിപോലും കുടിക്കാത്ത ഇവൻ വിഡ്ഢിയുമാണ്.'

ഇതുകേട്ടപ്പോൾ രുദ്രസർപ്പം പറഞ്ഞു.

'രാജാവിന്റെ ദേഹത്തെ ഞാൻ എന്നും പ്രാപിക്കുന്നുണ്ട്. സർപ്പാധമാ! സ്വന്തഗൃഹം ദുഃഖത്താൽ ത്യജിക്കാം (ഉപേക്ഷിക്കാം). എന്നാൽ ഞാൻ എങ്ങനെ ഇയാളെ ത്യജിക്കും. എനിക്ക് ചൂടുള്ള തൈലം നൽകാത്ത ഈ രാജാവ് വിഡ്ഢി തന്നെയാണ്.'

എന്ന് പറഞ്ഞ് അപ്രത്യക്ഷനായി.

എന്നാൽ ആ സംസാരം രാജപത്നി കേട്ടു. അവർ ചൂടുള്ള തൈലം കൊണ്ട് പൊത്തുനിറച്ചു. കുഴിച്ചു. അപ്പോൾ ഒരു തള്ളവിരലിന്റെ വലുപ്പത്തിൽ ശിവലിംഗം ഉണ്ടായിവന്നു.

സർവ്വലക്ഷണങ്ങളോടുംകൂടി അത് പ്രകാശം പരത്തി. രാത്രിയെ പകലാക്കി. ഇതുകണ്ട് അത്ഭുതംപൂണ്ട രാജാവ് അതിനെ പൂജിച്ചു, സ്തുതിച്ചു.

അപ്പോൾ പ്രസന്നനായി മഹേശ്വരൻ വരം ആവശ്യപ്പെടാൻ പറഞ്ഞു.

'മഹേശ്വരാ! അങ്ങ് സന്തുഷ്ടനായെങ്കിൽ ശ്രീപതി എന്റെ ഗൃഹത്തിലെത്തി എനിക്ക് നന്മ ചെയ്തുകൊണ്ട് വസിക്കട്ടെ.' എന്നു പറഞ്ഞു.

ശരി എന്നു പറഞ്ഞ് മഹാദേവൻ ലിംഗരൂപത്തെ പ്രാപിച്ചു. സ്വന്തം ശരീരത്തിൽനിന്ന് ഒരു ഭാരം സ്വർണ്ണം ഓരോ ദിവസവും രാജാവിനു നൽകി മഹാമതിയും എത്തി. സന്തോഷത്തോടെ താമസിച്ചു. ഭീഷ്മസിംഹനോടുകൂടി പരമമായ ആനന്ദം നേടി. അന്നുമുതൽ വർഷാവസാനത്തിൽ ജയചന്ദ്രപുരത്തിൽ പോകുക പതിവായിരുന്നു. അവിടെ പരിമളനെകണ്ട് കൃതകൃത്യരാകും. ഭാഗ്യവശാൽ രോഗം മാറി. സുഖമായി, അങ്ങ് സ്വന്തം പുരത്തിലേക്ക്

പോയി വസിക്കുക. എന്തെങ്കിലും തടസ്സം ഉണ്ടായാൽ ഞാൻ അറിയിക്കാം. അതുപോലെ നീയും അറിയിക്കുക. ഇതുകേട്ട് പരിമളൻ പോയി.

വീരനായ ലക്ഷ്മണൻ വിഷ്ണുവിനെ പൂജിക്കാൻ തുടങ്ങി. പതിനഞ്ചുദിവസം കഴിഞ്ഞപ്പോൾ ദേവൻ പ്രത്യക്ഷപ്പെട്ടു. വരം ചോദിച്ചുകൊള്ളാൻ പറഞ്ഞു. അപ്പോൾ അവൻ വിനയംകൊണ്ട് തല താഴ്ത്തി. എന്നിട്ട് പറഞ്ഞു.

'ശത്രുവിനാശകമായ ദിവ്യവാഹനം നൽകണം' എന്നു പറഞ്ഞു.

ഇതുകേട്ട ദേവൻ (വിഷ്ണു)ഐരാവതത്തിന്റെ ശക്തി എടുത്ത് ദിവ്യമായ ഒരു ആനയെ നൽകി. അതിന് പുറത്തു കയറി ലക്ഷ്മണൻ ഗൃഹത്തിൽ തിരിച്ചുവന്നു. പരിമളൻ മഹാവതിയിലേക്കും പോയി.

ഇതിനിടയിൽ മദോൽകടാദികളായ താലനൻ തുടങ്ങിയവർ മഹാവതിയിൽ എത്തി രാജാവുമായി സൗഹാർദ്ദത്തിൽ കഴിഞ്ഞുകൂടി. കുറച്ചുദിവസം കഴിഞ്ഞപ്പോൾ അവർ സ്വന്തം പട്ടണത്തിലേക്ക് തിരിച്ചുപോയി. അപ്പോൾ രാജാധികാരം മക്കളെ ഏല്പിച്ച് താനും അടുത്തുവന്നു ചേരാം എന്ന് പരിമളനും പറഞ്ഞു.

പിന്നീട് അനുജനോട് കൂടിയ ദേശരാജാവ് തന്റെ പുരം ബ്രാഹ്മണർക്ക് നൽകി. താലനൻ വാരാണസിയെ സ്വന്തം പുത്രന്മാർക്കും നൽകി. അവരിൽ നാലുപേർ പരാക്രമികൾ ആയിരുന്നു. ശൂരനും താലനും പിതാജ്ഞയാൽ രാക്ഷസദേവനെ മ്ലേച്ഛ പൂജകളാൽ സന്തോഷിപ്പിച്ചു.

വസുമതന്റെ പുത്രന്മാരായ ഭൂപതി, വത്സജൻ എന്നിവർ ഇന്ദ്രനേയും, സൂര്യനേയും പൂജിച്ച് സംതൃപ്തരായി. ശൂരന് ലഭിച്ച സിംഹിനി എന്ന ഭയാനക കുതിരയുടെ പുറത്തുകയറി അയാൾ പോകാനനുഗ്രഹിച്ചു. ഇന്ദ്രദത്തമായ പഞ്ച ശബ്ദമെന്ന മഹാനാഗത്തിലേറി ദേശരാജനും, സൂര്യദത്തമായ പപീഹകം എന്ന കുതിരയിൽ കയറി വത്സരാജനും പോകുവാൻ ആഗ്രഹിച്ചു. ആ മൂന്നു ശൂരന്മാരും പരിമളന്റെ മഹാവതിയിൽ എത്തി. ബഹുമാനപൂർവ്വം അവരെ അവിടെ താമസിപ്പിച്ചു.

ആറായിരം സൈന്യത്തിന്റെ സ്വാമി താലനൻ ആയിരുന്നു. ചന്ദ്രവംശിയുടെ മന്ത്രിമാർ ആ സഹോദരന്മാരായിരുന്നു. ആ വീരന്മാരാൽ രക്ഷിക്കപ്പെട്ട രാജാവും സന്തുഷ്ടനായിരുന്നു.

ലഹരൻ

പാഞ്ചാലരാജ്യത്ത് ബലവർദ്ധനൻ എന്ന ഒരു രാജാവുണ്ടായിരുന്നു. അദ്ദേഹത്തിന്റെ രാജ്ഞി ജലദേവി എന്ന് പ്രസിദ്ധയായ വിശാലാക്ഷിയും ഉണ്ടായിരുന്നു. ബീസേവംശരാജാവ് പത്നീസമേതനായി വരുണദേവനെ പൂജിച്ചു. അവർക്ക് ലഹരൻ, മയൂരധ്വജൻ എന്ന രണ്ടു പുത്രന്മാർ ഉണ്ടായി. അവർ ക്ഷത്രധർമ്മ പരായണനായിരുന്നു. പന്ത്രണ്ടുവയസ്സായപ്പോൾ മയൂരധ്വജൻ ജ്യേഷ്ഠന്റെ നിർദ്ദേശപ്രകാരം സ്കന്ധനെ ആരാധിച്ചു. വാനപ്രസ്ഥം ആശ്രയിച്ച് മൗനിയായി അഞ്ചുകൊല്ലം ജപവും ധ്യാനവും ചെയ്ത് താമസിച്ചു. അപ്പോൾ ഒരുദിവസം പ്രസന്നനായ സേനാനി സ്വന്തം രൂപം കാണിച്ചു. മയൂരധ്വജൻ ദിവ്യശിശുവിനെ കണ്ട് പറഞ്ഞു.

'സർവ്വദേവതകളേയും നയിക്കുന്ന അങ്ങയുടെ ശരീരം വിജയിക്കട്ടെ' എന്ന് പറഞ്ഞ് സ്തുതിച്ചു.

അതിൽ ദേവൻ പ്രത്യക്ഷനായി.

'എന്താണ് വേണ്ടത്' എന്നു ചോദിച്ചു.

തലതാഴ്ത്തി 'എനിക്ക് ബലവും സഹായവും നൽകിയാലും' എന്ന് മയൂരധ്വജൻ അപേക്ഷിച്ചു.

അപ്പോൾ ദേവൻ 'ശരി! അപ്രകാരം ഭവിക്കട്ടെ' എന്ന് പറഞ്ഞ് അപ്രത്യക്ഷനായി.

രാജാവ് വളരെയധികം സന്തുഷ്ടനായി. നാലുവർണ്ണങ്ങളോടുകൂടിയ മയൂരനഗരം നിർമ്മിച്ചു. അതിന്റെ രക്ഷകനായി സുബ്രഹ്മണ്യനെ പ്രതിഷ്ഠിച്ചു.

ലഹരൻ പന്ത്രണ്ടു വയസ്സായപ്പോൾ വരുണനെ പൂജിച്ചു. സന്തുഷ്ടനായ വരുണൻ പ്രത്യക്ഷപ്പെട്ടു. വരം ചോദിക്കാൻ പറഞ്ഞു. അപ്പോൾ ലഹരൻ പറഞ്ഞു.

'തപോബലം കൊണ്ട് മനസ്സിനെ അറിയുന്ന അങ്ങയെ പ്രചേതസ്സ് എന്നു പറയുന്നു. വെള്ളത്തിന്റെ വേഗത്തെ തടയുന്നതുകൊണ്ട് വരുണൻ എന്നു പറയുന്നു. അങ്ങേയ്ക്ക് നമസ്കാരം. ദൈത്യന്മാരെ ബന്ധിക്കുന്നതിനും, ദേവന്മാരെ രക്ഷിക്കുന്നതിനുമായി പാശം (കയർ) കൈയിൽ ധരിച്ച പാശിയായ അങ്ങേയ്ക്ക് നമസ്കാരം.' ഇപ്രകാരം സ്തുതിച്ച് ഉത്തമമായ 'ലാഹരി' എന്ന നഗരത്തേയും നിർമ്മിച്ചു. അതിൽ നാലു വർണ്ണങ്ങളേയും സ്ഥാപി

ച്ചു. ആ ഗ്രാമത്തെ രക്ഷിക്കാൻ ജലാധിപൻ അവിടെ താമസിച്ചു.

ആ ദേവ പ്രസാദത്താൽ ലഹരന് ദേവാംഗന തുല്യയായ രാജ്ഞിയെ ലഭിച്ചു. അവളിൽ പതിനാറുപുത്രന്മാർ ഉണ്ടായി. അവർ ആനയ്ക്ക് തുല്യമായ ബലമുള്ളവരായിരുന്നു. അവർ ധാർത്തരാഷ്ട്രന്മാർ എന്നും അറിയപ്പെട്ടു.

അതിനുശേഷം 'മദനമഞ്ജരി' എന്ന പുത്രിയും ഉണ്ടായി. അവൾക്ക് പന്ത്രണ്ട് വയസ്സ് തികഞ്ഞപ്പോൾ ചന്ദ്രവംശിയായ ദേവസിംഹനെ വരനായി കിട്ടാൻ ആഗ്രഹിച്ചു. അതിനുവേണ്ടി മൂത്തമകനെ ധാരാളം സൈന്യങ്ങളോടെ പറഞ്ഞയച്ചു. പരിമളനെ സമീപിച്ച് കാര്യം അറിയിച്ചു. ദേവസിംഹനെ വിളിച്ച് പരിമളൻ കാര്യം പറഞ്ഞു. അപ്പോൾ താൻ ബ്രഹ്മചര്യം അനുഷ്ഠിക്കുകയാണ് എന്ന് അറിയിച്ചു. സുഖഖാനിയെ കൊണ്ട് വിവാഹം കഴിപ്പിക്കാം എന്ന് പരിമളൻ പറഞ്ഞ് അവരെ മടക്കി അയച്ചു.

ഗൃഹത്തിലെത്തി ഈ വിവരമെല്ലാം പിതാവിനെ അറിയിച്ചു.

അതിനിടയിൽ ധൂർത്തനായ മഹീസതി 'ഇവരെല്ലാം സങ്കരവർണ്ണരായതിനാൽ, അവരുമായി വിവാഹം നന്നല്ല, അവരെ യുദ്ധത്തിൽ ജയിച്ച് കാരാഗൃഹത്തിൽ അടയ്ക്കണം എന്നു പറഞ്ഞു. അതിനാൽ എന്റെ കീർത്തി സ്വർഗ്ഗം വരെ എത്തും. അവർ വളരെ ബലവാന്മാരാണ്.'

ഇതുകേട്ട ലഹരൻ പതിനാറു മക്കളും പരിപാലിക്കുന്ന സേനയെ യുദ്ധസന്നദ്ധരാക്കി നിർത്തി. മാഘമാസത്തിലെ ശുക്ലപക്ഷദശമിയിൽ ബലഖാനി നാലുലക്ഷം സൈന്യങ്ങളോടുകൂടി വന്ന് മനോഹരമായ പാഞ്ചാലദേശത്ത് സ്ഥിതി ചെയ്തു.

അവർ തമ്മിൽ ഘോരയുദ്ധം നടന്നു.

അഞ്ചാമത്തെ ദിവസം ബലഖാനി കൃഷ്ണാംശത്തോടുകൂടി ശത്രുക്കളെ കൊന്നു. ശേഷിച്ചവർ പേടിച്ചുവിറച്ചു. അപ്പോൾ പതിനാറുമക്കളും യുദ്ധത്തിന് ഒരുങ്ങി.

കൃഷ്ണാംശം ഒറ്റയ്ക്ക് അവരെ എതിരിട്ടു. അവരെ ബന്ധിച്ച് ആഹ്ലാദന് സമർപ്പിച്ചു.

പുത്രന്മാരെ ബന്ധിച്ചതു മനസ്സിലായ ലഹരൻ ബലഖാനിയുടെ സൈന്യത്തെ വെള്ളത്തിൽ മുക്കി. അപ്പോൾ ജയന്തൻ വ്യായവ്യാസ്ത്രം കൊണ്ട് ജലം വറ്റിച്ചു. ലഹരന്റെ സൈന്യത്തെ പറത്തിക്കൊണ്ടുപോയി. അത് വരുണദേവൻ കണ്ടു. വരുണൻ ലഹര

പുത്രന്മാരെ ഉയർത്തിക്കൊണ്ടുവന്നു. അതിൽ ലഹരൻ സന്തുഷ്ട നായി. അവർ ദൈവാംശങ്ങളാണ് എന്ന് മനസ്സിലാക്കി അനേകം ദ്രവ്യങ്ങൾ നൽകി. അന്തഃപുരത്തിൽ താമസിപ്പിച്ചു. അംശങ്ങളായ അവരും മഹാപൂജ സ്വീകരിച്ചു. പല്ലക്കിലിരുത്തി മദനമഞ്ജരിയെ സ്വന്തം ഗൃഹത്തിലേക്ക് ആനയിച്ചു. സുഖഖാനിയുടെ വിവാഹ ത്തെക്കുറിച്ച് ആനന്ദം പ്രാപിക്കുകയും ചെയ്തു.

ധന്വന്തരിയുടെ ഉൽപ്പത്തി

ഹരന്റെ നിർദ്ദേശപ്രകാരം പ്രതിഷ്ഠാനപുരത്ത് സൂര്യൻ ജാത നായി. ത്രേതായുഗാവസാനം സിംഹളദ്വീപിൽ പരീക്ഷിത്ത് എന്ന ഒരു രാജാവുണ്ടായിരുന്നു. അദ്ദേഹം വേദധർമ്മപരായണനായിരു ന്നു. അദ്ദേഹത്തിന്റെ പുത്രി സൂര്യവ്രതപരായണയായിരുന്നു.

എല്ലാദിവസവും സൂര്യപൂജ ചെയ്യുമായിരുന്നു. അവൾ നൽകിയ ഭക്ഷണം ദേവൻ മധ്യാഹ്നത്തിൽ ഭക്ഷിക്കും. ഞായറാഴ്ച സമുദ്ര ത്തിൽ കുളിക്കാൻ പുറപ്പെട്ട അവളെ നാരദൻ കണ്ടു. ജലമധ്യത്തിൽ അവളുടെ വസ്ത്രം സ്വീകരിച്ചു. ഭയമില്ലാതെതന്നെ പാണിഗ്രഹണം ചെയ്യണം എന്ന് അവളോട് പറഞ്ഞു.

ഇതുകേട്ട് മുനിയോട് അവൾ വിനയത്തോടെ പറഞ്ഞു.

'ഞാൻ കന്യകയാണ്. ഭവാൻ അപ്സരസ്ത്രീകൾക്ക് യോഗ്യ നാണ്. നവദ്വാരങ്ങളിൽനിന്നും ദുർഗന്ധം വമിക്കുന്ന മനുഷ്യസ്ത്രീ യായ ഞാനും മേനക തുടങ്ങിയവരും തമ്മിൽ വളരെ അന്തര (വ്യത്യാസ)മുണ്ട്. അതുകൊണ്ട് എന്നെ വിടുക. അങ്ങേയ്ക്ക് നമ സ്കാരം.'

ഇതുകേട്ട് നാരദൻ നാണിച്ചു. അതിനുശേഷം മഹാദേവന്റെ അടുത്ത് ചെന്ന് നടന്നതെല്ലാം അറിയിച്ചു. കുഷ്ഠംബാധിച്ച നാര ദനെ കണ്ട് ശിവൻ ഭാസ്കരനെ സ്തുതിച്ചു.

സൂര്യൻ പ്രസന്നനനായി. നാരദന്റെ ദേഹം മംഗളമാക്കി.

ശിവനോട് പറഞ്ഞു. 'ആജ്ഞാപിച്ചാലും ദേവാ! ഞാൻ അങ്ങ യുടെ ആഗ്രഹം സാധിച്ചുതരും.'

ഇതുകേട്ട്, 'അങ്ങ് ബ്രാഹ്മണനായി ജനിച്ച് രാജപുത്രിയെ സ്വീക രിക്കണം.' എന്നു പറഞ്ഞു. സൂര്യൻ അതുപോലെ പ്രവർത്തിച്ചു.

ബ്രാഹ്മണനായി സൂര്യൻ ജനിച്ചു. ഭാനുമതിയോടുകൂടി ദിവ

സവും തപസ്സനുഷ്ഠിച്ചു. സൂര്യലോകം പ്രാപിച്ചു. ആ സൂര്യനെ പൂജിക്കണം എന്ന് ദേവഗുരുവായ ബൃഹസ്പതി ഇന്ദ്രനോട് പറഞ്ഞു. അതുകേട്ട് ദേവന്മാരോടുകൂടി ഇന്ദ്രൻ സൂര്യനെ പ്രസാദിപ്പിച്ചു. അപ്പോൾ അദ്ദേഹം പ്രത്യക്ഷപ്പെട്ടു.

'കാശിയിൽ ഞാൻ ധന്വന്തരിയായി വരും. കലി രോഗത്താൽ ജനങ്ങളെ പീഡിപ്പിക്കുമ്പോൾ ഔഷധങ്ങളെക്കൊണ്ട് അവരുടെ രോഗങ്ങളെ ഞാൻ ശമിപ്പിക്കും' എന്ന് പറഞ്ഞു.

അപ്രകാരം കാശിയിൽ കല്പദത്തന്റെ പുത്രനായി സൂര്യൻ ജനിച്ചു. രാജപുത്രനായ സുശ്രുതനെയടക്കം ശിഷ്യന്മാരാക്കി കല്പവേദം രചിച്ചു.

രോഗങ്ങളാൽ ക്ഷയിച്ച ദേഹം കല്പവേദത്താൽ സുഖമാകുന്നു. അതിന്റെ ജ്ഞാനത്തെ കല്പവേദം എന്ന് സ്മരിക്കുന്നു.(ഓർക്കുന്നു).

ധന്വന്തരി എന്ന പേരിൽ ഭഗവാൻ കലിയുഗത്തിൽ അറിയപ്പെടുന്നു. അതിന്റെ ദർശനമാത്രയിൽ തന്നെ (കണ്ട ഉടൻതന്നെ) രോഗങ്ങൾ നശിക്കുന്നു. സുശ്രുതൻ ധന്വന്തരി നിർമ്മിച്ച കല്പവേദം പഠിച്ച് നൂറ് അധ്യായങ്ങളുള്ള സൗശ്രുതതന്ത്രം രചിച്ചു.

ജയദേവന്റെ ഉൽപ്പത്തി

പണ്ട് പമ്പാപുരത്ത് 'ഹേലി' എന്ന ഒരു ബ്രാഹ്മണനുണ്ടായിരുന്നു. അദ്ദേഹത്തിന് അറുപത്തിനാലു കലകളും അറിയാമായിരുന്നു.

അവൻ സൂര്യനെ പൂജിക്കുന്നതിൽ തല്പരനായിരുന്നു. സ്വന്തം വൃത്തി (കുടുംബതൊഴിൽ) ഉപേക്ഷിച്ച് അവൻ ആശാരിപ്പണി സ്വീകരിച്ചു. ധാതുക്കളെക്കൊണ്ട് കലം നിർമ്മിച്ചു. അതിന് വിറ്റു കിട്ടുന്ന പണം കൊണ്ട് സൂര്യപൂജ ചെയ്തു. പമ്പാസരസ്സിന്റെ തീരത്ത് മനോഹരമായ ഒരു സ്തംഭം സ്ഥാപിച്ചു. അപ്പോൾ സൂര്യദേവൻ ജ്യോതിരൂപത്തിൽ അവിടെ എത്തി. അവിടെ അയാൾ നൽകിയ അന്നം ഉച്ചയ്ക്ക് ഭക്ഷിച്ചു. അവസാനം സൂര്യനിൽ ലയിച്ചുചേർന്നു. അതിനാൽ ഹേ ദേവേന്ദ്ര! സൂര്യനെ ഭജിക്കുക.

അങ്ങനെ കേട്ട ദേവേന്ദ്രൻ സൂര്യനെ പൂജിച്ച് സന്തുഷ്ടനാക്കി.

അദ്ദേഹത്തിന്റെ മുമ്പിൽ സൂര്യഭഗവാൻ പ്രത്യക്ഷപ്പെട്ടു. എന്നിട്ട് പറഞ്ഞു.

'വംഗദേശത്ത് 'ബില്യഗ്രാമത്തിൽ' നിയുക്തകാരനായ ജയദേവൻ കവികളുടെ ശിരോമണിയായി ഭവിക്കും' എന്നു പറഞ്ഞ് ഭഗവാൻ വംഗദേശത്തു പോയി. കന്ദുകി എന്ന ബ്രാഹ്മണന്റെ ഗൃഹത്തിൽ ജനിച്ചു. അവൻ അഞ്ചുവയസ്സുകാരനാകുന്നതുവരെ മാതാപിതാക്കളുടെ സ്നേഹപാത്രമായി. പന്ത്രണ്ടു വയസ്സായപ്പോൾ, മാതാപിതാക്കൾ മരിച്ചു. അവർക്കുവേണ്ട തർപ്പണം ചെയ്തു. അവരെ ഗയാശ്രാദ്ധം നടത്തി സ്വർഗ്ഗത്തിലേക്കയച്ചു. ജയദേവൻ ബ്രാഹ്മണനായി വൈരാഗ്യത്തെ (വിരക്തി) പ്രാപിച്ച് കാട്ടിൽ പോയി താമസിച്ചു.

ഇരുപത്തിമൂന്ന് വയസ്സായപ്പോൾ അവിടെ ഒരു ബ്രാഹ്മണനോടുകൂടി സുന്ദരിയായ കന്യക ജഗന്നാഥനെ പൂജിക്കാനെത്തി.

ആ ബ്രാഹ്മണനോട് ദേവശില്പം ഇങ്ങനെ പറഞ്ഞു. 'സത്യവ്രതാ, ജയദേവൻ എന്റെ ശരീരം തന്നെയാണ്. നിന്റെ പുത്രി പത്മാവതിയെ എന്റെ ആജ്ഞയനുസരിച്ച് അവന് നൽകണം.'

ഇതുകേട്ട ബ്രാഹ്മണൻ വിരാഗിയായ ജയദേവനെ അവിടെ കണ്ടു. ദൈവാജ്ഞയാൽ പുത്രിയെ അവിടെ നിർത്തി സ്വന്തം ഗൃഹത്തിലേക്ക് പോയി. പത്മാവതി ജയദേവനെ ശുശ്രൂഷിച്ച് ഒരുകൊല്ലം കഴിച്ചുകൂട്ടി. ജയദേവൻ സമാധിയിലിരുന്ന് വർണ്ണാശമം, വർണ്ണവിപര്യയം, വർണ്ണവികാരം, വർണ്ണനാശം, ധാതുയോഗം എന്നിങ്ങനെ അഞ്ചുതരത്തിലുള്ള വേദാംഗമായ നിരണത്തെ നിർമ്മിച്ചു.

നാഗവംശജരായ ശൂദ്രർ കലിയുഗത്തിൽ ഭാഷ നശിപ്പിച്ചു. മൂഢരും കലിപ്രിയരുമായ അവരെ ജയിച്ച് ദേവന്മാർക്കുവേണ്ടി പാണിനിശാസ്ത്രത്തെ വീണ്ടും ശുദ്ധമാക്കി.

ജയദേവനും ഗീതഗോവിന്ദവും

ഒരിയ്ക്കൽ ധൂർത്തനായ കലി ജയദേവന് രാജാവ് നൽകിയ ധനമെല്ലാം മോഷ്ടിച്ചു. പത്മാവതി പതിവ്രതയായതിനാൽ അവളെ വെറുതെ വിട്ടു. ദ്വിജന്റെ കൈകാലുകൾ അവർ വെട്ടിക്കളഞ്ഞു. കുഴിയിൽ ഇട്ടു. ഇതുകണ്ട ദേവി ദുഃഖത്തിലായി. അവർ കുഴിയിൽ കിടക്കുന്ന ഭർത്താവിനെ പുറത്തെടുത്തു.

ഒരുദിവസം രാജാവ് നായാട്ടിന് പോയപ്പോൾ കൈകാലുകൾ ഇല്ലാതെ കിടക്കുന്ന ജയദേവനെ കണ്ടു. 'ആരാണ് ഇത് ചെയ്തതത്?' എന്ന് രാജാവ് ചോദിച്ചു.

അപ്പോൾ ജയദേവൻ, 'എന്റെ കർമ്മങ്ങൾ കൊണ്ടാണ് ഇത് സംഭവിച്ചത്. ആരും ചെയ്തതല്ല' എന്നു പറഞ്ഞു.

ഇതുകേട്ട രാജാവ് ജയദേവനെ ഭാര്യയുടെ കൂടെ തന്റെ പല്ലക്കിൽ കയറ്റി. എന്നിട്ട് സ്വന്തം ഗൃഹത്തിലേക്ക് കൊണ്ടുപോയി. അയാൾക്കുവേണ്ടി രാജാവ് ഒരു ധർമ്മശാല നിർമ്മിച്ചു. എന്നിട്ട് അതിൽ ജയദേവനെ താമസിപ്പിച്ചു.

ഒരിക്കൽ കലിയുടെ പ്രേരണകൊണ്ട് കള്ളന്മാർ വിഷ്ണുഭക്തരാണ് എന്ന വ്യാജേന രാജാവിനടുത്തെത്തി. ഞങ്ങൾ ശാസ്ത്രനിപുണരാണ്. ഞങ്ങൾ ഉണ്ടാക്കിയ ഭക്ഷണം കല്ലിൽ ഉണ്ടാക്കിയ വിഷ്ണു എന്നും ഭക്ഷിക്കുന്നുണ്ട് എന്ന് അവർ പറഞ്ഞു. ഇതു പറഞ്ഞ് നാലുകൈകളോടുകൂടി ഭക്ഷണം കഴിക്കുന്ന വിഷ്ണുരൂപത്തെ അവർ മായകൊണ്ട് രാജാവിന് കാണിച്ചുകൊടുത്തു. ഈ വിവരം രാജാവ് ജയദേവനെ അറിയിച്ചു. കാണുവാൻ വേഗം വരുവാൻ ജയദേവനോട് പറഞ്ഞു.

ഇതുകേട്ട് അടുത്തുവന്ന ജയദേവനെ കണ്ട് രാജാവ് അത്ഭുതപ്പെട്ടു. അപ്പോൾ നാസ്തികന്മാർ അയാളെ പരിഹസിച്ചു.

'ഇവൻ ഗൗഡദേശത്തിലെ പാചകക്കാരനാണ്. പണമോഹത്താൽ ഭക്ഷണത്തിൽ വിഷം കലർത്തി. അതിന് രാജാവ് ശൂലത്തിൽ നിർത്തി. ഞങ്ങൾ ശൂലത്തിൽനിന്ന് ഇറക്കി കൈകാലുകൾ മുറിച്ചു' എന്ന് കള്ളന്മാർ പറഞ്ഞു.

രാജാവ് ഞങ്ങളുടെ ശിഷ്യനായി എന്ന് പറയുമ്പോഴേക്കും ദാരിത ദുഃഖിതയായി.

ചോരന്മാരെ അവൾ പാതാളത്തിൽ സുരക്ഷിതരാക്കി. ജയദേവൻ ഭൂതങ്ങളെക്കണ്ട് ഉറക്കെ കരഞ്ഞു. അപ്പോൾ അദ്ദേഹത്തിന്റെ കൈകാലുകൾ പഴയപോലെയായി.

അത്ഭുതപ്പെട്ട രാജാവിനോട് ജയദേവൻ എല്ലാം പറഞ്ഞു.

ഇതെല്ലാം കേട്ട രാജാവ് സന്തുഷ്ടനായി.

ജയദേവന്റെ മുഖത്തുനിന്ന് ഉണ്ടായ ഗീതാഗോവിന്ദം വേഗം പഠിച്ച് മോക്ഷം പ്രാപിച്ചു.

വാല്മീകിയുടെ കഥ

പണ്ട് ഒരു കാട്ടാളൻ അമ്പും വില്ലും ധരിച്ച് നടന്നിരുന്നു. അവൻ ബ്രാഹ്മണരെ കൊന്ന് ഒരു പൂണുനൂൽ പറിച്ചെടുത്ത് അട്ടഹസിച്ച് നടന്നു. ബ്രാഹ്മണന്റെ ദ്രവ്യം അമൃതിന് തുല്യമാണ്. ക്ഷത്രിയന്റേത് മധുരവും, വൈശ്യന്റേത് അന്നത്തിനു തുല്യവും ആണ്. ശൂദ്രന്റേത് രക്തമെന്ന് മനസ്സിലാക്കി. എന്നിട്ട് മൂന്നുവർണ്ണങ്ങളേയും കൊന്നു.

അനേകം ബ്രാഹ്മണരേയും കൊന്നു. ഇതുകണ്ട് ദേവന്മാർ പേടിച്ചു. അവർ ബ്രഹ്മാവിന്റെ അടുത്തുചെന്ന് സങ്കടം പറഞ്ഞു. അതുകേട്ട ബ്രഹ്മാവ് സപ്തർഷികളെ വിളിച്ചു. എന്നിട്ട് അവിടെ പോയി കാട്ടാളന്റെ ഉദ്ദേശ്യം എന്താണെന്ന് അറിയാൻ പറഞ്ഞു. അങ്ങനെ സപ്തർഷികൾ (മരീചി, അത്രി, അംഗിരസ്സ്, പുലസ്ത്യൻ, പുലഹൻ, ക്രതു, വസിഷ്ഠൻ ഇവരാണ് സപ്തർഷികൾ) ആ വനത്തിൽ പോയി സ്ഥിതി ചെയ്തു. അവരെ കണ്ടപ്പോൾ ആ വേടൻ കൊല്ലാനടുത്തു.

അവനോട് ചിരിച്ചുകൊണ്ട് അവർ ചോദിച്ചു.

'എന്തിനാണ് ഞങ്ങളെ കൊല്ലുന്നത്? നിന്റെ സുഖത്തിനോ കുലത്തിനുവേണ്ടിയോ....വേഗം പറയൂ..'

അതുകേട്ട അവൻ 'കുലത്തിനുവേണ്ടിയും, എനിക്കു വേണ്ടിയും ഞാൻ കൊല്ലും. വിശേഷിച്ചും ധനമുള്ള ബ്രാഹ്മണരെ ഞാൻ വധിക്കും' എന്നു പറഞ്ഞു.

ഇതുകേട്ട് സപ്തർഷികൾ അവനോട് പറഞ്ഞു.

'നീ പോയി കുലത്തിലെ ജനങ്ങളോട് നിന്റെ പാപത്തിൽ അവർ പങ്കാളികൾ ആകുമോ എന്ന് ചോദിച്ചുവരിക' എന്ന് പറഞ്ഞു.

അവൻ ഗൃഹത്തിൽ പോയി. അവരോട് ചോദിച്ചു.

ഉടൻതന്നെ 'ഞങ്ങൾ പാപഭാഗികളല്ല, ഈ ഭൂമിയും സൂര്യനും നിന്റെ പാപങ്ങൾക്ക് സാക്ഷിയാണ്. നീ തന്നെ അനുഭവിക്കണം.' എന്നു പറഞ്ഞു.

ഇതുകേട്ട കാട്ടാളൻ ദുഃഖിതനായി.

അവൻ സപ്തർഷികളെ സമീപിച്ചു. എന്റെ പാപം നശിക്കുന്ന രീതിയിലുള്ള അറിവ് തരണം എന്നപേക്ഷിച്ചു.

അപ്പോൾ അവർ പറഞ്ഞു, 'സർവ്വപാപനാശകമായ രാമനാമം

ഞങ്ങൾ ഇനി നിന്റെ അടുത്ത് എത്തുന്ന സമയം വരെ ജപിക്കണം' എന്നു പറഞ്ഞ് അവർ തീർത്ഥങ്ങളിലേക്ക് പോയി.

'മരാ, മാര മര' എന്ന് കാട്ടാളൻ ആയിരംകൊല്ലം ജപിച്ചു. അവന്റെ ജപപ്രഭാവംകൊണ്ട് ആ വനം താമരകൊണ്ട് നിറഞ്ഞു. അതു കൊണ്ട് ആ വനം 'ഉല്പലാരണ്യം' എന്നറിയപ്പെട്ടു.

സപ്തർഷികൾ അവിടെ തിരിച്ചുവന്നു.

അപ്പോഴേക്കും കാട്ടാളൻ ചിതൽപ്പുറ്റുകൊണ്ട് മൂടപ്പെട്ടിരുന്നു. അവർ അവനെ ചിതൽപ്പുറ്റിൽനിന്നും പുറത്തെടുത്തു. അവനെ ശുദ്ധനായി കാണപ്പെട്ടു.

അവർ അത്ഭുതപ്പെട്ട് പറഞ്ഞു.

'വല്മീകത്തിൽനിന്ന് (ചിതൽപുറ്റിൽനിന്ന്) പുറത്തു വന്നതിനാൽ നീ വാല്മീകി എന്ന ത്രികാലജ്ഞാനിയായി ഭവിക്കും' എന്നു പറഞ്ഞ് അവർ പോയി. ആ വാല്മീകി പതിനെട്ട് കല്പത്തോടുകൂടിയതും, നൂറുകോടി വിസ്താരമുള്ള രാമായണം, സർവ്വപാപ നാശകമായി നിർമ്മലമായ പദ്യങ്ങളാൽ നിർമ്മിച്ചു. അതിനുശേഷം ശിവനായി അദ്ദേഹം അവിടെ വസിച്ചു. സനാതനനായി വേടനായ ആ സ്വാമി ഇന്നും നിലനിൽക്കുന്നു.

ഗിരിശർമ്മയുടെ കഥ

പണ്ട് നൈമിഷാരണ്യത്തിൽ അജഗരൻ എന്ന ഒരു ബ്രാഹ്മണൻ ഉണ്ടായിരുന്നു. അവൻ വേദശാസ്ത്രപണ്ഡിനും ശിവഭക്തനുമായിരുന്നു. അദ്ദേഹം വർഷം സ്തുതിച്ചു.

അപ്പോൾ രുദ്രൻ ജീവൻ മുക്താവസ്ഥ നൽകി. ആ ജ്ഞാനം കൊണ്ട് പരമേശ്വരനെ സ്തുതിച്ചു.

പലവിധത്തിൽ സ്തുതിച്ചപ്പോൾ ദേവൻ ആ ബ്രാഹ്മണന് തന്റെ ശരീരത്തിൽ സായൂജ്യം കൊടുത്തു. അയാളെ സർപ്പമാക്കി. ആയിരം ഫണങ്ങളും, വെളുത്ത ശരീരവും ഉള്ളതാണ് ആ സർപ്പം. അത് വസിക്കുന്നത് ക്ഷീരസാഗരത്തിലാണ്. സർപ്പം എന്നു പറയപ്പെടുന്നത് മഹാരുദ്രനാണ്. അതിനെ കർക്കടരാശിയിൽ സൂര്യൻ നിൽക്കുമ്പോൾ ചന്ദ്രനിൽ ഭഗണമണ്ഡലത്തിൽ സ്ഥാപിച്ചു. അത് ചന്ദ്രമയമായി. അങ്ങനെ ബൃഹസ്പതി വാക്യം കേട്ട ശേഷനാഗനായ രുദ്രൻ സന്തുഷ്ടനായി. മുഖത്തുനിന്ന് തേജസ്സ് പുറപ്പെടുവി

ച്ചു. വിന്ധ്യപർവ്വതത്തിൽ ദേവദത്തൻ എന്ന ബ്രാഹ്മണന്റെ ഗൃഹത്തിൽ ഗിരിശർമ്മ എന്ന പേരിൽ ജനിച്ചു.

കാശിയിൽ എത്തി ശങ്കരന്റെ ശിഷ്യനായി.

വനശർമ്മയുടെ കഥ

പണ്ട് പ്രയാഗയിൽ ദാരിദ്ര്യംകൊണ്ട് കഷ്ടപ്പെടുന്ന നൈര്യതൻ എന്ന ഒരു ബ്രാഹ്മണൻ ഉണ്ടായിരുന്നു. അദ്ദേഹം വിഷ്ണുഭക്തനായിരുന്നു. ഭിക്ഷ എടുത്തുള്ള ജീവിതം മഹാകഷ്ടമായിരുന്നു. അയാളും പുത്രനും ഭാര്യയും ദിവസങ്ങൾ വളരെ കഷ്ടപ്പെട്ട് തള്ളിനീക്കി. ഒരിക്കൽ നാരദൻ അയാളുടെ വീട്ടിലെത്തി. അദ്ദേഹത്തെ ആദരവോടെ ബ്രാഹ്മണൻ പൂജിച്ചു.

നാരദൻ വിഷ്ണുലോകത്ത് എത്തി. എന്നിട്ട് ഇങ്ങനെ ചോദിച്ചു. 'സ്വർഗ്ഗത്തിലും മറ്റും വിഷ്ണുവിനെ ആരാധിക്കുന്നവർ ധനധാന്യസമൃദ്ധരായി സന്തോഷിക്കുന്നു. എന്നാൽ ഭൂമിയിലെ വിഷ്ണുഭക്തർ എന്തുകൊണ്ട് ദാരിദ്ര്യം അനുഭവിക്കുന്നവരായി തീരുന്നു.'

അതിന് ഉത്തരമായി ഭഗവാൻ പറഞ്ഞു.

'ബ്രഹ്മാവ് എന്റെ ഭക്തരായ ജനങ്ങളെ വശീകരിച്ച് ലോകകാര്യം ചെയ്യുന്നു. അദ്ദേഹം ചെയ്യുന്നതാണ് ധർമ്മവും അധർമ്മവും. ധർമ്മം വേദമയമെന്ന് പറയുന്നു. അദ്ദേഹം ധർമ്മത്തിന്റെ ഏഴു ലോകങ്ങളെ സൃഷ്ടിച്ചു. അവഭൂ; ഭുവഃ, സ്വം, മഹഃ, ജനഃ, തപഃ, സത്യഃ എന്നിങ്ങനെ അവ ക്രമത്തിൽ മനുഷ്യർക്ക് ഇരട്ടി സുഖം നൽകുന്നവയാണ്. ശബ്ദാനുകർത്തൃകമായ വേദരഹിതമായ അധർമ്മം ഭൂമിയിൽ ഉണ്ട്. മഹാവാണിയാൽ ദുഷിക്കപ്പെട്ട ശബ്ദങ്ങളാണ് ലോകത്തിൽ ഉള്ളത്. അധർമ്മങ്ങൾ ഏഴുലോകങ്ങളിലും ഉണ്ട്. പ്രയാഗയിലെ ദൈന്യത ബ്രാഹ്മണൻ എന്റെ പ്രിയരായ ദേവന്മാരെ ഉപേക്ഷിച്ച് അനന്യഭാവത്തോടെ എന്നെ ഭജിക്കുന്നു. അതുകൊണ്ടാണ് ദരിദ്രൻ ആയിരിക്കുന്നത്. ദേവന്മാർ നൽകിയ ദ്രവ്യമാണ് എല്ലായ്പ്പോഴും ജനങ്ങൾ ഭക്ഷിക്കേണ്ടത്. ഞാൻ നൽകിയ ഒരു വസ്തുവും ബ്രഹ്മാണ്ഡത്തിൽ ഇല്ല. അതിനാൽ എന്റെ ആജ്ഞയാൽ അവർക്ക് മംഗളം നൽകണം.'

ഹരി ഇപ്രകാരം പറഞ്ഞതുകേട്ട് നാരദൻ വീണ്ടും നൈര്യതന്റെ വീട്ടിൽ എത്തി. ദ്വിജപത്നിയോട് എന്തെങ്കിലും വരം ചോദി

ക്കാൻ ആവശ്യപ്പെട്ടു. അവൾ 'രാജപത്നിയാകണം' എന്ന് ആവശ്യപ്പെട്ടു. അപ്പോൾതന്നെ അവൾ ദിവ്യരൂപത്തെ പ്രാപിച്ചു. രാജാവ് അവളെ കൂട്ടിക്കൊണ്ടുപോയി. വൈകിട്ട് നൈരൃതൻ വന്നപ്പോൾ, 'വരദാനത്താൽ നിന്റെ ഭാര്യ രാജപത്നിയായി. നിനക്ക് എന്തു വേണം?' എന്നു ചോദിച്ചു.

ഇതുകേട്ട് ബ്രാഹ്മണന് കോപം വന്നു. അവൾ ഒരു പെൺകുറുക്കനാകട്ടെ എന്ന വരം ചോദിച്ചു.

അവളെ കുറുക്കനാക്കി.

ഇതിനിടയിൽ അവരുടെ പുത്രൻ 'എന്റെ മാതാവ് വേഗത്തിൽ മാതാവാകട്ടെ' എന്ന വരം ചോദിച്ചു.

അപ്പോൾ ദുഃഖിതനായ നൈരൃതനോട് ഈ ബ്രഹ്മാണ്ഡം ദേവമയമാണ്. നാഥൻ മഹേശ്വരനാണ്, നീ അദ്ദേഹത്തെ ഭജിച്ചാൽ എല്ലാ കാര്യവും മംഗളമാകും എന്ന് പറഞ്ഞു.

അതനുസരിച്ച് ഒരുകൊല്ലം നൈരൃതൻ പരമേശ്വരനെ ഭജിച്ചു. അദ്ദേഹം കുബേരസദൃശമായ ധനം നൽകി. അതുകൊണ്ട് ധർമ്മകാര്യങ്ങൾ ചെയ്ത് അയാൾ പ്രസിദ്ധനായി. പിന്നീട് വർഷങ്ങൾക്കുശേഷം ശരീരം ത്യജിച്ചു. സ്വർഗ്ഗസ്ഥനായി.

ഇടവംരാശിയിൽ സൂര്യൻ നിൽക്കുമ്പോൾ ചന്ദ്രന് സോമൻ എന്ന പോലെ നൈരൃതൻ എന്ന പേരിൽ രുദ്രൻ പ്രസിദ്ധനായി.

ഇതുകേട്ട നൈരൃതൻ തന്റെ അംശത്തിൽനിന്ന് ഭൂതം പുറത്തുവന്നു. ഗിരിനാളഗിരിയിലെ കാട്ടിൽ സാവ്യയോഗിയുടെ പുത്രനായി ജനിച്ചു.

'വനശർമ്മ' എന്ന പേരിൽ വേദശാസ്ത്ര പണ്ഡിതനായിത്തീർന്നു. പന്ത്രണ്ടുവയസ്സായപ്പോൾ അനേകം വിദ്വാന്മാരെ ജയിച്ചു. കാശിയിലെത്തി ശങ്കരാചാര്യരെ പ്രണമിച്ച് അദ്ദേഹത്തിന്റെ ശിഷ്യനായി.

പുരീശർമ്മയും മൃത്യുഞ്ജയനും

പണ്ട് മഹിഷ്മതിയിൽ ശിവവ്രതപരനും പുത്രാർത്ഥിയുമായ വസുശർമ്മ എന്ന ഒരു ബ്രാഹ്മണനുണ്ടായിരുന്നു. ഇരുപത്തിനാലുകൊല്ലം കഴിഞ്ഞിട്ടും ശിവൻ പുത്രനെ നൽകിയില്ല. അദ്ദേഹം ദുഃഖിതനായി അഗ്നി ജ്വലിപ്പിച്ച് അദ്ദേഹത്തിൽ മുഖംമുതൽ കാൽവ

രെയുള്ള സ്ഥലങ്ങളിൽ നിന്ന് മാംസം എടുത്ത് ഭൈരവന് ഹോമിച്ചു. എന്നിട്ടും ശിവൻ പ്രസാദിച്ചില്ല.

അപ്പോൾ ഉത്തമനായ ആടിനെയുംകൊണ്ട് ജ്വലിക്കുന്ന തീയിൽ പ്രവേശിച്ചു.

അപ്പോൾ പ്രസന്നനായി രുദ്രൻ പ്രത്യക്ഷപ്പെട്ടു. വരം ചോദിക്കാൻ പറഞ്ഞു.

അതുകേട്ട് വിനയാന്വിതനായി അദ്ദേഹം 'തനിക്ക് ഒരു പുത്രനെ നൽകണം' എന്ന് അപേക്ഷിച്ചു. അപ്പോൾ ഭഗവാൻ ചിരിച്ചുകൊണ്ട് പറഞ്ഞു.

'പുത്രദാതാവ് (തരുന്ന ആൾ) ബ്രഹ്മാവാണ്. അദ്ദേഹം നിനക്ക് നൂറുജന്മം വരെ പുത്രനെ വിധിച്ചിട്ടില്ല. അതുകൊണ്ട് എന്റെ അംശത്തിൽനിന്ന് നിനക്ക് ഞാൻ പുത്രനെ നൽകാം.' എന്നു പറഞ്ഞു.

ഇതുപറഞ്ഞ് തന്റെ മുഖത്തുനിന്ന് തേജസ്സ് പുറപ്പെടുവിച്ചു. അത് ബ്രാഹ്മണന്റെ പത്നിയിൽ പ്രവേശിപ്പിച്ചു. പത്തുമാസം കഴിഞ്ഞു. അപ്പോൾ ഒരു കാൽ ആടിന്റേയും, മറ്റേ കാൽ മനുഷ്യന്റേതുമായി സുന്ദരനായ ഒരു പുത്രൻ ജനിച്ചു. അവൻ 'അജൈകപാദൻ' എന്ന് ഭൂമിയിൽ പ്രസിദ്ധനായി.

കുറെ വർഷങ്ങൾ കഴിഞ്ഞപ്പോൾ അനേകം രോഗങ്ങൾ ബാധിച്ചു. അവനെ മൃത്യുഭഗവാൻ ആക്രമിച്ചു. ഒരുവർഷംകൊണ്ട് അതെല്ലാം പരാജയപ്പെടുത്തി, മൃത്യുഞ്ജയനായി പ്രസിദ്ധനായി.

പരാജിതനായ മൃത്യു ബ്രഹ്മാവിനോട് പരാതി പറഞ്ഞു.

ബ്രഹ്മാവ് എല്ലാ ദേവഗണങ്ങളോടും കൂടി ഭയാവഹമായ രുദ്രരൂപത്തിലാക്കി.

ഇതുകേട്ട മഹാദേവനും, ആ ബ്രാഹ്മണനും മാഹിഷ്മതിയിലെത്തി. പുരീശർമ്മ എന്ന് പ്രസിദ്ധനായി. പതിനാറുവയസ്സായപ്പോൾ മറ്റു പണ്ഡിതന്മാരെ ജയിച്ച് ശങ്കരാചാര്യരെ സമീപിച്ച് ശിഷ്യനായി തീർന്നു.

അക്ഷയതൃതീയാവ്രതവർണ്ണനം

വൈശാഖ(മേട)ത്തിലെ ഒരേയൊരു തൃതീയയെ കുറിച്ച് പറയുന്നു.

കുളിയോ, ദാനമോ, ജപമോ, ഹോമമോ, സ്വാധ്യായമോ (വൈ

ദികപഠനം) പിതൃതർപ്പണമോ എന്നല്ല- അന്ന് എന്തു ചെയ്താലും അത് അക്ഷയമായിരിക്കും. നശിക്കാത്തതായിരിക്കും. ഇത് സർവ്വ പാപത്തെ ഇല്ലാതാക്കുന്നതും സർവ്വസുഖങ്ങളേയും നൽകുന്നതും ആയിരിക്കും.

ശാകലനഗരത്തിൽ പ്രിയവദനും, സത്യവ്രതനും ആയ ധർമ്മൻ എന്ന ഒരു കച്ചവടക്കാരൻ ഉണ്ടായിരുന്നു. അയാൾ ഈ അക്ഷയ തൃതീയയുടെ മാഹാത്മ്യത്തെകുറിച്ച് കേട്ടു മനസ്സിലാക്കി. ബുധ സംയുക്തമായ അത് മഹാഫലം നൽകുന്നതാണ് എന്ന് മനസ്സി ലാക്കി. അയാൾ ഗംഗയിൽ പോയി പിതൃദേവതകൾക്ക് തർപ്പണം ചെയ്ത് വീട്ടിൽ വന്നു. അതിനുശേഷം വീട്ടിലുള്ള പാത്രം നിറയെ വെള്ളവും, അന്നവും, എടുത്ത് യവം, ഗോതമ്പ്, ചണം, തൈര്, നെയ്യ്, കരിമ്പിൻനീര്, ശക്തിക്കനുസരിച്ച് സ്വർണ്ണം എന്നിവ എടുത്ത് ബ്രാഹ്മണർക്ക് നൽകി. ഭാര്യ തടഞ്ഞു. എന്നിട്ടും അതു കേൾ ക്കാതെ കടുത്ത ദൈവഭക്തിയോടെയും കൊടുത്തതെല്ലാം അന ശ്വരമായി തീരും എന്ന വിശ്വാസത്തോടെയും അത് ചെയ്തു. അവ സാനം വാസുദേവനെ സ്മരിച്ച് അയാൾ മരിച്ചു.

അയാൾ പിന്നീട് കുശാവതിയിൽ ക്ഷത്രിയരാജാവായി പിറ ന്നു. അയാളുടെ ധർമ്മസഞ്ചയങ്ങൾ ഒന്നും നശിച്ചില്ല. വലിയ യാഗ ങ്ങൾ നടത്തി. ദക്ഷിണകൾ നൽകി.

പശു, ഭൂമി, സ്വർണ്ണം മുതലായവ രാപകൽ ഇല്ലാതെ നൽകി. എന്നിട്ടും സമ്പത്തൊന്നും നശിച്ചില്ല.

ഈ വ്രതത്തിന്റെ വിധി താഴെ പറയും പ്രകാരമാണ്.

കുളിക്കാനുള്ള എല്ലാവിധ ഒരുക്കങ്ങളോടെ വെള്ളംനിറച്ച കുടവും കിണ്ടിയും നൽകുന്നതും, ഗ്രീഷ്മകാലത്ത് ഉപയോഗമു ള്ളതെല്ലാം നൽകുന്നതും, അതുപോലെ ഗ്രീഷ്മകാലത്ത് ലഭ്യമാ കുന്ന എല്ലാ സസ്യങ്ങളും ദാനം ചെയ്യുന്നതും നല്ലതാണ്. ചെരു പ്പ്, കുട, പശു, ഭൂമി, സ്വർണ്ണം, വസ്ത്രം ഇവയും ദാനം ചെയ്യാം. ഈ ദിവസം ഹോമിച്ചതും, ദാനം ചെയ്തതും ഒന്നും നശിക്കാത്ത തിനാൽ 'അക്ഷയതൃതീയ' എന്നു പറയുന്നു.

ദശാവതാര ചരിതവ്രതം

കൃതയുഗത്തിന്റെ തുടക്കത്തിൽ ഭൃഗുവിന്റെ പത്നിയായി പുലോമ എന്ന ഒരു സാധ്വി ഉണ്ടായിരുന്നു. അവർ ഗൃഹകാര്യങ്ങളിൽ തൽപ്പരയും നല്ല ചരിതമുള്ളവളും ആയിരുന്നു. ഭൃഗു യാഗകാര്യങ്ങളും നിക്ഷേപങ്ങളും മുഴുവൻ പത്നിക്കു നൽകി. എന്നിട്ട് ഹിമവാന്റെ സമീപത്തേക്ക് ഹരനെ സന്തോഷിപ്പിക്കാനായി പുറപ്പെട്ടു.

എന്നും പുകയെ അധോമുഖനായി ചെവിയിൽ കൂടി കുടിച്ചുകൊണ്ട് ജീവൻ നിലനിർത്തി. അപ്പോൾ ഗരുഡന്റെ പുറത്തു കയറി വിഷ്ണു അവിടെ വന്നു. സമീപത്ത് വന്ന് ജല്പനം ചെയ്തുകൊണ്ട് (പറഞ്ഞുകൊണ്ട്) ദാനവരെ നശിപ്പിച്ചു. അപ്പോൾ പുലോമ ശപിക്കാൻ മുതിർന്നു. പുലോമയുടെ കഴുത്ത് ചക്രത്താൽ മുറിച്ചു. അപ്പോൾ ചുവന്ന സമുദ്രം പോലെ രക്തം ഒഴുകി. ശിരസ്സ് കുണ്ഡലത്തോടെ താഴെ വീണു. അപ്പോൾ ഭൃഗുമുനി പുലോമയുടെ ശിരസ്സ് കണ്ടു. ദൈത്യന്മാരെ കണ്ടില്ല. അദ്ദേഹം പുരികം ചുളിച്ച് ദേഷ്യപ്പെട്ടു.

'എന്റെ പരിഗ്രഹങ്ങളെയും രാക്ഷസരെയും കൊന്നതിനാൽ നീ മനുഷ്യലോകത്ത് പത്തുപ്രാവശ്യം അവതരിക്കും' എന്ന് ശപിച്ചു. അങ്ങനെ അതിനുവേണ്ടിയും, മാനുഷലോകത്തിന്റെ രക്ഷണത്തിനുവേണ്ടിയും വീണ്ടും വീണ്ടും അവതാരം എടുക്കാൻ വിഷ്ണു തുടങ്ങി. ഭൂമിയിൽ അവതരിച്ച അദ്ദേഹത്തെ പൂജിക്കുന്നവർ സ്വർഗ്ഗത്തിൽ വസിക്കും.

ജലാശയത്തിൽ കുളിച്ച് പത്ത് അവതാരങ്ങളെയും പൂജിക്കണം.

മത്സ്യം, കൂർമ്മം, വരാഹം, നരസിംഹം, ത്രിവിക്രമം, ശ്രീരാമം, രാമകൃഷ്ണന്മാർ, ബുദ്ധൻ, കൽക്കി എന്നിവരേയും, നാരായണനായ ഹരിയേയും ഞാൻ ശരണം പ്രാപിക്കുന്നു. എന്നിൽ പ്രസാദിച്ചാലും. ഭക്തികൊണ്ട് മായയെ മുറിച്ചുകളഞ്ഞാലും ഞങ്ങളെ ശ്വേതദ്വീപിലേക്ക് നയിച്ചാലും എന്ന മന്ത്രത്താൽ പുഷ്പ-ധൂപ, ചന്ദനാദികൾ കൊണ്ട് ഹരിയെ കുളിപ്പിക്കണം.

ഇങ്ങനെ വ്രതം അനുഷ്ഠിക്കുന്നവന്റെ എല്ലാ പാപവും നശിക്കും. അവൻ വിഷ്ണു ശ്വേതദ്വീപിലേക്ക് നയിക്കപ്പെടും. ജനാർദ്ദനൻ സന്തുഷ്ടനാകും. എന്തും ലഭിക്കും. വ്രതം ആചരിക്കുന്ന സ്ത്രീ

ചാഞ്ചല്യമില്ലാത്ത ഐശ്വര്യത്തോടെ ഭർത്തൃ പുത്രസമന്വിതയായി മനുഷ്യലോകത്ത് വളരെക്കാലം താമസിച്ച് വിഷ്ണുലോകത്ത് വിളങ്ങും. അവിടുന്ന് രുദ്രലോകവും പിന്നെ പരമപദവും കിട്ടും.

ഭൈരവന്റെ ജന്മകഥ

അവ്യക്ത ജന്മാവായ ബ്രഹ്മാവ് പതിനാറുകൊല്ലം പൂർത്തിയായപ്പോൾ താമരയിൽ ഇരുന്ന് സൃഷ്ടിനടത്താൻ തുടങ്ങി. ഇതിനിടയിൽ അദ്ദേഹത്തിന്റെ മുഖത്തുനിന്ന് ശാരദാദേവി ജനിച്ചു. അവളെ കണ്ട് കാമപീഡിതനായി ബലമായി അവളെ വിഴുങ്ങി. രതി നൽകാൻ പ്രേരിപ്പിച്ചു. അപ്പോൾ ദേവി കോപം നിറഞ്ഞവളായി ഇപ്രകാരം പറഞ്ഞു.

'അഞ്ചാമത്തെ മുഖം നിനക്ക് അശുഭമാണ്. നിന്റെ കഴുത്തിലിരിക്കാൻ അത് യോഗ്യവുമല്ല. സർവ്വേശ്വരനായ നിന്നിൽ നാലു മുഖം മതി.' എന്നു പറഞ്ഞ് മറഞ്ഞുപോയി.

അതുകേട്ടപ്പോൾ ബ്രഹ്മാവിന് കോപം വന്നു.

ആ കോപാഗ്നിയിൽ ഭൂമിയിലെ ജലമെല്ലാം വറ്റിപ്പോയി. കോപം ശാന്തമായപ്പോൾ രുദ്രൻ ഭയങ്കരനായി. ഭൈരവൻ എന്ന് പ്രസിദ്ധനായ കാലാത്മാവും സപ്തവാഹനനുമായി തീർന്നു. നരസിംഹ ശോഭയോടെ തന്റെ നഖങ്ങളാൽ ബ്രഹ്മാവിന്റെ അഞ്ചാമത്തെ ശിരസ്സ് നുള്ളിയെടുത്തു. എന്നിട്ട് ഗർജ്ജിച്ചു. അപ്പോൾ ബ്രഹ്മാവ് ഭയപ്പെട്ടു.

അദ്ദേഹത്തെ ശരണം പ്രാപിച്ചു.

'നാഥ! എന്റെ പാപഭൂതമായ ബുദ്ധിയാണ് അതിന് പ്രേരിപ്പിച്ചത്.' എന്ന് പറഞ്ഞു.

ഇതുകേട്ട ഭൈരവൻ 'ബ്രഹ്മ ഭൂതമായ ഞാൻ ശ്രേഷ്ഠനായ നിന്നെ പ്രാപിച്ചതാണ്. സവിതാവിന്റെ (സൂര്യൻ) ശ്രേഷ്ഠമായ ആ തേജസ്സ് നിന്റെ ബുദ്ധിയെ വർദ്ധിപ്പിക്കട്ടെ.' എന്നു പറഞ്ഞ് ആകാശത്തുനിന്ന് ഉറക്കെ കരഞ്ഞു. ആകാശത്തുനിന്ന് ഭൂമിയിൽ വീണ കണ്ണുനീർതുള്ളികൾ വേറെ വേറെയുള്ള രുദ്രാക്ഷവൃക്ഷങ്ങളായി. ബ്രഹ്മവധം ഭയന്ന രുദ്രൻ ആ കപാലം ധരിച്ചു.

അതിനാൽ കപാലി എന്നും അറിയപ്പെട്ടു.

ശിവൻ ലോകത്ത് എല്ലായിടത്തും ഉള്ള പുണ്യസ്ഥലങ്ങളിലും പോയി. എന്നിട്ടും ശുദ്ധനായില്ല.

ഒരിക്കൽ രുദ്രാക്ഷവൃക്ഷങ്ങളിൽ ഹരൻ സ്ഥിതി ചെയ്തു. അന്ന് ബ്രഹ്മവധത്തിന്റെ ദോഷം അകന്നുപോയി. അന്നുമുതൽ രുദ്രാക്ഷം ഉത്തമമായി. കാശീപുരത്ത് വന്ന് അദ്ദേഹം കപാലത്തെ മോചിപ്പിച്ചു. കപാലമോചനം എന്ന തീർത്ഥം പാപം ഇല്ലാതാക്കുന്നതായി തീർന്നു. ഇതിനിടെ ബ്രഹ്മാവ് വന്ന് ശങ്കരനെ സ്തുതിച്ചു.

സൂര്യൻ മകരരാശിയിൽ നിൽക്കുമ്പോൾ ചന്ദ്രനും ശുഭമായിരിക്കേ, കപാലിയെ ഭഗവാൻ മഹാരുദ്രനാക്കി.

ഭൈരവശിവൻ തന്റെ മുഖത്തിന്റെ ഒരംശം കൊണ്ട് കാശിയിൽ അയോനിജനായി ജനിച്ചു. കപാലമോചന ഹോമകുണ്ഡത്തിൽ നിന്ന് ഭൂമിയിൽ വന്ന് വേദനിധി ഭൈരവൻ എന്ന് പ്രസിദ്ധനായി.

രാവണന്റെ ജന്മകഥ

ത്രിപുരാധിപതിയുടെ സഹോദരിയും മയന്റെ പുത്രിയുമായിരുന്നു മണ്ഡോദരി. ത്രിപുരങ്ങൾ ദഹിച്ചപ്പോൾ മണ്ഡോദരി രഹസ്യമായി വിഷ്ണുവിനെ പൂജിച്ചു. ഭക്തിഭാവത്താൽ ഹരിയുമായി യോഗം പ്രാപിച്ചു. വിന്ധ്യപർവ്വതത്തിലെ ഒരു ഗുഹയിൽ മറഞ്ഞിരുന്നു. കൃതയുഗത്തിന്റെ പന്ത്രണ്ടാം വർഷം വരെ അവൾ തപസ്സനുഷ്ഠിച്ചു താമസിച്ചു. ബ്രഹ്മാവിന്റെ പുത്രനായ പുലസ്ത്യന്റെ രോഷത്തിൽനിന്ന് വിശ്രവസ്സ് ഉണ്ടായി. അവൻ നൂറുകൊല്ലം തപസ്സ് അനുഷ്ഠിച്ചു. അതോടെ വിശ്രവസ്സ് എന്ന മുനിയായി. അവൻ സുമാലി എന്ന അസുരന്റെ പുത്രി കേകസിയെ വിവാഹം കഴിച്ചു. ഗന്ധമാദനപർവ്വതത്തിൽ ഉള്ള കദളീവനത്തിൽ ആ വിശ്രവസ്സ് അവളുമായി രമിച്ച് താസമിച്ചു. രാവണൻ, കുംഭകർണ്ണൻ എന്ന രണ്ട് രാക്ഷസപുത്രന്മാർ അവർക്കുണ്ടായി. രാവണൻ മാതൃഭക്തനായിരുന്നു. എന്നാൽ അനുജൻ കുംഭകർണ്ണൻ പിതൃഭക്തനും ആയിരുന്നു. അവർ രണ്ടുപേരും വളരെ കൊല്ലങ്ങൾ തപസ്സ് ചെയ്തു. എന്നിട്ട് ദേവദാനവന്മാരാൽ അജയ്യൻ ആയിരിക്കണമെന്ന വരം വാങ്ങി. വരം ലഭിച്ച അവർ കുബേരന്റെ പുഷ്പകവിമാനം ബലമായി പിടിച്ചു വാങ്ങി. ദേവന്മാരെ എല്ലാം സ്വർഗ്ഗത്തിൽനിന്ന് ഓടിച്ചു.

ഹനുമാന്റെ ജന്മകഥ

ദേവന്മാർ കൈലാസത്തിൽ പോയി പതിനൊന്നുകൊല്ലം മഹാദേവനെ പൂജിച്ചു. അതിനുശേഷം വരം വാങ്ങി ഭയമില്ലാത്തവരായി. ശിവന്റെ പൂർവ്വാർദ്ധത്തിൽനിന്ന് ഉണ്ടായ മാനസസരസ്സിന്റെ വടക്ക് ഒരു പർവ്വതമുണ്ട്. അവിടെ ഗൗതമശരീരത്തിൽനിന്നുണ്ടായ അഞ്ജന (കീശകേസരിയുടെ പത്നി) എന്ന സ്ത്രീ താമസിക്കുന്നുണ്ട്. അവളെ പ്രാപിക്കാനായി ശിവൻ തന്റെ തേജസ്സ് കേസരിമുഖത്തിലേക്ക് അയച്ചു. കാമദേവപീഡിതനായ ആ വാനരേന്ദ്രൻ അവളെ അനുഭവിച്ചു. ഇതിനിടയിൽ വായു കപീന്ദ്രന്റെ (വാനരേന്ദ്രന്റെ) ശരീരത്തിൽ പ്രവേശിച്ചു. അവന് അഞ്ജനയെ ഇഷ്ടമായി. ബലമായി അവളെ രമിച്ചു. മൈഥുനസ്ഥരായി പന്ത്രണ്ടുവർഷം കഴിച്ചുകൂട്ടി. ഭ്രൂണം പ്രാപിച്ച് ഒരുകൊല്ലം അതിനെ ധരിച്ചു. വാനരമുഖത്തോടെ രുദ്രപുത്രൻ ഉണ്ടായി. കുത്സിതരൂപമായതിനാൽ (ഹീനമായ രൂപം, നിന്ദിക്കപ്പെടുന്ന രൂപം) അഞ്ജന പർവ്വതത്തിൽനിന്ന് താഴേക്ക് എറിഞ്ഞു. ബലമായി തിരിച്ചുവന്നു. അപ്പോൾ ഉദിച്ചുവരുന്ന സൂര്യനെ പിടിച്ചു. അപ്പോൾ അവിടെ ഇന്ദ്രൻ എത്തിച്ചേർന്നു. വജ്രംകൊണ്ട് അടിച്ചു. എന്നിട്ടും പിടി വിട്ടില്ല. ഇന്ദ്രൻ ഭയംകൊണ്ട് വിറച്ചു. 'സൂര്യനെ രക്ഷിക്കൂ' എന്ന് പറഞ്ഞു. ഇന്ദ്രന്റെ ആർത്തനാദം രാവണൻ കേട്ടു. അവർ വാലിൽ പിടിച്ച് കുരങ്ങനോട് മുഷ്ടിയുദ്ധം നടത്തി. അപ്പോൾ വാനരൻ സൂര്യനെ വിട്ടു. എന്നിട്ട് രാവണനുമായി വളരെക്കാലം മുഷ്ടിയുദ്ധം നടത്തി. എന്നിട്ടും ക്ഷീണിച്ചില്ല. രാവണൻ ക്ഷീണിച്ചു. പേടിച്ച് ഓടാൻ തുടങ്ങി. അപ്പോൾ വീണ്ടും അടിച്ചു.

ഇതിനിടയിൽ വിശ്രവസ്സ് വന്നു. അദ്ദേഹം വേദസ്തോത്രങ്ങളാൽ രുദ്രനെ സ്തുതിച്ചു. പ്രസന്നനായ രുദ്രൻ രാവണനെ വിട്ട് പമ്പാസരസ്സിന്റെ തീരത്ത് താമസിക്കാൻ തുടങ്ങി. തൂണായി അവിടെ നിലകൊണ്ടു. അതിനാൽ സ്ഥാണു(തൂണ്) എന്ന് പേരും ഉണ്ടായി. പിന്നീട് ഹനുമാൻ എന്ന് പേര് ലഭിച്ചു. തപസ്സുകൊണ്ട് ബ്രഹ്മാവിനെ പ്രസാദിപ്പിച്ചു.

തലകുനിച്ച് പറഞ്ഞു.

'തപോനിധേ, രുദ്രാ കേട്ടാലും; വൈവസ്വതമന്വന്തരത്തിൽ ത്രേതായുഗത്തിന്റെ പൂർവ്വചരണത്തിൽ രാമൻ അവതരിക്കും. അന്ന്

രാമഭക്തിയാൽ നീ കൃതകൃത്യനായി തീരും'

ഭാദ്രപ്രകാശകമായ ചന്ദ്രനെ അവന് നൽകി. രാവണന് സുന്ദരിയായ മണ്ഡോദരിയേയും നൽകി.

ത്രിപുരദഹനം

മയപുത്രനായ മായി ഒറ്റക്കാലിൽനിന്ന് ആയിരംകൊല്ലം തപസ്സ് ചെയ്തു. ബ്രഹ്മാവിനെ പ്രത്യക്ഷപ്പെടുത്തി. അവന്റെ തപസ്സിന്റെ ശക്തിയിൽ ലോകം മുഴുവൻ ചുട്ടുപൊള്ളി. പ്രത്യക്ഷനായ ബ്രഹ്മാവ് അവന്റെ ആഗ്രഹം അനുസരിച്ച് മൂന്നുപട്ടണങ്ങൾ നിർമ്മിച്ചുകൊടുത്തു.

സ്വർണ്ണംകൊണ്ട് സ്വർഗ്ഗതുല്യമായത് മുകളിലും, അതിനുതാഴെ വെള്ളികൊണ്ടും അതിനുംതാഴെ ഇരുമ്പുകൊണ്ടും. ഭൂലോകം പോലെയും ആയിരുന്നു ആ പട്ടണങ്ങൾ. അവിടെ ദൈത്യന്മാരും സ്ത്രീകളും താമസിച്ചു. അവൽ യജ്ഞഭാഗം ഭക്ഷിച്ച് ദേവതുല്യരായി ജീവിച്ചു. അപ്പോൾ ദേവന്മാർ വിശന്നുവലഞ്ഞ് ദുർബലരായി. അവർ മഹാവിഷ്ണുവിനെ പ്രസാദിപ്പിച്ചു.

'നാലുയുഗങ്ങൾ ചേർന്ന വർഷങ്ങൾ ഞങ്ങൾ അധികാരമില്ലാതെ കഴിഞ്ഞു. ഇരുട്ടിൽ മുങ്ങിയ പതിനാറു ചതുർയുഗങ്ങളും കഴിഞ്ഞു. ഞങ്ങൾ ദുഃഖിതരാണ്.' എന്ന് അവർ പറഞ്ഞു.

ഇതുകേട്ട ഭഗവാൻ സ്വയം ബൗദ്ധരൂപനായി ജനിച്ചു. ഭയാനകമായ കലിയുഗത്തിൽ അജിനബ്രാഹ്മണന്റെ പുത്രനായി വേദധർമ്മപരായണരായ ബ്രാഹ്മണരെ മോഹിപ്പിച്ചു.

ദേവന്മാർ അല്ലാത്തവർ പതിനാറുവർഷം കലിയുഗത്തിലായപ്പോൾ യജ്ഞവർജ്ജിതരായി മാറി. അപ്പോൾ അവർ കോപാകുലരായി. എല്ലാ ത്രിപുരവാസികളും യജ്ഞരഹിതരായ മനുഷ്യരെ പീഡിപ്പിച്ചു. കല്പാവസാനത്തിൽ ദൈത്യഭക്ഷിതരായി നരന്മാരെല്ലാം നശിച്ചു.

വീണ്ടും സത്യയുഗം വന്നു. അപ്പോൾ ദേവന്മാർ കൈലാസത്തിലെ ഗുഹന്റെ ഗൃഹത്തിൽ വെച്ച് ശിവനെ ആരാധിച്ചു. ജ്യോതിർലിംഗശരീരംകൊണ്ട് ശിവൻ അവിടെ ഭയങ്കരനായി വർത്തിച്ചു. ഇതിനിടയിൽ ദേവന്മാർ ഭൂമിയുടെ സാരം ഗ്രഹിച്ച് രഥമുണ്ടാക്കി അലങ്കരിച്ചു. സൂര്യചന്ദ്രന്മാരുടെ സാരം എടുത്ത് രഥചക്രം

ഉണ്ടാക്കി. സുമേരുവിന്റെ സാരംകൊണ്ട് കൊടി ഉണ്ടാക്കി. ആ രഥം ശിവനു നൽകി. ബ്രഹ്മാവ് സ്വയം രഥസാരഥിയായി. വേദങ്ങൾ കുതിരകളായി. ലോകാലോകപർവ്വതത്തിന്റെ സാരംകൊണ്ട് വില്ലുണ്ടാക്കി. ആ ധനുസ്സ് ഘോരമായ 'അജഗവം' എന്ന പേരിൽ പ്രസിദ്ധമായി. അതിനുമേൽ ഞാണേറ്റിയപ്പോൾ അത് ഒടിഞ്ഞു. അപ്പോൾ ഭഗവാന് ദേഷ്യം വന്നു. ഭഗവാൻ വിഷ്ണു സ്വർഗ്ഗസാരമെടുത്ത് ദിവ്യമായ ധനുസ്സ് 'പിനാകം' നിർമ്മിച്ചുകൊടുത്തു. അത് കയ്യിൽ എത്തി. ശിവൻ പിനാകി എന്ന പേരിൽ പ്രസിദ്ധനായി. അതിന്റെ ഞാൺ ആദിശേഷനും, അസ്ശക്രനും ആയി. അഗ്നിയും വായുവും, വിഷ്ണുവും ശരങ്ങൾ ആയി. ആ ശരങ്ങളേറ്റ് ധാരാളം അസുരന്മാർ യുദ്ധത്തിൽ മരിച്ചു. അങ്ങനെ മയാസുരൻ പരിപാലിച്ച ത്രിപുരത്തെ ശിവൻ നശിപ്പിച്ചു.

പുരങ്ങൾ നശിച്ചപ്പോൾ ബ്രഹ്മാവ് ചന്ദ്രനെ ശശിമണ്ഡലത്തിന്റെ എന്ന പോലെ പിനാകിയെ ത്രിപുരത്തിന്റെ രാജാവാക്കി. അങ്ങനെ ഇരുട്ട് നീങ്ങി ദേവന്മാർ അവരുടെ അധികാരം തിരിച്ചു പിടിച്ചു. അവർ സന്തുഷ്ടരായി.

ബോപദേവകഥ

തോതാദരിയിൽ വേദവേദാംഗപരാംഗതനായി ബോപദേവൻ എന്ന് പ്രസിദ്ധനായ ഒരു കൃഷ്ണഭക്തൻ ഉണ്ടായിരുന്നു. അദ്ദേഹം ഗോപികമാരാലും, ഗോപന്മാരാലും സേവിക്കപ്പെട്ടു. മനോഹരമായ വൃന്ദാവനത്തിൽ പോയി. അവിടെ മനസ്സുകൊണ്ട് ദേവദേവനായ ജനാർദ്ദനെ പൂജിച്ചു. ഒരുകൊല്ലം അങ്ങനെ പൂജിച്ചു. അപ്പോൾ ഉത്തമമായ ജ്ഞാനത്തെ (അറിവിനെ) നൽകി. ആ ജ്ഞാനത്താൽ അദ്ദേഹത്തിന്റെ മനസ്സിൽ പരീക്ഷിത്തിനായി ശ്രീചക്ര ബ്രഹ്മർഷി വർണ്ണിച്ചുകൊടുത്ത ഭാഗവതകഥ തെളിഞ്ഞു.

കഥയുടെ അവസാനം ഭഗവാൻ വിഷ്ണു പ്രത്യക്ഷനായി. വരം ചോദിക്കാൻ ആവശ്യപ്പെട്ടു.

ബോപദേവൻ പറഞ്ഞു.

'നമസ്തേ, ഭഗവൻ വിഷ്ണോ! ലോകാനുഗ്രഹകാരകാ! ദേവന്മാരും, മനുഷ്യരും, പശുപക്ഷികളും നിറഞ്ഞ ഈ വിശ്വം അങ്ങ് നൽകിയതാണ്. കലിയുഗത്തിൽ അങ്ങയുടെ നാമംകൊണ്ടാണ്

നരകത്തിൽ ദുഃഖിക്കുന്നവർപോലും കൃതാർത്ഥരാവുന്നത്. അങ്ങു പറഞ്ഞുകൊടുത്ത് വ്യാസൻ നിർമ്മിച്ചതാണ് ഭാഗവതം. അതിന്റെ മാഹാത്മ്യം വരമായി എനിക്ക് പറഞ്ഞുതന്നാലും.'

ഭഗവാൻ പറഞ്ഞു.

'ഒരിക്കൽ ഭഗവാൻ രുദ്രൻ ഭവാനിയോടുകൂടി നാസ്തികർ(ഈശ്വരൻ ഇല്ലെന്ന് വാദിക്കുന്നവർ) നിർമ്മിച്ച ബൗദ്ധരാജ്യത്ത് എത്തിച്ചേർന്നു. അവിടെ കാശിയിൽ ഒരു ഉയർന്ന സ്ഥലം കണ്ടു. സന്തോഷത്തോടെ പ്രണമിച്ചു. ജയസച്ചിദാനന്ദ വിഭോ! ജഗദാനന്ദകാരക! എന്ന ശബ്ദം കേട്ട് ദേവി ചോദിച്ചു. 'അങ്ങയെക്കാൾ ഉത്തമനായി ഏതു ദേവനാണ് ഇവിടെ?'

മഹാദേവൻ പറഞ്ഞു, 'മഹാദേവീ! ഇവിടെ ഏഴുദിവസത്തെ യാഗം നടന്നിട്ടുണ്ട്. അതിനാൽ, ഈ ഭൂമി പവിത്രമായിരിക്കുന്നു. സർവ്വതീർത്ഥത്തേക്കാൾ അധികമാണ് സ്വയം സനാതനമായ ബ്രഹ്മം.'

ഇതുകേട്ട് ദേവി, ശിവനോടുകൂടി ഗുഹ്യകാലയത്തിലെത്തി. (ശിവാലയം). അവിടുത്തെ ഭൂമി ശുദ്ധി ചെയ്തു. ചണ്ഡീശൻ, ഗണേശൻ, നന്ദി, ഗുഹൻ എന്നിവരെ രക്ഷക്കുവേണ്ടി ശിവൻതന്നെ അവിടെ പ്രതിഷ്ഠിച്ചു.

'ദേവീ! മനസ്സിൽ സ്ഥിതി ചെയ്യുന്ന ഒരു കഥ കേട്ടാലും' എന്നു പറഞ്ഞ് ധ്യാനത്തിലിരുന്ന് ഏഴുദിവസംകൊണ്ട് സ്വയം വർണ്ണിച്ചു. എട്ടാമത്തെ ദിവസം കണ്ണുതുറന്നപ്പോൾ ദേവി ഉറങ്ങുന്നതു കണ്ടു. ദേവൻ ദേവിയെ ഉണർത്തി. 'ഏതുവരെയാണ് കഥ കേട്ടത്' എന്നു ചോദിച്ചു.

'അമൃതമഥനം വരെയാണ് അങ്ങ് പറഞ്ഞത്' എന്നു പറഞ്ഞു.

പൊത്തിലിരുന്ന് ആ കഥ കേട്ട് തത്ത ചിഞ്ജീവിയായി. പാർവ്വതി സുന്ദരരൂപനായ ആ തത്തയെ രക്ഷിച്ചു. തത്ത ശിവസദനത്തിൽ വസിച്ച് എന്നെ (ജനാർദ്ദനനെ) ധ്യാനിച്ചു. എന്റെ ആജ്ഞ അനുസരിച്ച് തത്ത നിന്റെ ഹൃദയത്തിൽ സ്ഥിതി ചെയ്യും. അവനുകിട്ടിയ ഭാഗവതമാഹാത്മ്യം പരമദുർലഭമാണ്. അതു നിനക്ക് ലഭിക്കില്ല. നീ വിക്രമഭൂപതിയുടെ പിതാവായ ഗന്ധർവ്വസേനനായിക്കൊണ്ട് നർമ്മദാതീരത്ത് ചെന്ന് ഈ ശുഭമായ കഥ കേൾപ്പിക്കുക. ഹരിയുടെ മാഹാത്മ്യദാനം തന്നെയാണ് എല്ലാ ദാനത്തേക്കാളും ശ്രേഷ്ഠം. അത് വിഷ്ണുഭക്തനായ ഒരു സജ്ജനത്തിനു

തന്നെ നൽകണം. വിശക്കുന്നവന് അന്നദാനം നൽകുന്നതുപോലും ഇതിന് തുല്യമല്ല.'

ഇപ്രകാരം പറഞ്ഞ് ഭഗവാൻ അപ്രത്യക്ഷനായി. ബോപദേവൻ പ്രസന്നനായി.

(ബംഗാളിലെ 12-13 നൂറ്റാണ്ടുകളിൽ രൂപംകൊണ്ട ഗൗഡീയ വൈഷ്ണവപ്രസ്ഥാനത്തിന്റെ ആചാര്യന്മാരിൽ ഒരാളാണ് ബോപ ദേവൻ.)

വിപ്രപുത്രകഥ

ചിത്രകൂടത്തിലെ രാജാവായിരുന്നു രൂപദത്തൻ. അദ്ദേഹം മൃഗ യാവിനോദത്തിന് വേണ്ടി കാട്ടിലേക്ക് പോയി. മധ്യാഹ്നമായപ്പോൾ ഒരു തടാകതീരത്ത് വെച്ച് ഒരു മുനിപുത്രിയെ കണ്ടുമുട്ടി. അവൾ സുന്ദരിയും യൗവനയുക്തയും ആയിരുന്നു. അവൾ താമരപ്പൂ ശേഖ രിക്കുകയായിരുന്നു. അവർ രണ്ടുപേരും അങ്ങോട്ടും ഇങ്ങോട്ടും നോക്കി. നേത്രങ്ങൾ ഒന്നായി സംഗമിച്ചതുപോലെ നിന്നു. അപ്പോൾ ഒരു ബ്രാഹ്മണൻ അവിടെ വന്നുചേർന്നു. അയാൾ ഇവരെ കണ്ടു. അയാളെ കണ്ടപ്പോൾ രാജാവിന് പരിസരബോധം വന്നു. രാജാവ് വിനയത്തോടെ ആ ബ്രാഹ്മണനോട് ധർമ്മത്തെക്കുറിച്ച് ചോദിച്ചു. ബുദ്ധിമാനായ അദ്ദേഹം ദയ, ധർമ്മം എന്നിവ പരിപോ ഷിപ്പിക്കുന്നതിനെ കുറിച്ച് പറഞ്ഞു.

'നിർഭയന് തുല്യമാണ് ദാനം. അതിന് ഭൂതവും ഭാവിയും ഇല്ല. അനർഹരായവർക്ക് (അർഹതയില്ലാത്തവർക്ക്) ദണ്ഡം നൽക രുത്. എന്നാൽ അർഹമായ പൂജാഫലം ഭവിക്കും. പശുവിലും, ബ്രാഹ്മണരിലും മിത്രതയും ദണ്ഡനിഗ്രഹങ്ങളിൽ തുല്യതയും വേണം. ദേവപൂജയിൽ സത്യവും, ഗുരുപൂജയിൽ അടക്കവും വേണം. ദാനസമയത്ത് മൃദുലതയും നിന്ദ്യകർമ്മത്തിൽ അസന്തു ഷ്ടിയും (സന്തോഷം ഇല്ലാത്ത അവസ്ഥയും) വേണം.'

ഇപ്രകാരം പറഞ്ഞ് പുത്രിയെ രാജാവിന് നൽകി ബ്രാഹ്മണൻ പോയി. രാജാവ് അവളോടുകൂടി ആലിൻചുവട്ടിൽ കിടന്നു.

അപ്പോൾ അദ്ദേഹത്തിന്റെ ഭാര്യയെ ഭക്ഷിക്കാൻ ഒരു രാക്ഷ സൻ അവിടയെത്തി. അദ്ദേഹത്തെ ഉണർത്തി. ബലിയെക്കുറിച്ച് അറിയിച്ചു. രാജാവ് ഏഴുവയസ്സായ ഒരു ബ്രാഹ്മണനെ നൽകാം

എന്ന് സത്യം ചെയ്തു. എന്നിട്ട് സ്വന്തം ഗൃഹത്തിലേക്ക് പോയി.

ലക്ഷം സ്വർണ്ണനാണയങ്ങൾ കൊടുത്ത് ഒരു ബ്രാഹ്മണന്റെ നടുവിലത്തെ പുത്രനെ രാക്ഷസന് ബലി കൊടുത്തു. മരണസമയത്ത് ആ ബാലൻ ഉറക്കെ ചിരിച്ചു. അതിനുശേഷം കരഞ്ഞു.

എന്തിനാണ് ആദ്യം ചിരിക്കുകയും പിന്നീട് കരയുകയും ചെയ്തത് എന്ന് വേതാളം ചോദിച്ചു.

അതിന് മറുപടിയായി വിക്രമാദിത്യൻ പറഞ്ഞു.

'ഹേ, വൈതാളിക! മൂത്തമകൻ പിതാവിന് പ്രിയപ്പെട്ടവനാണ്. ഇളയവൻ അമ്മയ്ക്കും. ഇതു മനസ്സിലാക്കിയ മധ്യമൻ സ്വയം രാജാവിനെ ശരണം പ്രാപിച്ചു.

ദയയില്ലാത്ത രാജാവ് പത്നിയുടെ മംഗളം ആഗ്രഹിച്ചിരുന്നു. വാളേന്തിയവനാണ് രാജാവ് എന്ന് ആ ശിവതല്പരനായ കുട്ടി മനസ്സിലാക്കി. എന്നിട്ട് ആദ്യം ചിരിച്ചു.

എന്റെ ശരീരം രാക്ഷസന് ഭക്ഷണമായല്ലോ എന്ന് ചിന്തിച്ച് കരയുകയും ചെയ്തു.

വിഷ്ണുസ്വാമി ചരിതം

ജയസ്ഥലപുരം എന്ന മനോഹരമായ ഒരു രാജ്യം ഉണ്ടായിരുന്നു. അവിടെ വർദ്ധമാനനായിരുന്നു രാജാവ്. അദ്ദേഹത്തിന്റെ ഗ്രാമത്തിൽ വിഷ്ണുസ്വാമി എന്ന പ്രസിദ്ധനും, രാധാകൃഷ്ണഭക്തനും ആയ ഒരു ബ്രാഹ്മണൻ ഉണ്ടായിരുന്നു. അദ്ദേഹത്തിന് വേദവേദാംഗങ്ങളിൽ വളരെയധികം ജ്ഞാനമുണ്ടായിരുന്നു. അദ്ദേഹത്തിന്റെ നാലുപുത്രന്മാർ, നാലുതരത്തിലുള്ള പ്രവൃത്തികളിൽ തല്പരർ ആയിരുന്നു. ചൂതാട്ടക്കാരൻ, കുലടൻ, വിഷയാസക്തൻ, നാസ്തികൻ ഇങ്ങനെയുള്ളവയായിരുന്നു നാലു പ്രവൃത്തികൾ. ദൈവനിയോഗത്താൽ അവർ നാലുപേരും ധനം നഷ്ടപ്പെട്ടവരായിത്തീർന്നു.

അവർ പിതാവായ വിഷ്ണുശർമ്മനോട് ചോദിച്ചു.

'ലക്ഷ്മി (ധനം) എങ്ങനെയാണ് നഷ്ടപ്പെട്ടത്? അതു പറഞ്ഞാലും.'

അതുകേട്ട് വിഷ്ണുശർമ്മ പറഞ്ഞു. 'ഹേ ചൂതാട്ടക്കാര! ചൂത് ധനം നശിപ്പിക്കും. അത് പാപവുമാണ്. അങ്ങനെ വ്യഭിചാരം, മോഷ

ണം, ദയാരാഹിത്യം (ദയയില്ലായ്മ) എന്നിവ സംഭവിക്കും. അതു കൊണ്ടാണ് നിന്റെ ദ്രവ്യം നശിച്ചത്. ധനം ഉണ്ടാക്കണമെങ്കിൽ പിതാവിന്റെ വാക്യം ഓർമ്മയിൽ വയ്ക്കണം. തീർത്ഥ സ്ഥലങ്ങളിൽ പോവുക, വ്രതം അനുഷ്ഠിക്കുക. ഇവ ചെയ്താൽ പാപം നശിക്കും.

ഹേ കുലടേ! നീ വേശ്യാസംസർഗ്ഗം ഉപേക്ഷിച്ച് ബ്രഹ്മചര്യം അനുഷ്ഠിക്കുക. ഹേ, വിഷയാസക്താ! നീ മാംസത്തിലും, മദ്യത്തിലും തല്പരനായാൽ പാപം വർദ്ധിക്കും. അതിനാൽ മോക്ഷണം നടത്തും. നരകത്തെ പ്രാപിക്കും. അതുകൊണ്ട് വിഷ്ണുവിനെ പൂജിച്ച്, നിവേദ്യം അർപ്പിച്ച് മിണ്ടാതെ ഭക്ഷണം കഴിക്കുക. ഹേ നാസ്തിക! നീ ദേവനിന്ദ ഉപേക്ഷിച്ച് ജീവിക്കുക. സർവ്വദേവ പൂജകൾ ചെയ്യുക. പാപശാന്തി കൈവരും.'

ഇതുകേട്ട അവർ തീർത്ഥങ്ങളിലേക്ക് പോയി. സർവ്വരൂപിയായ ശിവനെ ആരാധിച്ചു. വർഷാവസാനത്തിൽ മഹാദേവൻ മൃതസഞ്ജീവിനി വിദ്യ നൽകി. അതിനെ പ്രാപിച്ച അവർ വനത്തിൽ എത്തി. ആ വിദ്യ പരീക്ഷിക്കാൻ തുടങ്ങി.

ചത്തുകിടന്ന പുലിയുടെ അസ്ഥിയിൽ മന്ത്രം ജപിച്ച് വെള്ളം തളിച്ചപ്പോൾ മന്ത്രശക്തിയാൽ അതിന്റെ അസ്ഥികൂടം ശരിയായി. അതിനുമുകളിൽ കുലടൻ മന്ത്രപൂതമായ വെള്ളം (മന്ത്രംകൊണ്ട് പവിത്രമായത്) തളിച്ചപ്പോൾ അസ്ഥികൂടത്തിൽ മാസംവും രക്തവും ഉണ്ടായി. വിഷയാസക്തൻ വെള്ളം ജപിച്ച് തളിച്ചു. അപ്പോൾ തൊലിയും പ്രാണനും ഉണ്ടായി. പുലി ഉറങ്ങുന്നു എന്ന് വിചാരിച്ച് നാസ്തികൻ മന്ത്രജലം തളിച്ചു. അപ്പോൾ പുലി ഉണർന്നു. അവരെ എല്ലാം കൊന്നുതിന്നു.

'അവരിൽ മന്ത്രംകൊണ്ട് പുലിയെ ഉണർത്തിയവനാണ് വിഡ്ഢി' എന്ന് വിക്രമാദിത്യരാജാവ് വേതാളത്തിനോട് പറഞ്ഞു.

വാമനപുരാണകഥകൾ

കഥകൾ

മഹേശ്വരന് ജീമൂതകേതു എന്ന് പ്രസിദ്ധനായ കഥ

വളരെ പണ്ട് ഒരു വേനൽക്കാലത്തിന്റെ തുടക്കത്തിൽ ഹൈമാവതീദേവി മന്ദരപർവ്വതത്തിൽ വെച്ച് മഹേശ്വരനോട് ഇപ്രകാരം പറഞ്ഞു.

'നാഥാ! പരമദാരുണവും, ഘോരവുമായ ഗ്രീഷ്മകാലം വന്നണഞ്ഞിരിക്കുന്നു. വാതാതപങ്ങളിൽ നിന്ന് (വേനൽച്ചൂടിൽനിന്ന്) രക്ഷ നേടുന്നതിനായി നമുക്ക് ഒരു ഗൃഹം വേണമല്ലോ.'

അതുകേട്ട് മഹേശ്വരൻ ഇങ്ങനെ പറഞ്ഞു.

'ഭവതിക്കറിയാമല്ലോ...ഞാൻ ആശ്രയം (ഗൃഹം) ഇല്ലാതെ എന്നും കാനനത്തിൽ ചുറ്റിസഞ്ചരിക്കുന്നവനാണ് എന്ന്.'

അങ്ങനെ ഒരു വേനൽക്കാലം മുഴുവൻ ദേവി അദ്ദേഹത്തോടൊപ്പം വൃക്ഷങ്ങളുടെ തണലിൽ കഴിച്ചുകൂട്ടി. തുടർന്ന് ദിക്കുകളെല്ലാം കൂരിരുട്ടിലായി. അത്ഭുതകരമായ വർഷകാലം വന്നുചേർന്നു. അങ്ങനെ വസിക്കുന്ന സമയത്ത് ഒരുദിവസം ദക്ഷപുത്രി വളരെ സ്നേഹത്തോടെ പതിയോട് പറഞ്ഞു.

'കാറ്റ് കഠിനമായി വീശുന്നു. ഹൃദയം പിളർക്കുമാറ് മേഘഗർജ്ജനം മുഴങ്ങുന്നു. കാർമേഘപാളികളിൽ മിന്നൽപ്പിണർ സ്ഫുരിക്കുന്നു (പ്രകാശിക്കുന്നു). എങ്ങും മയിലുകൾ കേകാരവം ഉതിർക്കുന്നു. (ശബ്ദമുണ്ടാക്കുന്നു) കൊറ്റികളും, വെള്ളിൽപക്ഷികളും മേഘത്തെ ഭജിക്കുന്നു. മാരുതനേറ്റ് (കാറ്റേറ്റ്) കടമ്പ്, വേങ്ങ, കൈത തുടങ്ങിയ മരങ്ങൾ പൂക്കൾ പൊഴിക്കുന്നു. മഴ പെയ്ത് കലുഷമാകും എന്ന് കരുതി ഹംസങ്ങൾ, മഹാന്മാർ നീചന്മാരെയും, ഉദ്ധതൻമാരെയും എന്നപോലെ, സരസ്സുകളെ ഉപേക്ഷിക്കുന്നു. പ്രിയമുള്ളവനേ, ഈ മാനുകളുടെ കൂട്ടത്തെ നോക്കൂ. കാർമേഘം കണ്ട് ഉത്സാഹത്തോടെ അവർ ഈ വനഭൂമിയിൽ ഓടിച്ചാടി നടന്ന് രമിക്കുന്നു. ഭൂമി ചെടിയും പുല്ലും നിറഞ്ഞ് മനോഹരമായിരിക്കുന്നു. പൊട്ടിമുളച്ചുവരുന്ന ഇളംനാമ്പുകൾ നിറഞ്ഞ പ്രദേശങ്ങളിൽ പന്നി

ക്കൂട്ടം വിഹരിക്കുന്നു. നദികളുടെ പ്രവാഹം അതിവേഗതയാർന്നിരിക്കുന്നു.

അല്ലയോ ചന്ദ്രകലാധരാ! ഈ സമയത്ത് അയോഗ്യമായ പുരുഷനോട് ഇടപെട്ട് സ്ത്രീ ദുശ്ശീലയാകുന്നതിൽ അത്ഭുതമില്ലല്ലോ. ആകാശം മുഴുവൻ നീലമേഘങ്ങൾ നിറഞ്ഞിരിക്കുന്നു. മരുതുവൃക്ഷങ്ങളിൽ പൂക്കളും കടമ്പിൽ മൊട്ടുകളും കൂവളത്തിൽ കായ്കളും, നദികളിൽ ജലവും, സരസ്സുകളിൽ താമരപ്പൂക്കളും സമൃദ്ധമായി ഉണ്ടായിരിക്കുന്നു. ഇപ്രകാരം ദുസ്സഹവും ദീഷണവുമായ വർഷകാലം കഴിച്ചുകൂട്ടുന്നതിന് ഈ പർവ്വതനിരകളിൽ ഒരു വീടുണ്ടാക്കൂ എന്ന് ഞാൻ വീണ്ടും അപേക്ഷിക്കുന്നു.'

പത്നിയുടെ വാക്കുകൾ കേട്ട് അദ്ദേഹം പറഞ്ഞു.

'പ്രിയേ! ഗൃഹം (വീട്) നിർമ്മിക്കാനുള്ള ധനം എനിക്കില്ലാന്ന് ഭവതിക്കറിയാമല്ലോ. പുലിത്തോൽ ആണ് എന്റെ വസ്ത്രം. പൂണുനൂൽ സർപ്പരാജനാണ്. കർണ്ണാലങ്കാരമാകട്ടെ (ചെവിയലങ്കാരം) പത്മപിംഗളസർപ്പങ്ങളും ഒരു തോൾവള കംബളസർപ്പവും മറ്റേത് ധനഞ്ജയനാഗവുമാണ്. വലത്തേ കാപ്പ് അശ്വതരനാഗവും, ഇടത്തേത് തക്ഷകനുമാണ്. എങ്കിലും മഴക്കാലം എങ്ങനെ വൃക്ഷച്ചുവട്ടിൽ കഴിച്ചുകൂട്ടും എന്ന് ദേവി വീണ്ടും ആരാഞ്ഞപ്പോൾ (അന്വേഷിച്ചപ്പോൾ) 'മേഘത്തിന്റെ മുകളിൽ കയറി കഴിച്ചൂട്ടാം. അങ്ങനെയായാൽ ഒരു തുള്ളി വെള്ളംപോലും ദേഹത്ത് വീഴില്ല. എന്ന് മറുപടി നൽകി.

എന്നിട്ട് പത്നിയോടൊപ്പം ഒരു മേഘത്തിൽ കയറി ഇരുന്നു. ആ മേഘം ഭഗവാന്റെ കൊടിയടയാളം പോലെ പരിലസിച്ചു. അപ്പോൾമുതൽ ഭഗവാൻ മേഘം കൊടിയടയാളമായവൻ (ജീമൂതകേതുഃ) എന്ന് പ്രസിദ്ധനായിത്തീർന്നു.

മഹേശ്വരൻ കപാലി എന്ന് പ്രസിദ്ധനായ കഥ

ബ്രഹ്മഹത്യാപാപം ഇല്ലാതാക്കുവാൻ ഭഗവാൻ ശിവൻ കുരുജാംഗലത്തിലേക്കു പോയി. അവിടെ ഗരുഡാരൂഢനായ ചക്രപാണിയെ കണ്ട് സ്തുതിച്ചു.

'വാമനരൂപം പൂണ്ട അങ്ങേയ്ക്ക് പ്രണാമം! ലോകത്തിൽ ഏറ്റവും വലിയ കാരുണികൻ ഭവാനാണല്ലോ. ബ്രഹ്മഹത്യകൊണ്ട് എനിയ്ക്ക് വന്നുചേർന്ന പാപത്തെ കണ്ട് അകറ്റിത്തന്നാലും. ഞാൻ പാപംമൂലം ദഹിച്ചുകൊണ്ടിരിക്കുകയാണ്. നാഥനായ താങ്കൾ എന്നെ നയിച്ചാലും.'

മഹേശ്വരന്റെ വാക്കുകൾ കേട്ട വിഷ്ണുഭഗവാൻ ബ്രഹ്മഹത്യാപാപം തീരുന്നതിനുള്ള വഴി അരുളിച്ചെയ്തു.

'പ്രയാഗയിൽ എന്റെ അംശത്തിൽ (വിഷ്ണുഭഗവാന്റെ അംശത്തിൽ) നിന്നുണ്ടായ 'യോഗശായി' എന്ന പ്രസിദ്ധനായ ഒരു ദേവനുണ്ട്. അവ്യയനായ(നാശമില്ലാത്തവനായ) അദ്ദേഹത്തിന്റെ വലത്തേകാലിൽനിന്ന് 'വരണ' എന്ന മഹാനദിയും ഇടത്തേക്കാലിൽ നിന്ന് 'അസി' എന്ന ശ്രേഷ്ഠനദിയും പുറപ്പെടുന്നു. ഈ രണ്ടുനദികളും സർവ്വപാപങ്ങളെയും ഇല്ലാതാക്കാൻ കഴിവുള്ളവയും ലോകപൂജ്യങ്ങളും ആകുന്നു. അവയുടെ മധ്യത്തിലുള്ള ദേശമാണ് യോഗശായിയുടെ ക്ഷേത്രം. അത് മുപ്പാരിലും (മൂന്നുലോകങ്ങളിലും വെച്ച്) മുഖ്യവും സർവ്വപാപനാശകവും ആയ ഒരു തീർത്ഥമാകുന്നു. ആ നഗരിയാണ് ഭോഗികൾക്കുപോലും മുക്തി ലഭിക്കുന്ന ശ്രീമദ് വാരാണസി. അവിടെ വിലാസിനിമാരുടെ അരഞ്ഞാണത്തിന്റെ ശബ്ദവും, ബ്രാഹ്മണശ്രേഷ്ഠന്മാരുടെ വേദധ്വനിയും ഒരുമിച്ച് മംഗളമായി ഒഴുകുന്നു. അതുകേട്ട് വൃദ്ധജനങ്ങൾ ഊറിചിരിക്കുന്നു.

ഹേ ശംഭോ! കാശിയിലെ വിലാസിനികൾ അങ്ങയെപോലെ തന്നെ ഭൂതിലുബ്ധകളും, ഭുംജഗപരിവാരിതകളും ചന്ദ്രപരിഭൂഷിതകളും ആണ്. ദേവദേവ! ഇങ്ങനെയുള്ള വാരാണാസിയിൽ 'ലോലൻ' എന്നു പേരുള്ള ഭഗവാൻ രവി സർവ്വപാപങ്ങളെയും നശിപ്പിച്ചുകൊണ്ട് നിവസിക്കുന്നു. എന്റെ അംശമായ കേശവൻ വസിക്കുന്നു. ദശാശ്വമേധത്തിൽ ചെന്നാൽ അങ്ങയ്ക്ക് പാപമോചനം ലഭിക്കും.'

ഭഗവാൻ ഇങ്ങനെ അരുളിചെയ്തതു കേട്ട് ശങ്കരൻ അദ്ദേഹത്തെ ശിരസാ നമിച്ചു. എത്രയും പെട്ടെന്ന് പാപമോചനത്തിനായി വാരാണസിയിലേക്ക് യാത്രയായി. ആ പുണ്യനഗരിയിലെത്തി. ഭഗവാൻ ലോലനെ കണ്ടു. ദശാശ്വമേധം ദർശിച്ചു. പുണ്യതീർത്ഥങ്ങളിൽ സ്നാനവും ചെയ്ത് പാപം ഇല്ലാതാക്കി ഭഗവാൻ കേശവനെ

കാണാനായി പുറപ്പെട്ടു. അവിടെ ചെന്ന് ഭഗവാനെ പ്രണമിച്ചു. എന്നിട്ട് ശങ്കരൻ ഇപ്രകാരം പറഞ്ഞു.

'ഹൃഷികേശ! അങ്ങയുടെ പ്രസാദം കൊണ്ട് എന്റെ ബ്രഹ്മഹത്യാപാപം ഇല്ലാതായി. എന്നാൽ കരതലത്തിൽനിന്ന് കപാലം വിട്ടൊഴിയുന്നില്ല. അതിന്റെ കാരണം തന്നാലും.'

മഹാദേവന്റെ വാക്കുകൾ കേട്ട് കേശവൻ അറിയിച്ചു.

'ഇവിടെ തൊട്ടുമുന്നിൽത്തന്നെ പക്മോൽപലങ്ങൾ നിറഞ്ഞ ഒരു ദിവ്യഹ്രദം(കയം) ഉണ്ട്. അത് ദേവഗന്ധർവ്വന്മാരാൽ പൂജിക്കപ്പെടുന്നതാണ്. ആ ശ്രേഷ്ഠമായ തീർത്ഥത്തിൽ ശുഭസ്നാനം ചെയ്താൽ ഉടൻതന്നെ കപാലം വിട്ടകലുന്നതാണ്. രുദ്രാ, അതിനുശേഷം താങ്കൾ കപാലി എന്ന് പ്രസിദ്ധനായി തീരും. തീർത്ഥം കപാലമോചനം എന്നും.'

ഇതുകേട്ട് മഹേശ്വരൻ ആ തീർത്ഥത്തിൽ വിധിയാംവണ്ണം സ്നാനം ചെയ്തു. ഉടൻതന്നെ കയ്യിൽനിന്ന് കപാലം വിട്ടുപോയി. ആ തീർത്ഥം കപാലമോചനം എന്ന പേരിൽ പ്രസിദ്ധമാവുകയും ചെയ്തു.

പ്രഹ്ലാദയുദ്ധം

പണ്ട് ഹിരണ്യകശിപു കൊല്ലപ്പെട്ടപ്പോൾ അയാളുടെ പുത്രൻ പ്രഹ്ലാദൻ രാജാവായി. ദേവന്മാരേയും ബ്രാഹ്മണരേയും മറ്റും അയാൾ ഭക്തിയോടെ പൂജിച്ചിരുന്നു. അദ്ദേഹത്തിന്റെ ഭരണകാലത്ത് എല്ലാവരും സമാധാനത്തോടെ കഴിഞ്ഞുവന്നു. ഒരിക്കൽ ഭൃഗുവംശ പ്രധാനിയായ ച്യവനമഹർഷി നർമ്മദയിലെ നാകുലേശ്വര തീർത്ഥത്തിൽ സ്നാനം ചെയ്യുന്നതിനായി പോയി. അതിലിറങ്ങിയ അദ്ദേഹത്തെ 'കേകരലോഹിതൻ' എന്ന ഒരു സർപ്പം വിഴുങ്ങി. ഉടൻതന്നെ അദ്ദേഹം വിഷ്ണുഭഗവാനെ ധ്യാനിച്ചു. അതോടെ സർപ്പം വിഷമില്ലാത്തവനായി. സർപ്പം അദ്ദേഹത്തെ പാതാളത്തിലേക്ക് കൊണ്ടുപോയി. എന്നാൽ വിഷം ഏൽക്കാത്തതിനാൽ അദ്ദേഹത്തെ മോചിപ്പിച്ചു. അതിനുശേഷം ച്യവനമഹർഷി നാഗകന്യകമാരോടൊപ്പം അവിടെ ചുറ്റിസഞ്ചരിച്ചു. അതിനിടയിൽ പ്രഹ്ലാദന്റെ സമീപത്ത് മുനി എത്തി. അദ്ദേഹത്തെ പ്രഹ്ലാദൻ ആദരിച്ച് വന്ന കാര്യം അന്വേഷിച്ചു.

അദ്ദേഹം ഉണ്ടായ കാര്യങ്ങൾ വിവരിച്ചു. ഇതു കേട്ടപ്പോൾ പ്രഹ്ലാദൻ ചോദിച്ചു.

'ഭഗവൻ! പൃഥ്വിയിൽ (ഭൂമിയിൽ) ഏതെല്ലാം തീർത്ഥങ്ങളുണ്ട്? സ്വർഗ്ഗത്തിലും പാതാളത്തിലും ഏതെല്ലാം ഉണ്ട്?'

അതിനു മറുപടിയായി മഹർഷി പറഞ്ഞു.

'മഹാബാഹോ! പൃഥ്വിയിൽ നൈമിഷമെന്നും, സ്വർഗ്ഗത്തിൽ പുഷ്പകരമെന്നും പാതാളത്തിൽ ചക്രതീർത്ഥം എന്നും പേരുള്ള തീർത്ഥങ്ങളാണുള്ളത്.'

ഇതുകേട്ട പ്രഹ്ലാദൻ നൈമിഷത്തിലേക്ക് പോകാൻ ആഗ്രഹിച്ചു. എല്ലാ ദൈത്യന്മാരോടും (അസുരന്മാരോടും) ഇങ്ങനെ അറിയിച്ചു.

'നമുക്ക് നൈമിഷാരണ്യതീർത്ഥത്തിൽ പോയി സ്നാനം ചെയ്യാം. പീതാംബരധാരനായ ഹരിയെ കാണാം. അങ്ങനെ അവർ യാത്ര പുറപ്പെട്ടു. നൈമിഷാരണ്യത്തിൽ എത്തി നാകുലേശ്വര തീർത്ഥത്തിൽ സ്നാനം ചെയ്തു. അതിനുശേഷം പുണ്യനദിയായ സരസ്വതിയെ ദർശിച്ചു. അതിനടുത്ത് കൊമ്പുകൾ തിങ്ങിയ ഒരു സാലവൃക്ഷം ധാരാളം ശരങ്ങൾ തറച്ചുനിൽക്കുന്ന നിലയിൽ കണ്ടു. അവയുടെ അറ്റങ്ങൾ പരസ്പരം ചേർന്നിരുന്നു. ചൂണ്ടൽ പോലെ പിണഞ്ഞുകിടന്നിരുന്നു. അങ്ങനെയുള്ള ആ ശരങ്ങൾ കണ്ട് പ്രഹ്ലാദന് ദേഷ്യം വന്നു. അതിനടുത്തായി കൃഷ്ണാജിനം (കൃഷ്ണമൃഗത്തിന്റെ തോൽ ധരിച്ച്, മൃഗം-മാൻ) ജടാധാരികളായി രണ്ട് മുനിമാർ തപസ്സ് അനുഷ്ഠിക്കുന്നത് കണ്ടു. അവരുടെ സമീപത്ത് 'ശാർങ്ഗം' എന്നും 'അജഗവം' എന്നും പേരുള്ള രണ്ട് ദിവ്യ ധനുസുസ്സുകളും അക്ഷയങ്ങളായ ആവനാഴികളും ഉണ്ടായിരുന്നു. ഇതെല്ലാം കണ്ടപ്പോൾ അവർ കാപട്യം കാണിക്കുന്ന അഹങ്കാരികൾ ആണെന്ന് പ്രഹ്ലാദൻ വിചാരിച്ചു.

എന്നിട്ട് അവരോട് ചോദിച്ചു.'എന്തിനാണ് നിങ്ങൾ ധർമ്മച്യുതി വരുത്തുന്ന കാപട്യം കാണിക്കുന്നത്? ജടഭാരവും, തപസ്സും വിശിഷ്ടായുധങ്ങളായ ഈ ആയുധങ്ങളും തമ്മിൽ എന്തു ബന്ധമാണ് ഉള്ളത്?'

അപ്പോൾ നരൻ പറഞ്ഞു.

'നിങ്ങൾ എന്താണ് കരുതുന്നത്.(വിചാരിക്കുന്നത്). സാമർത്ഥ്യം ഉണ്ടെങ്കിൽ ആർക്കും എന്തും നേടാൻ കഴിയും.'

ഇതുകേട്ട പ്രഹ്ലാദൻ തിരിച്ചു ചോദിച്ചു.

'ധർമ്മത്തിന്റെ പാലം പണിയുന്ന ഞാൻ ജീവിച്ചിരിക്കേ നിങ്ങൾക്ക് എന്ത് ശക്തിയാണ് ഉള്ളത്.'

പ്രഹ്ലാദന്റെ വാക്കുകേട്ട് നരൻ മറുപടി പറഞ്ഞു.

'ഞങ്ങൾക്ക് ഉൽക്കടമായ (അധികമായ) ശക്തിയുണ്ട്. യുദ്ധത്തിൽ നരനാരായണന്മാരെ ജയിക്കാൻ ആർക്കും കഴിയില്ല.'

ഇതുകേട്ട് ക്രുദ്ധനായ പ്രഹ്ലാദൻ എങ്ങനെയും നരനാരായണന്മാരെ ജയിക്കുമെന്ന് പ്രതിജ്ഞ ചെയ്തു.

വനത്തിൽ സൈന്യത്തെ സ്ഥാപിച്ചു. ഞാണേറ്റി വില്ലുകുലച്ചു. ഘോരധ്വനി മുഴക്കി. അപ്പോൾ നരൻ വില്ലെടുത്ത് മൂർച്ചയേറിയ ധാരാളം ശരങ്ങൾ അയച്ചു. എന്നാൽ പ്രഹ്ലാദൻ സ്വർണ്ണപ്പിടിയുള്ള അസാധാരണങ്ങളായ ശരങ്ങളയച്ചുകൊണ്ട് അവയെല്ലാം മുറിച്ചു. തന്റെ അസ്ത്രങ്ങൾ പ്രയാസം കൂടാതെ മുറിക്കപ്പെട്ടു എന്നു കണ്ട് നരൻ കോപിഷ്ഠനായി. മഹാധനുസ്സ് എടുത്ത് വിവിധങ്ങളായ അസ്ത്രങ്ങൾ പ്രയോഗിച്ചു. നരൻ ഒരസ്ത്രം പ്രയോഗിക്കുമ്പോൾ പ്രഹ്ലാദൻ രണ്ടും മൂന്നും പ്രയോഗിക്കും. അങ്ങനെ അവർ അസ്ത്രങ്ങൾ പരസ്പരം പ്രയോഗിച്ചു. തുടർന്ന് നരൻ അസംഖ്യം ബാണങ്ങളുടെ കൂട്ടം പ്രയോഗിച്ച് ഭൂമിയും ദിക്കുകളും നിറച്ചു. അവയെല്ലാം പ്രഹ്ലാദൻ മുറിച്ചു. ബ്രഹ്മാസ്ത്രം തൊടുത്തു. അപ്പോൾ നരൻ അതിനെ നാരായണാസ്ത്രം കൊണ്ട് നേരിട്ടു. തുടർന്ന് മഹേശ്വരാസ്ത്രം തൊടുത്തു. അതിനെയും തകർത്തു. ബ്രഹ്മാസ്ത്രം നിഷ്പ്രഭമായപ്പോൾ പ്രഹ്ലാദൻ കോപം പൂണ്ടു. ഗദയും എടുത്ത് രഥത്തിൽനിന്ന് ചാടിയിറങ്ങി. ഗദയുമായി ഓടിവരുന്ന പ്രഹ്ലാദനെ കണ്ട് നാരായണൻ നരനെ പിന്നിലാക്കി. എന്നിട്ട് സ്വയം യുദ്ധത്തിനൊരുങ്ങി. അപ്പോൾ പ്രഹ്ലാദൻ ഗദയും കൊണ്ട് ലോകപാലകനും പുരാണമഹർഷിയുമായ നാരായണന്റെ നേരെ പാഞ്ഞുചെന്നു. അങ്ങനെ അവർ തമ്മിൽ യുദ്ധം നടന്നു. പക്ഷെ, പ്രഹ്ലാദന് ശാർങ്ഗ പാണിയെ ജയിക്കാനായില്ല.

'ഭക്തികൊണ്ടുമാത്രമേ ജയിക്കാനാകൂ. യുദ്ധംകൊണ്ട് ഒരിക്കലും ജയം നേടാനാവില്ല എന്ന് ഭഗവാൻ അറിയിച്ചു. അങ്ങ് ജയം ആഗ്രഹിക്കുന്നുവെങ്കിൽ ധർമ്മജനെ ആരാധിക്കൂ. ശുശ്രൂഷ കൊണ്ടു മാത്രമേ ധർമ്മജനെ തോല്പിക്കാനാകൂ.'

ഇതുകേട്ട് സന്തുഷ്ടനായ ദാനവൻ (പ്രഹ്ലാദൻ) അന്ധകനെ

വിളിച്ച് ഞാനിതാ രാജ്യം ഉപേക്ഷിക്കുകയാണ്. താങ്കൾ അത് ഏറ്റെടുത്ത് പരിപാലിക്കുക എന്ന് അറിയിച്ചു. അതിനുശേഷം ബദരികാശ്രമത്തിലേക്കു പോയി.

അന്ധകാസുരകഥ

ദേവാസുരയുദ്ധം നടന്നുകൊണ്ടിരിക്കുമ്പോൾ ഇന്ദ്രൻ തന്റെ മഹാധനുസ്സ് എടുത്തു. എന്നിട്ട് ശരങ്ങൾ അന്ധകനുനേരെ പ്രയോഗിച്ചു. അന്ധകനും അതുപോലെ ഇന്ദ്രനുനേരെ അസ്ത്രങ്ങൾ തൊടുത്തു. അസ്ത്രപ്രയോഗം തീഷ്ണമായപ്പോൾ ക്രുദ്ധനായ ഇന്ദ്രൻ വജ്രായുധം എടുത്ത് ചുഴറ്റി അയച്ചു. അതുകണ്ട അന്ധകൻ അതികഠിനങ്ങളായ ധാരാളം അസ്ത്രങ്ങൾ പ്രയോഗിച്ചു. എന്നാൽ അതിനെയെല്ലാം ക്ഷണനേരം കൊണ്ട് ഇന്ദ്രൻ ഭസ്മമാക്കി. വജ്രായുധം നേരെ വരുന്നതു കണ്ടു. ആയുധമെല്ലാം ഉപേക്ഷിച്ചു. കൈമാത്രം സഹായനായി രഥത്തിൽനിന്ന് ചാടിയിറങ്ങി, അപ്പോഴേക്കും വജ്രായുധം തേരാളിയേയും, കുതിരകളേയും, കൊടിയേയും കൂബര (കരിമ്പടം കൊണ്ട് മൂടിയ വണ്ടി, നുകകുറ്റി) ത്തോടൊപ്പം രഥത്തേയും ഭസ്മമാക്കി. പിന്നീട് അന്ധകന്റെ അടുത്ത് എത്തി. അന്ധകൻ ഉടൻ വജ്രായുധത്തെ ഗർജ്ജനത്തോടെ മുഷ്ടി കൊണ്ടടിച്ച് നിലം പതിപ്പിച്ചു. അതിൽ ക്രുദ്ധനായ ഇന്ദ്രൻ അയാളുടെ നേർക്ക് ശരവർഷം ചൊരിഞ്ഞു. അപ്പോൾ പാഞ്ഞുചെന്ന് അസുരൻ കൈത്തലംകൊണ്ട് ഐരാവതത്തിന്റെ മസ്തകത്തിൽ അടിച്ചു. കാൽമുട്ടുകൊണ്ട്, തുമ്പിക്കൈയിൽ അടിച്ചു. കൊമ്പുകളെ ഒടിച്ചു. എന്നിട്ട് ഭൂമിയിൽ വീഴ്ത്തി. അതോടെ ഇന്ദ്രൻ വജ്രായുധം എടുത്ത് അമരാവതിയിൽ പ്രവേശിച്ചു.

ദേവേന്ദ്രൻ പോയിക്കഴിഞ്ഞപ്പോൾ അന്ധകൻ ദേവസൈന്യത്തെ വീഴ്ത്താൻ തുടങ്ങി. അപ്പോഴേക്കും പ്രഹ്ലാദനെ വധിക്കുന്നതിനുവേണ്ടി ദണ്ഡവും ചുഴറ്റി യമദേവൻ പാഞ്ഞടുത്തു. അയാൾ അതിവേഗതയുള്ള അസ്ത്രങ്ങൾ യമനുനേരെ പ്രയോഗിച്ചു. യമൻ അത് ദണ്ഡം കൊണ്ട് നശിപ്പിച്ചു. അതിനുശേഷം ലോകഭയാനകമായ ആ ദണ്ഡത്തെ പ്രഹ്ലാദനുനേരെ അയച്ചു.

ജ്വലിച്ചുവരുന്ന ആ ദണ്ഡം ദിതിപുത്രന്മാർ കണ്ടു. അവർ 'ഹാ കഷ്ടം! യമൻ പ്രഹ്ലാദനെ കൊല്ലുവാൻ പോകുന്നു' എന്ന് ഉച്ച

ത്തിൽ നിലവിളിച്ചു. അതുകേട്ട് അന്ധകൻ ഓടിയെത്തി. പെട്ടെന്ന് ഇടത്തേ കൈകൊണ്ട് ആ പാശത്തെ (കയറിനെ) സ്വീകരിച്ചു.

അത് ചുഴറ്റിക്കൊണ്ട് മേഘം പോലെ വളരെ ഉറക്കെ ഗർജ്ജിച്ചു. പ്രഹ്ലാദനെ രക്ഷിച്ചതുകൊണ്ട് എല്ലാവരും ആഹ്ലാദിച്ചു. അതോടെ യമൻ അപ്രത്യക്ഷനായി.

അതിനുശേഷം പ്രഹ്ലാദൻ ദേവസൈന്യത്തെ മഥിക്കാൻ (തകർക്കാൻ) തുടങ്ങി. ആ സമയം വരുണൻ തന്റെ വാഹനമായ ശിംശുമാരന്റെ(മുതല) പുറത്തുവന്ന് മഹാസുരന്മാരെ കയറുകൊണ്ട് കെട്ടി. ഗദകൊണ്ട് അടിക്കാൻ തുടങ്ങി. അപ്പോൾ വിരോചനൻ ഓടിയെത്തി വരുണനെ അടിച്ചു. അപ്പോൾ വരുണൻ ഗദകൊണ്ട് അടിച്ച് അസുരനെ വീഴ്ത്തി. വിരോചനന്റെ വാഹനമായ ആനയെ കയറുകൊണ്ട് കെട്ടി. ഉടൻതന്നെ കയറിനെ മുറിച്ച്, വരുണന്റെ മധ്യഭാഗത്ത് മുറുകെ പിടിച്ചു. ഉടൻ ആനവന്ന് കൊമ്പുകൊണ്ട് വരുണനെ ആക്രമിച്ചു. പാദം കൊണ്ടടിച്ചു. ഇതുകണ്ട് ശശാങ്കൻ അവിടെ എത്തി. ശരീരം പിളർക്കാൻ കഴിയുന്ന അസ്ത്രങ്ങൾ തൊടുത്തുവിട്ടു.

അടിയേറ്റ ഗജേന്ദ്രൻ വരുണദേവനെ കാലുകൾ കൊണ്ട് അതികഠിനമായി മർദ്ദിച്ചു. പീഡനമേറ്റ വരുണൻ രണ്ടു കൈകൾ കൊണ്ട് ആ ഗജത്തിന്റെ രണ്ടു കാലുകളിലും ബലമായി പിടിച്ചുനിർത്തി. വളരെ പ്രയാസപ്പെട്ട് കൈകൾ ഊന്നി പാദങ്ങൾ നിലത്ത് ഉറപ്പിച്ച്, തല ഉയർത്തി, വിരലുകൾ കൊണ്ട് ആനയുടെ വാല് ചേർത്തു. എന്നിട്ട് മഹോരഗത്തെ കൊണ്ട് കെട്ടി. വീരോചനനേയും, ആനയേയും, രഥത്തേയും, തേരാളിയേയും ആകാശത്തേയ്ക്ക് പൊക്കിയെറിഞ്ഞു. അതോടെ വീരോചനൻ നിലം പതിച്ചു.

അവനെ കൊല്ലുവാൻ ഗദയും കയറും എടുത്ത് വരുണൻ പാഞ്ഞടുത്തു.

അപ്പോൾ ദൈത്യന്മാർ, 'അഹോ കഷ്ടം! വരുണൻ ഇതാ വീരനായ വീരോചനനെ കൊല്ലാൻ പോകുന്നു. അല്ലയോ പ്രഹ്ലാദാ, ജംഭാ, അന്ധകനോടൊപ്പം ഓടിവന്ന് രക്ഷിക്കൂ. കഷ്ടം! ബലവാനായാ ഈ വരുണൻ ദൈത്യഭടന്മാരെ മുഴുവൻ പാശംകൊണ്ട് (കയർ) ബന്ധിച്ച്, ഗദകൊണ്ട് പ്രഹരിച്ച് (അടിച്ച്) മഹേന്ദ്രൻ യാഗത്തിൽ മൃഗങ്ങളെ എന്ന പോലെ, ഹനിക്കുകയാണ്(കൊല്ലുകയാണ്) എന്നിങ്ങനെ നിലവിളിച്ചു.

ഇതുകേട്ട് അസുരന്മാർ വരുണന്റെ അടുത്തേക്ക് ഓടിവന്നു. ഇതു കണ്ട വരുണൻ വീരോചനനെ മോചിപ്പിച്ചു. അതിനുശേഷം കയർ നീട്ടി, ഗദയും ചുഴറ്റി അസുരന്മാരെ അകറ്റി. അവർ നാലുപാടും ചിതറി ഓടി. അപ്പോഴേയ്ക്കും അന്ധകൻ ഓടിയെത്തി. വരുണനു മായി യുദ്ധത്തിന് ഒരുങ്ങി. വരുണൻ അന്ധകനെ ഗദകൊണ്ടടിച്ച്, കയറുകൊണ്ട് കെട്ടി. അയാൾ അവയെ പിടിച്ചെടുത്തു. എന്നിട്ട് തിരിച്ചു പ്രയോഗിച്ചു. കയറും ഗദയും തന്റെ നേരെ വരുന്നതു കണ്ട് വരുണൻ സമുദ്രത്തിൽ അഭയം തേടി. അതിനുശേഷം അന്ധ കൻ ദേവസൈന്യത്തെ മഥിക്കാൻ തുടങ്ങി.

അപ്പോഴേക്കും അഗ്നിദേവൻ വരുണനുമായി ചേർന്ന് അസുര സേനയെ ദഹിപ്പിച്ചു തുടങ്ങി. ആ സമയത്ത് അസുരശില്പിയായ മയൻ അവിടെ എത്തി. ശംബരനും മയനും വരുന്നത് വരുണനോടു കൂടിയ അഗ്നി കണ്ടു. തന്റെ ശക്തികൊണ്ട് (വേൽ) അവരെ കഴു ത്തിൽ അടിച്ച് ബലമായി പിടിച്ചുനിർത്തി. ശംബരന്റെ ശിരസ്സ് മുറി ഞ്ഞു. ഭൂമിയിൽനിന്നും അവൻ വേദനകൊണ്ട് അതിഘോരമായി വിലപിച്ചു.

ശംബരന്റെ ആർത്തനാദം കേട്ട് അന്ധകന് ദേഷ്യം വന്നു.

'ഹാ! ഇതെന്താണ് കേൾക്കുന്നത്. ആരാണ് മയനെയും, ശംബ രനേയും തോൽപ്പിച്ചിരിക്കുന്നത്' എന്ന് ഉറക്കെ ചോദിച്ചു.

അപ്പോൾ ദൈത്യഭടന്മാർ (അസുരഭടന്മാർ) ഉറക്കെ ഇങ്ങനെ വിളിച്ചുപറഞ്ഞുകൊണ്ടിരുന്നു.

'അഗ്നിയാൽ ശംബരൻ ദഹിപ്പിക്കപ്പെടുകയാണ്. ഞങ്ങൾക്ക് ഒന്നും ചെയ്യാൻ കഴിയുന്നില്ല. അങ്ങ് എത്രയും പെട്ടെന്ന് വന്ന് ഇദ്ദേഹത്തെ രക്ഷിക്കൂ.'

ഇതുകേട്ട അന്ധകൻ 'നിൽക്കവിടെ' എന്ന് അലറിക്കൊണ്ട് പരി ഘവുമായി (ഇരുമ്പുലക്ക) അഗ്നിയുടെ അടുത്തേക്ക് പാഞ്ഞുവ ന്നു. അന്ധകന്റെ വാക്കുകേട്ട് അഗ്നിക്ക് കോപം വന്നു. അഗ്നിദേ വൻ ശംബരനെ പൊക്കിയെടുത്തു. എന്നിട്ട് നിലത്തിട്ട് പ്രഹരിച്ചു. അപ്പോഴേക്കും അന്ധകൻ എത്തി അഗ്നിയുടെ ശിരസ്സിൽ തന്റെ പരിഘം കൊണ്ട് കഠിനമായി പ്രഹരിച്ചു. അപ്പോൾ അന്ധകന്റെ നേരെ അഗ്നി ഓടിച്ചെന്നു. അന്ധകൻ വീണ്ടും പ്രഹരിച്ചു. അതോടെ അഗ്നിദേവൻ യുദ്ധഭൂമിയിൽനിന്ന് ഓടിപ്പോയി. അതിനുശേഷം യുദ്ധത്തിനുവന്ന വായു, ചന്ദ്രൻ, സൂര്യൻ തുടങ്ങിയവരെയെല്ലാം

ഓടിച്ചു. അങ്ങനെ ഇന്ദ്രൻ, ചന്ദ്രൻ, യമൻ, രുദ്രൻ തുടങ്ങിയ അമര സൈന്യങ്ങളെ മുഴുവൻ അന്ധകൻ തോല്പിച്ചു. അസുരന്മാരാൽ അഭിനന്ദിക്കപ്പെട്ടു.

ഭൂമിയിലെത്തി എല്ലാ രാജാക്കന്മാരേയും സർവ്വചരാചരങ്ങളേയും തന്റെ കീഴിലാക്കി. അതിനുശേഷം അന്ധകൻ പാതാളത്തിൽ തന്റെ ശ്രേഷ്ഠമായ 'അശ്മകം'എന്ന പുരത്തിൽ ഗന്ധർവ്വ വിദ്യാധര സിദ്ധ സംഘങ്ങളാലും, അപ്സരസ്സുകളാലും സേവിക്കപ്പെട്ട് കഴിഞ്ഞു.

സൂര്യന് 'ലോലൻ' എന്ന പേരുണ്ടായ കഥ

വിദ്യുത്കേശി എന്ന പ്രസിദ്ധനായ രാക്ഷസരാജാവിന്റെ പുത്ര നാണ് സുകേശി. അയാളുടെ ഗുണഗണങ്ങളിൽ സന്തുഷ്ടനായ ഭഗവാൻ ശിവൻ ആകാശത്തിലൂടെ സഞ്ചരിക്കാൻ കഴിവുള്ള ഒരു പുരം അയാൾക്കു നൽകി 'അജയ്യനും, ശത്രുക്കൾക്ക് അവധ്യനും ആയിതീരട്ടെ' എന്ന വരവും കൊടുത്തു.

മുനിമാരിൽനിന്ന് ഉപദേശങ്ങൾ കേട്ട സുകേശി അവരെ പ്രണ മിച്ചു. ധർമ്മചിന്തയോടുകൂടി സ്വന്തം പുരത്തിലെത്തി. അതിനു ശേഷം രാക്ഷസന്മാരെയെല്ലാം വിളിച്ചുവരുത്തി, ഇപ്രകാരം പറ ഞ്ഞു, 'അഹിംസ, സത്യം, മോഷ്ടിക്കാതിരിക്കൽ, പരിശുദ്ധി, ഇന്ദ്രിയസംഗമം, ദാനം, ദയ, ക്ഷമ, ബ്രഹ്മചര്യം, വിനയം, സദാചാ രനിഷ്ഠ തുടങ്ങിയവ പരലോകസുഖദായകങ്ങളായ പുരാതന ധർമ്മങ്ങളാണെന്ന് മുനിമാർ എന്നോട് പറഞ്ഞു. അതിനാൽ ഞാൻ നിങ്ങളോട് ആവശ്യപ്പെടുകയാണ്. ഈ ധർമ്മം സർവ്വരും അന്യൂ നം(യാതൊരു കുറവും വരുത്താതെ) ആചരിക്കണം.'

സുകേശിയുടെ വാക്കുകൾ അനുസരിച്ച് എല്ലാ രാക്ഷസരും ആ ധർമ്മങ്ങൾ അനുഷ്ഠിച്ചുകൊണ്ടിരുന്നു. അങ്ങനെ അവർ ഉന്നതി നേടി. ആ രാക്ഷസന്മാരുടെ തേജസ്സിനാൽ സൂര്യനും ചന്ദ്രനും നക്ഷത്രങ്ങൾക്കും സഞ്ചരിക്കാൻ പറ്റാത്ത അവസ്ഥ വന്നുചേർന്നു. ആ പുരം പകൽ സൂര്യനെപ്പോലെയും രാത്രി ചന്ദ്രനെപ്പോലെയും തിളങ്ങി. തൽഫലമായി ആകാശത്തിൽ സൂര്യഗതി മനസ്സിലാക്കാൻ കഴിയാതായി. ആ പുരത്തിന്റെ തേജസ്സുകൊണ്ട് അത് ആകാശ ത്തിലെ ചന്ദ്രനാണോ എന്ന് തോന്നിക്കുന്ന അവസ്ഥയുണ്ടായി. പൊയ്കകളിലെ താമരകൾ രാത്രിയാണെന്നു കരുതി പകൽ വിട

രുന്നില്ല. എന്നാൽ രാത്രിയിൽ ഈ പുരം സൂര്യനാണെന്ന ധാരണയിൽ അവ വിടരുകയും ചെയ്യുന്നു. മൂങ്ങകളിലും, കാക്കകളിലും, ചക്രവാകങ്ങളിലും എല്ലാറ്റിലും പകൽ രാത്രിയും, രാത്രി പകലുമായി മനസ്സിലാക്കപ്പെട്ടു. അവരവരുടെ പ്രവർത്തികളും തുടർന്നുകൊണ്ടിരുന്നു.

ആളുകൾ ഈ അവസ്ഥയെ പലതരത്തിൽ പറയുവാൻ തുടങ്ങി. ഇങ്ങനെ ശുഭാശുഭങ്ങൾ ആളുകൾ പറയുന്നത് എന്ത് സൂര്യഭഗവാൻ ചിന്തിച്ചു. ഉടൻ ധ്യാനനിരതനായി മൂന്നുലോകങ്ങളും രാക്ഷസന്മാർ വിഴുങ്ങിയതായി കണ്ടു. അവരുടെ അസഹനീയമായ തേജസ്സും അഭിവൃദ്ധിയും എന്തുകൊണ്ടാണെന്ന് സൂര്യഭഗവാൻ ചിന്തിച്ചു.

അവർ സദാചാരനിരതരും, പരിശുദ്ധരും ദേവബ്രാഹ്മണപൂജകളിൽ തല്പരരും, ധർമ്മിഷ്ഠരും ആണെന്ന് സൂര്യഭഗവാൻ മനസ്സിലാക്കി. തുടർന്ന് അവരെ നശിപ്പിക്കുന്നതിനുള്ള ഉപായം ആലോചിച്ചു. അങ്ങനെ ചിന്തിച്ചുകൊണ്ടിരുന്നു. അപ്പോൾ രാക്ഷസന്മാരിലുണ്ടായ ഛിദ്രം(വിടവ്) അദ്ദേഹം തിരിച്ചറിഞ്ഞു.

സ്വർധമ്മച്യുതി, സർവ്വധർമ്മങ്ങൾക്കും തടസ്സം ഉണ്ടാക്കുന്നതാണല്ലോ? എന്നു ചിന്തിച്ച് കോപിഷ്ഠനായ സൂര്യൻ ശത്രുനിഗ്രഹത്തിന് കഴിവുള്ള തന്റെ രശ്മികൾകൊണ്ട് കഠിനമായി ഒന്ന് നോക്കി. അതോടെ ആ പുരം പുണ്യം നശിച്ച ഗ്രഹം പോലെ ആകാശത്തുനിന്ന് താഴേക്ക് പതിച്ചു.

തന്റെ പുരം പതിക്കുമ്പോൾ സുകേശി 'നമോ ഹരായ, ശർവായ' എന്ന് ഉച്ചത്തിൽ ജപിച്ചു.

ആ നിലവിളികേട്ട് ഗഗനചാരികളായ (ആകാശസഞ്ചാരികളായ) ചാരണന്മാർ, 'ഹാ! കഷ്ടം! ശിവഭക്തൻ താഴേക്ക് വീഴുന്നല്ലോ' എന്ന് ഉറക്കെ വിളിച്ചുപറഞ്ഞു.

ഇതുകേട്ട ഭഗവാൻ ശിവൻ ആരാണ് ഈ പുരം താഴേക്ക് വീഴിക്കുന്നത് എന്ന് ആലോചിച്ചു. അദ്ദേഹത്തിന് കാര്യം മനസ്സിലായി. ഭഗവാൻ ക്രോധത്തോടെ സൂര്യനെ വീക്ഷിച്ചു. ആ രാത്രിയിൽ തന്നെ സൂര്യൻ ആകാശത്തിൽനിന്ന് വീണു. യന്ത്രമുക്തമായ കല്ലുപോലെ താഴെ വായുമണ്ഡലത്തിൽ എത്തി. അവിടെനിന്ന് സൂര്യവിഗ്രഹം കിന്നരവാരണ പരിവൃതമായി താഴെ പതിച്ചു. പകുതി പഴുത്ത പനമ്പഴം താഴെ വീഴുമ്പോൾ വാനരന്മാർ ചുറ്റുന്നതു

പോലെ സൂര്യമണ്ഡലം അപ്പോൾ കാണപ്പെട്ടു.

'ശ്രേയസ്സ് ആഗ്രഹിക്കുന്നുവെങ്കിൽ വിഷ്ണുക്ഷേത്രത്തിൽ പതിക്കുക' എന്ന് മുനിമാർ പറഞ്ഞു.

അതുകേട്ട് സൂര്യഭഗവാൻ ചോദിച്ചു. 'വിഷ്ണുഭഗവാന്റെ ആ പുണ്യക്ഷേത്രം ഏതാണ്. വേഗം പറഞ്ഞുതരൂ.'

മുനിമാർ പറഞ്ഞു.

'അല്ലയോ സൂര്യദേവാ! മഹാഫലം നൽകുന്ന ആ പ്രദേശത്തെക്കുറിച്ച് കേട്ടുകൊൾക. ഇപ്പോൾ ഇത് വാസുദേവന്റെ ക്ഷേത്രമാണ്. ഭാവിയിൽ ശങ്കരന്റെ ക്ഷേത്രമാകും. യോഗശാലയിൽ നിന്ന് ആരംഭിച്ച് കേശവം വരെയുള്ള ഭൂവിഭാഗം ഹരിയുടെ പുണ്യക്ഷേത്രമാകുന്നു. അതിന്റെ പേര് 'വാരാണസി' എന്നാണ്.

ഇതുകേട്ട് ശിവന്റെ നേത്രാഗ്നിയിൽ തപ്തനായ സൂര്യദേവൻ വരണ, അസി എന്നീ നദികളുടെ മധ്യത്തിൽ പതിച്ചു. ശരീരം ചുട്ടുപഴുത്ത സൂര്യൻ തുടർന്ന് അസിയിൽ കുളിച്ചു. അതിനുശേഷം വരണാനദിയിൽ എത്തി വീണ്ടും കുളിച്ചു. അദ്ദേഹം ഈ രണ്ടു നദികളിലും അലാതചക്രംപോലെ (തീക്കൊള്ളി കറങ്ങുന്നതുപോലെ) കറങ്ങിക്കൊണ്ടിരുന്നു.

അപ്പോഴേക്കും ഋഷികൾ, യക്ഷന്മാർ, രാക്ഷസന്മാർ തുടങ്ങി സൂര്യരഥത്തിൽ ഉണ്ടായിരുന്ന എല്ലാവരും ഈ വിവരം അറിയിക്കുന്നതിനായി ബ്രഹ്മാവിന്റെ അടുത്തേക്ക് പോയി. ഈ വിവരം ബ്രഹ്മദേവൻ അറിഞ്ഞു. അദ്ദേഹം, ദേവന്മാരും ഒരുമിച്ച് സൂര്യനു ശാന്തി നേടികൊടുക്കുന്നതിനായി മഹേശ്വരന്റെ ആവാസസ്ഥാനമായ മന്ദരപർവ്വതത്തിൽ എത്തി. ശങ്കരനെ പ്രസാദിപ്പിച്ചു. ഭാസ്കരന്റെ കാര്യം സാധിപ്പിക്കുന്നതിനായി വാരാണസിയിൽ എത്തിച്ചു.

ഭഗവാൻ ശങ്കരൻ സൂര്യനെ കൈയിൽ എടുത്ത് 'ലോലൻ' എന്ന പേര് നൽകി. വീണ്ടും രഥത്തിൽ കയറ്റി ഇരുത്തി. സൂര്യൻ രഥാരൂഢനായത് ബ്രഹ്മാവ് കണ്ടു. അദ്ദേഹം സുകേശിയെ ബന്ധുക്കളോടും, നഗരത്തോടും ഒപ്പം (പുരത്തോടും) ആകാശത്തിൽ സ്ഥാപിച്ചു. അതിനുശേഷം ബ്രഹ്മദേവൻ ശിവനെ ആലിംഗനം ചെയ്തു. വിഷ്ണുവിനെ പ്രണമിച്ചു. എന്നിട്ട് വൈരാജം എന്ന സ്വവാസത്തിലേക്കു പോയി. അഗ്നിയാൽ ദഹിച്ചുകൊണ്ടിരുന്ന സൂര്യഭഗവാനെ ശങ്കരൻ വീണ്ടും ആകാശത്തിൽ സ്ഥാപിച്ചു.

പാർവ്വതിയുടെ ജന്മകഥ

ദക്ഷ പ്രജാപതിയുടെ പുത്രിയായ സതി ഭഗവാൻ രുദ്രന്റെ ഭാര്യയായിരുന്നു. സതീദേവി ദേഹത്യാഗം ചെയ്തതിനുശേഷം ഭഗവാൻ രുദ്രൻ ബ്രഹ്മചര്യം സ്വീകരിച്ചു. തപസ്സനുഷ്ഠിക്കാൻ തുടങ്ങി. അദ്ദേഹം പണ്ട് അസുരന്മാരുടെ അഹങ്കാരം നശിപ്പിക്കാൻ കഴിവുള്ള ദേവസേനയുടെ അധിപൻ ആയിരുന്നു. അദ്ദേഹം സേനാപതിത്വം ത്യജിച്ച് ശിവരൂപം ധരിച്ചിരിക്കുന്നു. അതോടെ അസുരരാജാവായ നിസുംഭൻ തന്റെ പരാക്രമം കൊണ്ട് ദേവന്മാരെ പരാജയപ്പെടുത്തി. അവർ(ദേവന്മാർ) ഒരുദിവസം ഭഗവാൻ വിഷ്ണുവിനെ കാണാൻ ശ്വേതദ്വീപിലെത്തി. അവർ (ദേവന്മാർ) വരുന്നതുകണ്ട് വിഷ്ണുഭഗവാൻ ഘനഗംഭീരമായി ചെറുചിരിയോടെ ഇപ്രകാരം പറഞ്ഞു.

'ദുരാത്മാവായ നിസുംഭൻ എന്ന അസുരൻ നിങ്ങളെ പരാജയപ്പെടുത്തി എന്നു തോന്നുന്നല്ലോ. അതല്ലേ, നിങ്ങൾ എല്ലാവരും കൂടി എന്റെ അടുത്തേക്ക് വന്നിരിക്കുന്നത്. ഇപ്പോൾ നിങ്ങളുടെ ഹിതത്തിനായി ഞാൻ ഒരു കാര്യം പറഞ്ഞുതരാം. അതനുസരിച്ച് പ്രവർത്തിച്ചാൽ ജയം സിദ്ധിക്കും. ഉറപ്പാണ്.'

വിഷ്ണു തുടർന്നു. 'ദേവന്മാരേ, 'അഗ്നിഷ്വാത്തന്മാർ' എന്ന് പ്രസിദ്ധരായ പിതൃഗണമുണ്ടല്ലോ, അവർക്ക് 'മേന' എന്നു പേരായിട്ട് ഒരു മാനസപുത്രിയുണ്ട്. അവൾ ദേവരൂപിണിയാണ്. നിങ്ങൾ പരമമായ ശ്രദ്ധയോടെ മഹാതിഥിയിൽ അവളെ യഥാവിധി ആരാധിച്ച് ഹിമവാന്റെ പത്നിയായിത്തീരാൻ പ്രാർത്ഥിക്കുക. പണ്ട് പിതാവായ ദക്ഷനോടുള്ള കോപം കൊണ്ട് ശരീരം വെടിഞ്ഞ സതി തപസ്വിനിയും രൂപവതിയുമായി അവളിൽ ജനിക്കും. അവൾ ശിവതേജസ്സിന്റെ അംശമായി ഒരു പുത്രന് ജന്മം നൽകും. ആ ശിവപുത്രൻ സൈന്യങ്ങളോടും അനുചരന്മാരോടും ഒപ്പം സുംഭനെ വധിച്ചുകൊള്ളും. അതുകൊണ്ട് നിങ്ങളിപ്പോൾ മഹത്തായ ഫലം പ്രദാനം ചെയ്യാൻ കെൽപ്പുള്ള (കഴിവുള്ള) പുണ്യമായ കുരുക്ഷേത്രത്തിലേക്ക് പോകുക. അവിടെ ചെന്ന്'പൃഥൂദക'മെന്ന തീർത്ഥത്തിൽ അവ്യയരായ (നാശമില്ലാത്ത) പിതൃക്കളെ പൂജിക്കുക. ശത്രുക്കളുടെ പരാജയം കാംക്ഷിക്കുന്നുവെങ്കിൽ (ആഗ്രഹിക്കുന്നു) ഞാൻ പറഞ്ഞ പ്രകാരം മഹാതിഥിയിൽ ആചരിക്കുക. അവരുടെ

ആചരണം നടന്നതിനുശേഷം മേനയും ഹിമവാനും കൂടി വിവാഹം നടക്കുന്നു. അവർക്ക് പാർവ്വതി (ഹൈമവതി) എന്ന പുത്രി ജനിക്കുന്നു.

മഹാബലിയുടെ വംശകഥ

ദൈത്യന്മാരുടെ (അസുരന്മാരുടെ) ആദിപുരുഷൻ ഹിരണ്യകശിപു ആയിരുന്നു. അദ്ദേഹത്തിന്റെ പുത്രനായിരുന്നു മഹാതേജസ്വിയായ പ്രഹ്ലാദൻ. പ്രഹ്ലാദനിൽനിന്ന് വിരോചനൻ ഉണ്ടായി. വിരോചനനിൽനിന്ന് ബലി. ഹിരണ്യകശിപു കൊല്ലപ്പെട്ടതിനു ശേഷം ബലി എല്ലാ ദേവന്മാരെയും ഓടിച്ചു. തന്റെ ഇഷ്ടാനുസരണം മൂന്നുലോകവും ഭരിച്ചു. അസുരന്മാർ യാഗാദികൾ ചെയ്യാൻ ആരംഭിച്ചു. അതോടെ മൂന്നുലോകവും ദൈത്യന്മാരുടെ അവസ്ഥയെ പ്രാപിച്ചു. ബലശാലികളായ ശംബരന്റേയും മയന്റേയും വിജയക്കൊടി പാറി. എല്ലായിടത്തും ധർമ്മകാര്യങ്ങൾ മാത്രം നടന്നു. അതിനാൽ എല്ലാ ദിക്കുകളും പരിപാവനമായി. പ്രഹ്ലാദൻ, ശംബരൻ, യമൻ തുടങ്ങിയവരിലുള്ള സ്നേഹം കൊണ്ട് സൂര്യൻ ദൈത്യപഥത്തിലൂടെ (വഴിയിലൂടെ) സഞ്ചരിക്കാൻ തുടങ്ങി. എല്ലാ ദിക്കുകളും അവർ സംരക്ഷിക്കാൻ തുടങ്ങി. ആകാശവും അവർ തന്നെ പരിപാലിച്ചു. ലോകം മുഴുവനും സമാധാനത്തോടെ സന്മാർഗ്ഗത്തിലൂടെ സഞ്ചരിച്ചു. പാപങ്ങൾ ഇല്ലാതായി. ധർമ്മം നിലകൊണ്ടു. രാജാക്കന്മാർ പ്രജാപരിപാലനത്തിൽ വളരെയധികം ശ്രദ്ധിച്ചു. എല്ലാ ആശ്രമങ്ങളിലും ഉള്ളവർ അവരവരുടെ ധർമ്മം പരിരക്ഷിച്ചുകൊണ്ടിരുന്നു. ഇതിൽ സന്തുഷ്ടരായ അസുരന്മാർ അവരുടെ രാജാവായി ബലിയെ അഭിഷേകം ചെയ്തു.

ഒരുദിവസം ലക്ഷ്മീദേവി കൈയിൽ ഒരു താമരയുമായി ബലിയുടെ മുന്നിൽ എത്തി. എന്നിട്ട് ഇപ്രകാരം പറഞ്ഞു.

'ബലവാന്മാരിൽ വെച്ച് ശ്രേഷ്ഠനും, മഹാതേജസ്വിയും ദൈത്യരാജനുമായ ബലി! ദേവരാജനെ പരാജയപ്പെടുത്തിയതിനാൽ ഞാൻ നിങ്ങളിൽ പ്രീതനാണ്. എന്തുകൊണ്ടെന്നാൽ യുദ്ധത്തിൽ വിക്രമം കൊണ്ടു മാത്രമാണ് നിങ്ങൾ ദേവരാജനെ പരാജയപ്പെടുത്തി ദേവലോകം കയ്യടക്കിയത്. നിങ്ങളുടെ ആ ശ്രേഷ്ഠമായ ബലം കണ്ടിട്ടാണ് ഞാൻ സ്വയം ഇവിടെ എത്തിയിരിക്കുന്നത്.

ഹേ! അസുരവ്യാഘ്രാ! അസുരേന്ദ്രനായ ഹിരണ്യകശിപുവിന്റെ വംശത്തിൽ പിറന്ന താങ്കളുടെ കർമ്മം ഇപ്രകാരമായതിൽ അത്ഭു തപ്പെടാൻ എന്തിരിക്കുന്നു. ഹേ രാജൻ! നിങ്ങൾ ദൈത്യേന്ദ്രനും പ്രപിതമഹാനുമായ ഹിരണ്യകശിപുവിനേക്കാൾ കേമനാണ്. എ ന്തെന്നാൽ താങ്കൾ ഈ ത്രൈലോക്യത്തിന്റെയും അധിപതിയാ ണ്.' ഇത്രയും പറഞ്ഞുകൊണ്ട് സർവ്വദേവമനോരമയും, സർവ്വ രാലും സേവിക്കപ്പെടുന്നവളും, വരദയുമായ (വരം നൽകുന്നവൾ) ശ്രീദേവി രാജാവായ ബലിയിൽ പ്രവേശിച്ചു. നൃത്തഗീത വിശാര ദരായ (പണ്ഡിതകളായ) അപ്സരസ്സുകൾ ബലിയെ സേവിച്ചു തുടങ്ങി. അങ്ങനെ ബലി ചരാചരങ്ങളായ ത്രൈലോക്യത്തിന്റെയും ഐശ്വര്യം സ്വന്തമാക്കി.

മഹാബലിചരിതം

ഒരുനാൾ പർവ്വതങ്ങളോടും, വനങ്ങളോടും ഒപ്പം ഭൂമി ക്ഷോഭി ക്കുന്നത് ബലി കണ്ടു. അദ്ദേഹം അഞ്ജലി കൂപ്പി പ്രണമിച്ച് ഗുരു വായ ശുക്രാചാര്യരോട് ചോദിച്ചു.

'ആചാര്യാ! സമുദ്രങ്ങളും, പർവ്വതങ്ങളും, വനങ്ങളും, ഭൂമി മുഴു വൻ തന്നെയും ക്ഷുബ്ധമായിരിക്കുന്നല്ലോ. എന്താണ് ഇതിനു കാരണം.'

ബലി ഇങ്ങനെ ചോദിച്ചപ്പോൾ അദ്ദേഹം ബലിയോട് ഇങ്ങനെ പറഞ്ഞു.

'ജഗത്യോനിയും, പരമാത്മാവും, സനാതനും ആയ ഹരി വാമ നരൂപത്തിൽ കശ്യപന്റെ ഗൃഹത്തിൽ അവതീർണ്ണനായിരിക്കുന്നു. ദാനവശ്രേഷ്ഠാ! അദ്ദേഹം താങ്കളുടെ യജ്ഞഭൂമിയിലേക്ക് വരുക യാണ്. അദ്ദേഹത്തിന്റെ പാദം ഭൂമിയിൽ അർപ്പിക്കുമ്പോഴാണ് ഭൂമി ക്ഷോഭത്തിൽ പെടുന്നത്. പർവ്വതങ്ങൾക്ക് ഇളക്കം തട്ടുന്നു. സമു ദ്രങ്ങൾ ക്ഷോഭിക്കുന്നു. സർവ്വഭൂതങ്ങളുടെയും നാഥനായ ഭഗ വാനെ വഹിക്കുന്നതിന് ഭൂമിദേവി ശക്തയല്ല. ദേവന്മാർ, അസുര ന്മാർ, ഗന്ധർവ്വന്മാർ, യക്ഷന്മാർ, രാക്ഷസന്മാർ, നാഗങ്ങൾ, പൃഥ്വി, ജലം, അഗ്നി, വായു, ആകാശം എല്ലാത്തിനേയും വഹിക്കുന്നത് ആ വിഭുവാണ്. അഖിലദേവകളെയും മനുഷ്യരേയും അദ്ദേഹം തന്നെ ധരിക്കുന്നു. ജഗത്തിനെ ധരിക്കുന്ന ഭഗവാൻ കൃഷ്ണന്റെ

മായ ഉപേക്ഷിക്കാൻ കഴിയാത്തതാണ്. അദ്ദേഹത്തിന്റെ സാന്നിദ്ധ്യം കൊണ്ട് സുരോത്തമന്മാർ യജ്ഞഭാഗം അനുഭവിക്കുന്നു. അതുകൊണ്ട് അസുരന്മാരുടെ ഭാഗത്തെ മൂന്ന് അഗ്നിദേവന്മാരും ഭുജിക്കുന്നില്ല(ഭക്ഷിക്കുന്നില്ല).'

ശുക്രാചാര്യരുടെ ഈ വാക്കുകൾ കേട്ട് പുളകിതനായി ബലി ഇപ്രകാരം പറഞ്ഞു.

'ഞാൻ ധന്യനും പുണ്യവാനും ആണ്. എന്തുകൊണ്ടെന്നാൽ യജ്ഞപതി യജ്ഞത്തിൽ നേരിട്ട് ഭാഗഭാക്കാക്കുകയാണല്ലോ. എന്നേക്കാൾ ശ്രേഷ്ഠനായി മറ്റാരാണ് ഉള്ളത്. സദാ ഉദ്യുക്തരായി കഴിയുന്ന രോഗികൾ പോലും നിത്യവും, ഏതൊരു പരമാത്മാവും, അവ്യയനുമായ (നാശമില്ലാത്ത) വ്യക്തിയെ കാണാൻ ആഗ്രഹിക്കുന്നുവോ, ആ ദേവൻ എന്റെ യജ്ഞത്തിൽ സ്വയം പങ്കുകൊള്ളുകയാണ്. ആശ്ചര്യമായിരിക്കുന്നു. ഇനി ഞാൻ എന്തുചെയ്യണം എന്ന് അങ്ങ് ആജ്ഞാപിച്ചാലും.'

ബലിയുടെ വാക്കുകൾ കേട്ട് ശുക്രാചാര്യർ പറഞ്ഞു.

'ഹേ, അസുരശ്രേഷ്ഠാ! വേദത്തിൽ പറഞ്ഞതനുസരിച്ച് യജ്ഞഭാഗത്തിന്റെ ഉപഭോക്താക്കൾ ദേവന്മാർ ആണ്. എന്നാൽ നിങ്ങൾ അസുരന്മാരെ യജ്ഞഭോക്താക്കൾ ആക്കിയിരിക്കുകയാണ്. ആ ദേവൻ തന്നെയാണ് സ്വത്വഗുണത്തെ ആശ്രയിച്ച് വിശ്വത്തിന്റെ സ്ഥിതി പാലനം നിർവ്വഹിക്കുന്നത്. ആ പ്രഭുതന്നെ വിശേഷരൂപത്തിൽ പ്രജാസൃഷ്ടി നടത്തുന്നു. അന്ത്യം വരുത്തുന്നതും അദ്ദേഹം തന്നെ. സ്ഥിതി നിർവ്വഹിക്കുന്നതിനായി ഭഗവാൻ വിഷ്ണു ഉള്ളപ്പോൾ നീ ദേവന്മാരെയെല്ലാം വഞ്ചിച്ചിരിക്കുകയാണ്. അതു മനസ്സിലാക്കി ഹേ, മഹാരാജൻ! ഉചിതമായി തോന്നുന്നത് ചെയ്യുക. ദൈത്യാധിപാ! ചെറിയ ഒരു കാര്യം ആണെങ്കിൽപ്പോലും കൊടുക്കാമെന്ന് അങ്ങ് വാക്ക് ദാനം ചെയ്യരുത്. അനുനയിപ്പിച്ച് മധുരമായി സംസാരിക്കുക മാത്രം മതി. ഫലം വന്നുചേരും. ദേവന്മാരുടെ കാര്യം ചെയ്തു കൊടുക്കുകയും അവരുടെ ഐശ്വര്യത്തിനായി പ്രവർത്തിക്കുകയും ചെയ്യുന്ന അദ്ദേഹം എന്തെങ്കിലും യാചിക്കുകയാണെങ്കിൽ ദേവാ! താങ്കൾക്ക് എന്തെങ്കിലും നൽകാൻ ഞാൻ സമർത്ഥനല്ല എന്നു മാത്രം പറഞ്ഞാൽ മതി.'

അതുകേട്ട് ബലി ഇപ്രകാരം മറുപടി പറഞ്ഞു.

'ഒരാൾ യാചിച്ചാൽ ഇല്ല എന്ന് എങ്ങനെയാണ് ഞാൻ പറയു

ക. ഭഗവാൻ ഗോവിന്ദൻ നേരിട്ടുവന്ന് 'തരൂ' എന്ന് ആവശ്യപ്പെട്ടാൽ എന്നെ സംബന്ധിച്ചിടത്തോളം അതിനേക്കാൾ വലിയ ഒരു ഭാഗ്യം മറ്റെന്താണുള്ളത്. ഗുരോ! എന്റെ അടുത്തു വന്ന ഭഗവാൻ ഹരിയോട് 'ഇല്ല' എന്ന് ഞാൻ എങ്ങനെ പറയും. ഞാൻ വേണ്ടിവന്നാൽ പ്രാണൻ ഉപേക്ഷിക്കും. അതുകൊണ്ട് യജ്ഞേശനായ വിഷ്ണു വന്ന് യാചിച്ചാൽ അതെന്തുതന്നെയായാലും, എന്റെ ശിരസ്സു തന്നെയും ഞാൻ നൽകിയിരിക്കും. ഒരു സംശയവും വേണ്ട.'

ബലിയുടെ വാക്കുകൾ തീർന്നപ്പോഴേക്കും ഭഗവാൻ ബ്രഹസ്പതിയോടും, ദേവസംഘത്തോടും കൂടി യജ്ഞകവാടത്തിൽ എത്തി. അതുകണ്ട് ബലി വീണ്ടും ശുക്രാചാര്യനോട് പറഞ്ഞു.

'ഇതാ എന്നോട് അർത്ഥിക്കാനായി സർവ്വചേതസാക്ഷിയും സർവ്വദേവമയനും അചിന്ത്യനും, ജനാർദ്ദനനും, സ്വമായകൊണ്ട് വാമനരൂപം ധരിച്ചവനുമായ ഹരി എത്തിയിരിക്കുന്നു.'

യജ്ഞകവാടത്തിൽ പ്രവേശിച്ച ആ പ്രഭുവിന്റെ പ്രഭാവത്താൽ അസുരന്മാരെല്ലാം ക്ഷോഭം പ്രാപിച്ചു. തേജസ്സിനാൽ നിഷ്പ്രഭരായി. മുനിമാർ വിറ പൂണ്ടു. ബലി തന്റെ ജന്മം സഫലമായി എന്നു കരുതി. ഹർഷപുളകിതനായ ബലി അർഘ്യവുമായി വന്ന് ഗോവിന്ദനെ വേണ്ട രീതിയിൽ പൂജിച്ചു.

എന്നിട്ട് ഇപ്രകാരം അറിയിച്ചു.

'സ്വർണ്ണം, രത്നം, ആന, പോത്ത്, ആഭരണങ്ങൾ തുടങ്ങിയ വസ്തുക്കൾ എല്ലാം അല്ലെങ്കിൽ അങ്ങേയ്ക്ക് എന്താണോ ആഗ്രഹം അതെല്ലാം ഞാൻ നൽകാം. എനിയ്ക്കുള്ളതെല്ലാം അങ്ങേയ്ക്ക് ഇഷ്ടമുള്ളതാണെങ്കിൽ ഞാൻ നൽകും.'

ബലിയുടെ പ്രസന്നതയോടെയുള്ള വാക്കുകൾ കേട്ട വാമനഭഗവാൻ പുഞ്ചിരിയോടു കൂടി പറഞ്ഞു.

'രാജൻ! എനിക്ക് അഗ്നിശാലക്കു വേണ്ടി മൂന്നടി ഭൂമി തന്നാൽ മതി. മറ്റുള്ളവ അത് ആഗ്രഹിക്കുന്നവർക്ക് നൽകിയാലും.'

ഇതുകേട്ട് ബലി ചോദിച്ചു.

'ഭഗവാനേ! മൂന്നടി ഭൂമികൊണ്ട് അങ്ങേയ്ക്ക് എന്തു ചെയ്യാനാകും. ഒരു നൂറോ, നൂറായിരമോ അടി ഭൂമി ആവശ്യപ്പെട്ടാലും.'

വാമനൻ പറഞ്ഞു.

'ഇത്രയും ഭൂമികൊണ്ട് (മൂന്നടി മാത്രം) ഞാൻ തൃപ്തനാണ്.'

മൂന്നടി മാത്രം മതി എന്ന് വാമനൻ വീണ്ടും പറഞ്ഞപ്പോൾ വീരനായ ബലി അതു നൽകാൻ തയ്യാറായി. ദാനം ചെയ്യാനായി കയ്യിൽ ജലം വീണതോടെ വാമനൻ ബൃഹദ് രൂപത്തെ (വിരാട് രൂപത്തെ) പ്രാപിച്ചു. തന്റെ സർവ്വദേവമയ രൂപത്തെ പ്രകടമാക്കുകയും ചെയ്തു.

മഹാബലശാലികളായ അസുരന്മാർ വിഷ്ണുവിന്റെ സർവ്വദേവമയമായ രൂപം കണ്ട് അഗ്നിക്ക് മുന്നിൽ പെട്ട ഈയ്യാംപാറ്റകളുടെ അവസ്ഥയിലായി.

മഹാദൈത്യനായ 'ചിക്ഷുരൻ' ദന്തം കൊണ്ട് (പല്ല്) അദ്ദേഹത്തിന്റെ പാദത്തിലെ പെരുവിരൽ സ്വീകരിച്ചു. അപ്പോൾ അംഗുഷ്ഠം കൊണ്ട് (പെരുവിരൽ) അസുരന്റെ കഴുത്തിൽ അടിച്ച് നിഗ്രഹിച്ചു(കൊന്നു). അതിനുശേഷം കൈത്തലംകൊണ്ടും പാദംകൊണ്ടും അടിച്ച് അസുരന്മാരെ മുഴുവനും കൊന്നൊടുക്കി. പിന്നീട് വിശ്വവ്യാപിയായ (ലോകം മുഴുവൻ വ്യാപിക്കുന്ന) രൂപം ധരിച്ച് ഭൂമി അധീനമാക്കി. സൂര്യചന്ദ്രന്മാർ മാറിടത്തിലും, ആകാശം അളന്ന സമയത്ത് തുടയിലും ഊർദ്ധ്വലോകത്തെ (മുകൾലോകം) അളന്ന സമയത്ത് ജാനുമൂലത്തിലും (ജാനു-കാൽമുട്ട്) സ്ഥിതി ചെയ്ത് വിഷ്ണുഭഗവാന്റെ ദേവപരിപാലനകർമ്മത്തിൽ ഭാഗഭാക്കായി നില കൊണ്ടു. ഉരുവിക്രമനായ വിഷ്ണു അസുരഗണങ്ങളെ നശിപ്പിച്ച് മൂന്നുലോകങ്ങളും ഇന്ദ്രന് നൽകി. എന്നിട്ട് ഭഗവാൻ ഭൂതലത്തിന് താഴെയുള്ള സുതലം എന്നു പേരുള്ള പാതാളം ബലിക്ക് കൊടുത്തു. അതിനുശേഷം ഇപ്രകാരം അറിയിച്ചു.

'നിങ്ങൾ ദാനാർത്ഥം എനിക്ക് നൽകിയ ജലം ഞാൻ എന്റെ കൈയിൽ സ്വീകരിക്കുകയുണ്ടായി. അതിനാൽ നിങ്ങളുടെ ആയുസ്സ് കല്പാന്തം വരെ (സൃഷ്ടിയുടെ അവസാനകാലം) ഉത്തമമായി നില നിലനിൽക്കും. വൈവസ്വതമന്വന്തരം കഴിഞ്ഞ് സാവർണ്ണി സമന്വന്തരം ആരംഭിക്കുമ്പോൾ നിങ്ങൾക്ക് ഇന്ദ്രപദവി ലഭിക്കും. ആ കാലം വരെ ഭുവനം(ലോകം) ഞാൻ ഇന്ദ്രന് നൽകി കഴിഞ്ഞു. എഴുപത്തിയൊന്ന് ചതുർയുഗ കാലത്തിലും അല്പം അധികമാണ് ഒരു മന്വന്തരം. അത്രയും കാലം ഞാൻ ഇന്ദ്രന്റെ വിരോധികളെ നിയന്ത്രിക്കുന്നതാണ്. ബലി! പണ്ട് നിങ്ങളെ ഭക്തിപുരസ്സരം ആരാധിച്ചിട്ടുള്ളതാണല്ലോ. അതുകൊണ്ട് സുതലം എന്നപേരോടുകൂടിയ പാതാളത്തിൽ പോയി ഞാൻ പറഞ്ഞതിൻപ്രകാരം വസിക്കു

ക. എന്റെ നിർദ്ദേശത്തെ വേണ്ടവിധം പാലിക്കുകയും വേണം. അവിടേയും ദേവന്മാരും അസുരന്മാരും നിവസിക്കുന്നുണ്ട്. നൂറു കണക്കിന് മണിമന്ദിരങ്ങൾ ഉണ്ട്. വികസിച്ച താമരകൾ നിറഞ്ഞ പൊയ്കകളെ കൊണ്ടും, മനോഹരങ്ങളായ വൃക്ഷങ്ങളെക്കൊണ്ടും പരിശുദ്ധങ്ങളായ നദികളെക്കൊണ്ടും സുന്ദരമാണ് ആ പ്രദേശം.'

'ദാനവശ്രേഷ്ഠാ! സുഗന്ധദ്രവ്യങ്ങൾ പൂശി, ശ്രേഷ്ഠങ്ങളായ ആഭരണങ്ങളാൽ വിഭൂഷിതനായി, (അലങ്കരിക്കപ്പെട്ട്) മാല, ചന്ദനം, ഇവകൊണ്ട് അലംകൃതനായി നൃത്തസംഗീതങ്ങളോടെ നൂറുകണക്കിന് സുന്ദരികളായ സ്ത്രീകളാൽ സേവിക്കപ്പെട്ട് ഞാൻ നിർദ്ദേശിച്ച കാലമത്രയും പറഞ്ഞതനുസരിച്ച് കഴിയുക. ദേവന്മാർക്കും ബ്രാഹ്മണർക്കും എതിരായി പ്രവർത്തിക്കാൻ തുടങ്ങിയാൽ ഘോരങ്ങളും, ദാരുണങ്ങളുമായ വരുണപാശത്താൽ ബന്ധിതനായി തീരും.'

ഇതുകേട്ട് ബലി ചോദിച്ചു.

'ഭഗവാനേ! താങ്കളുടെ നിർദ്ദേശപ്രകാരം പാതാളത്തിൽ വസിക്കുന്ന എന്റെ സുഖത്തിനുള്ള സാമഗ്രികൾ എന്തൊക്കെയാണ്. എനിക്ക് സംതൃപ്തനായി പ്രാപിക്കേണ്ടവനായ അങ്ങയെ സ്മരിച്ച് (ഓർത്ത്) കഴിഞ്ഞുകൂടണം എന്നാണ് ആഗ്രഹം.'

ഭഗവാൻ പറഞ്ഞു.

'വിധി അനുസരിച്ചല്ലാതെ ചെയ്യുന്ന ദാനം, ശോക്രിയ ബ്രാഹ്മണരില്ലാതെ ചെയ്യുന്ന ശ്രാദ്ധം, ശ്രദ്ധയില്ലാതെ ചെയ്യപ്പെടുന്ന ഹോമം എന്നിവയൊക്കെ നിങ്ങൾക്ക് ഫലം പ്രദാനം ചെയ്യുന്നവയായിരിക്കും. അതുപോലെ തന്നെ ദക്ഷിണയോടുകൂടാത്ത യജ്ഞം, വിധിയനുസരിച്ചല്ലാതെ ചെയ്യപ്പെടുന്ന ക്രിയകൾ, വ്രതരഹിതമായ അധ്യയനം എന്നിവയുടെ ഫലവും താങ്കൾക്ക് തന്നെ ആയിരിക്കും.

ബലീ! ഇതുമാത്രമല്ല, ജലം കൂടാതെ ഉള്ള പൂജ, ദർഭയില്ലാതെ ഉള്ള ക്രിയകൾ, നെയ്യ് ഇല്ലാതെ ചെയ്യുന്ന ഹോമം എന്നിവയുടെ ഫലവും താങ്കൾക്ക് ലഭിക്കും. ഈ സ്ഥാനത്തെ ആശ്രയിച്ച് മനുഷ്യൻ എന്തു ക്രിയ ചെയ്യുന്നോ, അതിലൊന്നിലും അസുരന്മാർക്ക് അധികാരം ഉണ്ടായിരിക്കുന്നതല്ല. പുണ്യമായ ജ്യേഷ്ഠാശ്രമത്തിലും, വിഷ്ണുപദ സരോവരത്തിലും ചെയ്യപ്പെടുന്ന ശ്രാദ്ധം, വ്രതം, ഉപവാസം, വിധിപൂർവ്വകം ആയി ചെയ്യുന്ന ക്രിയകൾ ഇതെല്ലാം

അക്ഷയമായ ഫലം നൽകുന്നവയാണ്. (നാശമില്ലാത്ത ഫലം). അതിൽ സംശയം വേണ്ട.'

ജ്യേഷ്ഠമാസത്തിലെ (ഇടവം പകുതി മുതൽ മിഥുനം പകുതി വരെ) ശുക്ലപക്ഷത്തിൽ ഏകാദശി ദിവസം ഉപവാസം അനുഷ്ഠിച്ചതിനുശേഷം ദ്വാദശി നാൾ വിഷ്ണുപദം എന്ന സരോവരത്തിൽ സ്നാനവും ചെയ്യണം.

അതിനുശേഷം വാമനനെ ദർശിച്ച് യഥാശക്തി ദാനവും ചെയ്യുന്നവൻ പരമപദത്തെ പ്രാപിക്കുന്നതാണ്.'

ഭഗവാൻ ഹരി ബലിക്ക് വരവും, ഇന്ദ്രന് സ്വർഗ്ഗവും നൽകി അന്തർധാനം ചെയ്തു. ഇന്ദ്രൻ ത്രൈലോക്യപൂജിതനായി മൂന്നു ലോകവും ഭരിക്കാൻ തുടങ്ങി.

ബലി ഭഗവാന്റെ ആജ്ഞപ്രകാരം പാതാളവാസവും തുടങ്ങി.

മങ്കണകന്റെ കഥ

മഹർഷിയായ കശ്യപന്റെ മാനസപുത്രനാണ് മങ്കണകൻ. ഒരു ദിവസം അദ്ദേഹം വൽക്കലവും എടുത്ത് കുളിക്കുവാൻ പുറപ്പെട്ടു. അവിടെ സുന്ദരിമാരായ രംഭ തുടങ്ങിയ അപ്സരസ്സുകൾ എത്തിയിരുന്നു. അവൾ വസ്ത്രരഹിതരായി സ്നാനം ചെയ്യുകയായിരുന്നു. അതുകണ്ട് മങ്കണകന്റെ മനസ്സിൽ ക്ഷോഭം (ഇളക്കം, കോപം) ഉണ്ടായി. അദ്ദേഹത്തിൽനിന്ന് രേതസ്സ് ജലത്തിൽ വീണു. ഒരു വ്യാധൻ അത് കുടത്തിൽ നിക്ഷേപിച്ചു. അത് ഏഴായി വിഭജിക്കപ്പെട്ടു. അതിൽനിന്ന് ഏഴ് ഋഷികൾ ഉണ്ടായി. വായുവേഗൻ, വായുബലൻ, വായുഹൻ, വായുമണ്ഡലൻ, വായുകാലൻ, വായുരേതസ്സ്, വായുചക്രൻ എന്നീ പേരുകളിൽ അറിയപ്പെടുന്ന ഇവർ മരുദ്ഗണങ്ങൾ എന്നറിയപ്പെടുന്നു. ഇവർ ചരാചരങ്ങളെ ധരിക്കുന്നു.

ഒരിക്കൽ മങ്കണകന്റെ കൈയിൽ കുശ(ദർഭ)യുടെ അഗ്രഭാഗം കൊണ്ട് മുറിവുണ്ടായി. ആ മുറിവിൽനിന്ന് ശാകരസം ഒഴുകാൻ തുടങ്ങി. (ശാകം-ചീര, പച്ചക്കറി) അതു കണ്ട മങ്കണകൻ നൃത്തം ചെയ്യാൻ തുടങ്ങി. അതോടെ സർവ്വചരാചരങ്ങളും നൃത്തം ചെയ്യാൻ ആരംഭിച്ചു. അതുകണ്ട് ദേവന്മാരും, മുനികളും എല്ലാം മഹാദേവന്റെ സമീപം ചെന്ന് പറഞ്ഞു.

'ദേവാ! മങ്കണകനെ നൃത്തത്തിൽനിന്ന് പിന്തിരിപ്പിക്കാൻ എന്തെ

ങ്കിലും ചെയ്യൂ.'

ഇതുകേട്ട് സന്തുഷ്ടനായ അദ്ദേഹത്തെ (മങ്കണകൻ) കണ്ട് ദേവന്മാരുടെ ആഗ്രഹം സാധിക്കുന്നതിനായി മഹാദേവൻ ചോദിച്ചു.

'ദ്വിജശ്രേഷ്ഠാ! തപസ്വിയും, ധർമ്മപഥസ്ഥിതനുമായ അങ്ങേയ്ക്ക് ഇത്രയും ഹർഷമുണ്ടാകുവാൻ (സന്തോഷമുണ്ടാകാൻ) എന്താണ് കാരണം.'

അതുകേട്ട് അദ്ദേഹം പറഞ്ഞു.

'എന്റെ കൈയിൽ നിന്ന് ശാകരസം ഒഴുകുന്നത് ഭവാൻ കാണുന്നില്ലേ? അതുകണ്ട് ഞാൻ അധികം ആനന്ദം കൊള്ളുന്നു. അതുകൊണ്ടാണ് ഞാൻ ഇങ്ങനെ നൃത്തം ചെയ്യുന്നത്.'

മഹാദേവൻ ഇതുകേട്ട് ചിരിച്ച് രാഗം കൊണ്ട് മോഹിതനായ ആ മുനിയോട് (മങ്കണനോട്) 'വിപ്രാ! എനിക്ക് അത്രയ്ക്ക് വിസ്മയം ഒന്നും തോന്നുന്നില്ല. ഇങ്ങോട്ട് ഒന്ന് നോക്കൂ' എന്നു പറഞ്ഞ് വിരലിന്റെ അഗ്രംകൊണ്ട് പെരുവിരലിൽ ഒന്നു തുട്ടി. അപ്പോൾ ആ മുറിവിൽനിന്നും മഞ്ഞുപോലെ വെളുത്ത ഭസ്മം പുറപ്പെടാൻ തുടങ്ങി. ഇതുകണ്ട് ലജ്ജിതനായ മങ്കണകൻ മഹാദേവന്റെ പാദങ്ങളിൽ വീണ് ഇങ്ങനെ പറഞ്ഞു.

'ഞാൻ മഹാത്മാവും, ശൂലപാണിയുമായ ഭഗവാനെയല്ലാതെ മറ്റാരേയും അറിയുന്നില്ല. ചരാചരാത്മകമായ ഈ ജഗത്തിന്റെ (ലോകത്തിന്റെ) മുഴുവനും ഗുരു മൂലധാരിയായ ഭവാൻ തന്നെയാണ്. അനഘാ! (പാപമില്ലാത്തവൻ) ബ്രഹ്മാദികളായ ദേവന്മാരെയെല്ലാം താങ്കളുടെ ആശ്രിതരാണ്. ചെയ്യുന്നവനും ചെയ്യിക്കുന്നവനും സർവ്വവും താങ്കൾ തന്നെ. അങ്ങയുടെ രൂപംകൊണ്ട് ദേവന്മാരെല്ലാം ഭയരഹിതരായി സന്തോഷത്തോടെ കഴിയുന്നു. ദേവന്മാരുടേയും അസുരന്മാരുടെയും അധീശനായിട്ടുള്ളവനേ, എന്റെ തപസ്സിന് ക്ഷയമുണ്ടാകാതിരിക്കട്ടെ!'

ഇങ്ങനെ പറഞ്ഞതിനുശേഷം ഭഗവാനെ പ്രണമിച്ചു. അതിൽ പ്രസന്നനായ ഭഗവാനായ മങ്കണകനോട് പറഞ്ഞു.

'വിപ്രാ! എന്റെ പ്രസാദം കൊണ്ട് നിന്റെ തപസ്സ് ആയിരം മടങ്ങ് വർദ്ധിക്കട്ടെ. ഞാൻ നിന്നോടൊപ്പം ഈ ആശ്രമത്തിൽ നിത്യം വസിക്കുന്നതാണ്. സപ്ത സാരസ്വതത്തിൽ സ്നാനം ചെയ്തതിനുശേഷം എന്നെ അർച്ചിക്കുന്ന ഒരാൾക്ക് ദുർലഭമായി ഒന്നും ഉണ്ടാകുന്നതല്ല. അയാൾ തീർച്ചയായും സാരസ്വതലോകത്തിൽ എത്തി

ച്ചേരുകയും ചെയ്യും. ശിവപ്രസാദത്താൽ പരമപദപ്രാപ്തിയും ഉണ്ടാകും.

ബ്രഹ്മാവിന്റെ വൃത്താന്തം

ലോകപിതാമഹനായ ഭഗവാൻ ബ്രഹ്മാവ് ഉണ്ടായ ഉടൻതന്നെ ചരാചരങ്ങളായ സർവ്വഭൂതങ്ങളെയും സൃഷ്ടിച്ചു. പിന്നീട് സൃഷ്ടിയെക്കുറിച്ച് ചിന്തിച്ചു. അപ്പോൾ നീലത്താമരയിതൾപോലെ കറുത്ത നിറമുള്ളവളും, ഒതുങ്ങിയ മധ്യഭാഗത്തോട് കൂടിയവളും, സുലോചനയും, മനോരമയുമായ ഒരു കന്യക ഉണ്ടായി. അതിസുന്ദരിയായ അവളെ കണ്ട ബ്രഹ്മാവിന് കാമമുണ്ടായി. പുത്രോൽപാദനത്തിന് ക്ഷണിച്ചു. ആ മഹാപാപത്താൽ അദ്ദേഹത്തിന്റെ തല വീണു. ഉടൻതന്നെ ആ തലയെടുത്തു. എന്നിട്ട് ബ്രഹ്മാവ് സർവ്വപാപങ്ങളും അകറ്റാൻ കഴിവുള്ള 'സന്നിഹത്യാസരസ്സ് ' എന്ന പുണ്യതീർത്ഥത്തിൽ എത്തി. ആ തീർത്ഥത്തിൽ സരസ്വതിയുടെ വടക്കേ തീരത്ത് ശിവലിംഗം സ്ഥാപിച്ചു. ദിവസവും ധൂപം, ഗന്ധം, ഉപഹാരങ്ങൾ ഇവ സമർപ്പിച്ച് ഹൃദ്യങ്ങളായ രുദ്രസൂക്തങ്ങൾ ചൊല്ലിക്കൊണ്ട് ഉപാസന തുടങ്ങി. അങ്ങനെ പൂജാനിരതനായ ബ്രഹ്മാവിന്റെ മുമ്പിൽ ഭഗവാൻ ശിവൻ പ്രത്യക്ഷപ്പെട്ടു. അദ്ദേഹത്തെ കണ്ട് തല കുനിച്ച് നമസ്കരിച്ചു. അതിനുശേഷം സ്തുതിക്കാൻ തുടങ്ങി.

'ഭൂതം, ഭവ്യം, ഭവം ഇവയ്ക്ക് ആശ്രയമായിട്ടുള്ള (കഴിഞ്ഞത്, ഭാവി, ശുഭം) മഹാദേവാ! അങ്ങേയ്ക്ക് നമസ്കാരം. നിത്യവും സ്തുതിക്കപ്പെടുന്നവനും മൂന്നുലോകങ്ങളുടെയും രക്ഷകനുമായ ഭവാന് നമസ്കാരം. പവിത്രദേഹത്തോടുകൂടിയവനും, സകലപാപഹന്താവുമായ (കൊല്ലുന്നവൻ, ഇല്ലാതാക്കുന്നവൻ) അങ്ങേയ്ക്ക് പ്രണാമം. ചരാചരഗുരോ! അങ്ങ് ഗുഹ്യനും (ഗുഹ്യം - രഹസ്യം) ഗുഹ്യങ്ങളെ(രഹസ്യങ്ങളെ) പ്രകാശിപ്പിക്കുന്നവനുമാണ്. ശ്രേഷ്ഠ! മരുന്നുകൊണ്ടും മാറാത്ത രോഗങ്ങളെ മാറ്റുന്നവനേ! രുരുമൃഗത്തിന്റെ തോൽ ധരിക്കുന്നവനേ! ശോകമില്ലാത്തവനേ! അവിടുത്തേക്ക് പ്രണാമം. ദേവാ! അങ്ങയുടെ നാമം ജപിക്കുന്ന ഒരാൾക്ക് വീണ്ടും ജനിക്കേണ്ടിവരുന്നില്ല. നിത്യത്തിനും നിത്യനായവനേ! ത്രിലോകങ്ങളേയും സംഹരിക്കുന്നവനേ! അപ്രമേയാ! ശങ്കരാ! നമ

സ്കാരം.'

ഇങ്ങനെ ബ്രഹ്മാവ് മഹാദേവനെ സ്തുതിക്കാൻ തുടങ്ങി.

സ്തുതി കേട്ടപ്പോൾ മഹാദേവൻ ബ്രഹ്മാവിനോട് പറഞ്ഞു.

'തീർച്ചയായും വരാനുള്ളത് വരും. അങ്ങ് വ്യാകുലപ്പെടേണ്ട തില്ല. പണ്ട് വരാഹകല്പത്തിൽ ഞാൻ താങ്കളുടെ ശിരസ്സ് നീക്കം ചെയ്യുകയുണ്ടായി. അങ്ങനെ ചതുർമുഖനായി. അതിനൊരിക്കലും കോട്ടം വരുകയില്ല. ഈ സന്നിഹിതതീർത്ഥത്തിൽ ഭക്തിപൂർവ്വം എന്റെ ലിംഗങ്ങൾ പ്രതിഷ്ഠിച്ച് പൂജ ചെയ്താൽ സർവ്വപാപങ്ങ ളിൽനിന്നും മുക്തനാകും. പണ്ടുകാലത്ത് സൃഷ്ടിക്കാനുള്ള മോഹം കൊണ്ട് നിങ്ങൾ എന്നെ പ്രേരിപ്പിച്ചു. അതിനാൽ ഞാൻ അങ്ങനെ തന്നെയാകട്ടെ എന്നു പറഞ്ഞ് എല്ലാ വസ്തുക്കളിൽനിന്നും മറഞ്ഞ് ദീർഘകാലം തപസ്സ് ചെയ്തു. സന്നിഹിതതീർത്ഥത്തിൽ വിലീന നായി കഴിഞ്ഞു. വളരെ നാളുകൾ അങ്ങ് എന്നെ പ്രതീക്ഷിച്ചിരു ന്നു. അതിനുശേഷം സർവ്വഭൂതങ്ങളുടെയും സ്രഷ്ടാവായി അങ്ങ് എന്നെ മനസ്സുകൊണ്ട് കല്പിച്ചു. ഞാൻ ജലത്തിൽ മഗ്നനായി കിട ക്കുന്നതു കണ്ട് (മുങ്ങുക) അങ്ങ് ഇങ്ങനെ പറയുകയുണ്ടായി.

'നമ്മേക്കാൾ ശ്രേഷ്ഠൻ അല്ലാത്തതുകൊണ്ട് ഞാൻ തന്നെ പ്രജാ സൃഷ്ടി നടത്താം. എന്നേക്കാൾ അഗ്രജനായിട്ട് മറ്റൊരാൾ ഇല്ല എന്ന് അങ്ങുതന്നെ പറഞ്ഞുവല്ലോ. എന്നാൽ ഈ സ്ഥാണുവാ ണെങ്കിൽ ജലത്തിൽ മഗ്നനാണ്, വിവശനുമാണ്. അതുകൊണ്ട് ഹിതം ആചരിച്ചാലും (ഇഷ്ടം ആചരിച്ചാലും).'

അതിനുശേഷം ദയാദിപ്രജകളേയും സർവ്വഭൂതങ്ങളേയും ബ്രഹ്മാവ് സൃഷ്ടിച്ചു. നാലുവിധത്തിൽ ഉള്ള പ്രാണിസമൂഹത്തെ സൃഷ്ടിച്ച ആ പ്രജാപതിയെ തന്നെ തിന്നുന്നതിനായി വിശന്നു വല ഞ്ഞ പ്രജകളെല്ലാം ഓടിഅടുത്തു. അദ്ദേഹം പ്രാണര ക്ഷാർത്ഥം പിതാമഹന്റെ സമീപത്തെത്തി. എന്നിട്ട് അദ്ദേഹത്തോട് പ്രജകൾക്ക് കഴിഞ്ഞുകൂടാനുള്ള മാർഗ്ഗം നിർദ്ദേശിക്കാൻ ആവശ്യ പ്പെട്ടു. തുടർന്ന് അന്നം നൽകി. സ്ഥാവരങ്ങൾക്ക് (സ്ഥിരതയുള്ള വ) ഔഷധികളും, ചലിക്കുന്ന പ്രാണികളിൽ ശക്തി കൂടിയവയ്ക്ക് ശക്തി കുറഞ്ഞവയും ഭക്ഷണമായി തീർന്നു. അന്നം ലഭിച്ചപ്പോൾ പ്രജകൾ എല്ലാം തിരികെ പോയി. അവർ സന്തോഷത്തോടെ വളർന്നു. പ്രജകൾ അഭിവൃദ്ധി പ്രാപിക്കുകയും ലോകഗുരുവായ താങ്കൾ സന്തുഷ്ടനാവുകയും ചെയ്ത ആ സമയത്ത് ഞാൻ ജല

ത്തിൽനിന്നും പുറത്തുവന്നു. പ്രജകളെ കണ്ടു. സ്വന്തം തേജസ്സിൽനിന്ന് ഉണ്ടായവരായ ഈ പ്രജകളെ കണ്ട് ക്രോധം പൂണ്ട് ഞാൻ ലിംഗം പറിച്ചെടുത്ത് എറിഞ്ഞു. അത് തടാകത്തിന്റെ മധ്യത്തിലായി മുകളിൽ തന്നെ നിലകൊണ്ടു. അന്നുമുതൽ അത് 'സ്ഥാണു' എന്ന് ലോകത്തിൽ പ്രസിദ്ധമായി. ഈ ലിംഗം ഒരു പ്രാവശ്യം ദർശിക്കുന്നതോടുകൂടി എല്ലാ പാപങ്ങളിൽനിന്നും മോചനം ലഭിക്കും., പുനർജന്മമില്ലാത്ത പരമപദത്തെ പ്രാപിക്കുകയും ചെയ്യും. ഈ തീർത്ഥത്തിൽ കൃഷ്ണാഷ്ടമിദിനത്തിൽ സമാഹിതചിത്തനായി താമസിക്കുകയാണെങ്കിൽ അഗമ്യാഗമനം കൊണ്ടുണ്ടാകുന്ന പാപങ്ങളിൽ നിന്നു മുക്തനാകും.'

ഇത്രയും പറഞ്ഞ് ഭഗവാൻ ശിവൻ അപ്രത്യക്ഷനായി.

വിശുദ്ധനായി തീർന്ന ബ്രഹ്മാവ് ചതുർമുഖനായ ദേവനെ പൂജിച്ചു. അതിനുശേഷം സരോമധ്യത്തിൽ ഭഗവാൻ ശിവന്റെ ലിംഗങ്ങൾ സൃഷ്ടിച്ചു. ആദ്യം ഹരിയുടെ അടുത്ത് പുണ്യമായ ബ്രഹ്മസരസ്സ് സ്ഥാപിച്ചു. രണ്ടാമതായി തന്റെ ആശ്രമത്തിൽ ബ്രഹ്മസദനം നിർമ്മിച്ചു. അതിന്റെ കിഴക്കുഭാഗത്തായി മൂന്നാമത്തെ ലിംഗത്തെ പ്രതിഷ്ഠിച്ചു. സരസ്വതീനദിയുടെ തടത്തിൽ നാലാമത്തെ ലിംഗത്തെയും സ്ഥാപിച്ചു. ഇങ്ങനെ സൃഷ്ടിക്കപ്പെട്ട ഈ പുണ്യതീർത്ഥങ്ങൾ നിരാഹാരരായി(ആഹാരം കഴിക്കാതെ) കാണുന്നവർക്ക് പരമഗതി പ്രാപിക്കാനാകും. കൃതയുദ്ധത്തിൽ ഹരിയുടെ സമീപത്തും ത്രേതായുഗത്തിൽ ബ്രഹ്മാവിന്റെ ആശ്രമത്തിലും, ദ്വാപരത്തിൽ അതിന്റെ കിഴക്കുഭാഗത്തും കലിയുഗത്തിൽ സരസ്വതിയുടെ തടത്തിലും സ്ഥിതി ചെയ്യുന്ന ലിംഗങ്ങൾ കണ്ട് ഭക്തിപുരസ്സരം പൂജ ചെയ്താൽ സർവ്വ പാപങ്ങളിൽനിന്നും മുക്തരായി പരമഗതി നേടാം.

കാർത്തികേയ ജന്മകഥ

മഹാദേവനിൽനിന്ന് വീണ ശുക്ലം അഗ്നിദേവൻ പാനംചെയ്തു. (കുടിച്ചു). അതുകാരണം അഗ്നിയുടെ തേജസ്സ് പതുക്കെയായി. അപ്പോൾ അഗ്നി ദേവന്മാരുടെ സമീപം എത്തി. അവരുടെ നിർദ്ദേശം അനുസരിച്ച് അവിടെനിന്ന് ബ്രഹ്മലോകത്തിലേക്ക് പോയി. വഴിമധ്യത്തിൽ 'കുടില' എന്ന ദേവിയെ കാണാൻ ഇടയായി. അഗ്നി കുടിലയോട് ഇങ്ങനെ പറഞ്ഞു.

'കുടിലേ! ഈ തേജസ്സ് ധരിക്കാൻ വളരെ പ്രയാസമാണ്. മഹേശ്വരൻ ഉപേക്ഷിച്ച ഈ തേജസ്സ ലോകങ്ങളെല്ലാം നശിപ്പിക്കാൻ ശക്തി ഉള്ളതാണ്. അതിനാൽ നീ ഇതിനെ സ്വീകരിക്കുക. അങ്ങനെ ചെയ്താൽ നിനക്ക് ധന്യനായ പുത്രനുണ്ടാകും.'

ഇതുകേട്ട് മഹാനദിയായ കുടില ഇങ്ങനെ പറഞ്ഞു.

'അങ്ങനെയാണെങ്കിൽ അതിനെ എന്റെ ജലത്തിൽ നിക്ഷേപിക്കുക.'

അതനുസരിച്ച് കുടില ശിവതേജസ്സിനെ സ്വീകരിക്കുകയും വളർത്തുകയും ചെയ്തു. അഗ്നിദേവൻ സ്വതന്ത്രനായി യഥേഷ്ടം (ഇഷ്ടംപോലെ) സഞ്ചരിക്കാനും തുടങ്ങി. അഗ്നി ആ തേജസ്സിനെ ധാരാളം വർഷം (അയ്യായിരം) ധരിച്ചിരുന്നു. അതിനാൽ അഗ്നിദേവന്റെ മാംസം, അസ്ഥി, രക്തം, മേദസ്സ്, മജ്ജ, രോമം, താടി, കണ്ണ്, തലമുടി തുടങ്ങിയവയെല്ലാം സ്വർണ്ണമായി തീർന്നു. അങ്ങനെ അഗ്നിദേവൻ 'ഹിരണ്യരേതസ്സ്' എന്ന പേരിൽ പ്രസിദ്ധനായി. അഗ്നിയെപ്പോലെ അയ്യായിരം വർഷം ആ ഗർഭം കുടില ധരിച്ചു. കുടില ബ്രഹ്മാവിന്റെ അടുത്തെത്തി. മഹാനദിയെ വളരെ ദുഃഖിതയായി കണ്ട് ബ്രഹ്മാവ് ചോദിച്ചു.

'ഈ ഗർഭം നിന്നിൽ ആരാണ് സ്ഥാപിച്ചത്?'

അവൾ മറുപടി പറഞ്ഞു.

'അഗ്നിദേവൻ, താൻ പാനം ചെയ്ത ശിവന്റെ ശുക്ലത്തെ താങ്ങാനാവാതെ എന്നിൽ നിക്ഷേപിച്ചു. അയ്യായിരം വർഷമായി ഞാൻ ഇതിനെ കൊണ്ടുനടക്കുന്നു. ഇതുവരേയും അത് പുറത്തു വന്നിട്ടില്ല.'

ഇതുകേട്ട് ഭഗവാൻ പറഞ്ഞു.

'നീ ഉടൻതന്നെ ഉദയഗിരിയിലേക്ക് പോവുക. അവിടെ നൂറു യോജന വിസ്താരത്തിൽ ശരവണം (ഞങ്ങണപുല്ല്) ഉണ്ട്. സുന്ദരീ! ഈ രേതസ്സിനെ നിക്ഷേപിക്കുക. പതിനായിരം വർഷങ്ങൾ കഴിയുമ്പോൾ ഒരാൺകുഞ്ഞ് ഉണ്ടാകും.'

ബ്രഹ്മാവിന്റെ ഈ നിർദ്ദേശം അനുസരിച്ച് സ്ത്രീരൂപം ധരിച്ച പർവ്വതപുത്രി ഉദയപർവ്വതത്തിൽ എത്തി. ഗർഭത്തെ മുഖത്തിലൂടെ പുറത്തുവിട്ടു. അതിനുശേഷം ബ്രഹ്മാവിന്റെ സമീപത്തേക്കു പോയി. സതിയായ കുടില മന്ത്രത്താൽ ജലരൂപിയായി. ശരവണമാകട്ടെ ശിവതേജസ്സിനാൽ സ്വർണ്ണമയമായി. അതുപോലെ തന്നെ ആ വന

ത്തിലുള്ള വൃക്ഷങ്ങളും, മൃഗങ്ങളും, പക്ഷികളും എല്ലാം തന്നെ സ്വർണ്ണമയമായി.

പതിനായിരം വർഷം കഴിഞ്ഞപ്പോൾ ബാലസൂര്യന് തുല്യമായ ശരീരകാന്തിയോടുകൂടിയതും കമലലോചനനും (താമരക്കണ്ണൻ) ആയ ഒരാൺകുട്ടിയുണ്ടായി. ആ കുട്ടി ദിവ്യമായ ശരവണത്തിൽ മലർന്നുകിടന്ന് കാൽപ്പെരുവിരൽ വായിൽ വെച്ച് മേഘഗർജ്ജനം പോലെ കരഞ്ഞു. അപ്പോൾ ആ വഴിക്കു വന്ന തേജസ്വികളായ ആറു ദിവ്യകൃത്തികമാർ ശരവണത്തിൽ കിടന്നു കരയുന്ന കുട്ടി യെകണ്ടു. അവർ ഉള്ളലിഞ്ഞ് കുഞ്ഞിന്റെ അടുത്തുചെന്നു. ഓരോ രുത്തരായി കുട്ടിക്ക് മുലകൊടുക്കാൻ തർക്കിച്ചു. അതുകണ്ട് അവൻ ആറുപേരെയും മാറിമാറി നോക്കി. അതിനാൽ കുട്ടിക്ക് ആറുമുഖ മുണ്ടായി. പിന്നെ ആറുകൃത്തികകളും സ്നേഹത്തോടെ കുഞ്ഞിനെ വളർത്തി. അവരാൽ രക്ഷിതനായി ശിശു വളർന്നു. കൃത്തികമാ രാൽ വളർത്തപ്പെട്ടതുകൊണ്ട് ബലവാന്മാരിൽ ബലവാനായ ആ ബാലൻ കാർത്തികേയൻ എന്ന് പ്രസിദ്ധനായി.

മുരാസുരചരിതം

ദനുവിൽ കശ്യപന്റെ ഔരസപുത്രനായി (ഉരസ്സിൽനിന്ന്) മുരൻ ഉണ്ടായി. ദേവന്മാർ അസുരന്മാരെ പരാജയപ്പെടുത്തുന്നതു കണ്ട് അവന് മരണഭയം ഉണ്ടായി. അവൻ അനേകവർഷം ബ്രഹ്മാവിനെ തപസ്സ് ചെയ്ത് പ്രസാദിപ്പിച്ചു.

'യുദ്ധത്തിൽ തന്റെ കരതലംകൊണ്ട് ആരെ സ്പർശിക്കുന്നു വോ, അയാൾ അമരൻ(മരണമില്ലാത്തവൻ) ആണെങ്കിൽപ്പോലും മരിക്കാൻ ഇടവരണം' എന്ന വരം നേടിയെടുത്തു. അതിനുശേഷം തേജസ്വിയും, ബലവാനും ആയ മുരൻ ദേവഗിരിയിൽ എത്തി. യു ദ്ധത്തിന് വെല്ലുവിളിച്ചു. എന്നാൽ ആരും യുദ്ധത്തിന് തയ്യാറായി ല്ല. അതുകാരണം അവൻ അമരാവതിയിലേക്കു പോയി. എന്നാൽ മുരനെ തടയാൻ ആരും ശക്തരായില്ല. അങ്ങനെ ഇന്ദ്രഭവനത്തിൽ എത്തി. ഇപ്രകാരം പറഞ്ഞു.

'സഹസ്രാക്ഷാ! എന്നോടു യുദ്ധം ചെയ്യൂ. ഇല്ലെങ്കിൽ സ്വർഗ്ഗം ഉപേക്ഷിക്കൂ.'

ഇതുകേട്ടപ്പോൾ ഇന്ദ്രൻ സ്വർഗ്ഗം വിട്ട് ഭൂമിയിൽ എത്തി. അവിടെ

ചുറ്റിത്തിരിയാൻ തുടങ്ങി. അപ്പോഴേക്കും ഐരാവതത്തേയും, വജ്രായുധത്തേയും മുരൻ അപഹരിച്ചു. ഭൂമിയിൽ എത്തിയ ഇന്ദ്രൻ പത്നിയോടും പുത്രനോടും, ദേവന്മാരോടും ഒരുമിച്ച് കാളിന്ദിയുടെ ദക്ഷിണതീരത്ത് താമസമാക്കി. മുരൻ സ്വർഗ്ഗത്തിൽ വസിച്ച് മഹാ ഭോഗങ്ങൾ അനുഭവിക്കാനും തുടങ്ങി.

ഒരിക്കൽ ആ മഹാസുരൻ ഭൂമിയിലും എത്തി. ഏകാകിയായി ആനപ്പുറത്ത് സഞ്ചരിച്ചുകൊണ്ടിരുന്നു. ആ സമയത്ത് സരയൂനദി യുടെ തീരത്തിൽ വെച്ച് യജ്ഞകർമ്മത്തിൽ ദീക്ഷിതൻ ആയി രുന്ന സൂര്യവംശരാജാവായ രഘുവിനെ കണ്ടു. ആ അസുരൻ അദ്ദേ ഹത്തിന്റെ അടുത്തെത്തി ഇപ്രകാരം പറഞ്ഞു.

'എന്നോട് യുദ്ധം ചെയ്യുക. അല്ലെങ്കിൽ യജ്ഞം അവസാനിപ്പി ക്കുക. നിങ്ങൾ ദേവന്മാരെ പൂജിക്കുകയോ പ്രീതിപ്പെടുത്തുകയോ അരുത്.'

ഇതുകേട്ടപ്പോൾ തപസ്വികളിൽ ശ്രേഷ്ഠനായ വസിഷ്ഠൻ മുരന്റെ അടുത്തെത്തി. ഇങ്ങനെ അറിയിച്ചു.

'ദൈത്യ! മനുഷ്യരെ ജയിച്ചതുകൊണ്ട് താങ്കൾക്ക് എന്തു പ്രയോ ജനമാണ്. ഒരാൾക്കും തോൽപ്പിക്കാൻ കഴിയാത്തവരെയാണ് താ ങ്കൾ തോല്പിക്കേണ്ടത്. ആരെയെങ്കിലും തോല്പിക്കണം എന്ന് ആഗ്രഹിക്കുന്ന പക്ഷം യമരാജനോട് ഏറ്റുമുട്ടുക. ബലശാലിയായ അയാൾ താങ്കളുടെ ശാസനം കൂട്ടാക്കുകയില്ല. അയാളെ ജയിച്ചാൽ ജഗത്ത് മുഴുവൻ ജയിച്ചതായി കണക്കാക്കാം.'

ഇതുകേട്ട് ഉടൻതന്നെ ആ ദൈത്യൻ ദണ്ഡപാണിയായ യമ രാജനെ ജയിക്കാനായി പുറപ്പെട്ടു. മുരൻ യുദ്ധത്തിന് വരുന്നുണ്ട് എന്നറിഞ്ഞ യമൻ അവൻ അവധ്യനാണ് (വധിക്കാൻ കഴിയാത്ത വൻ) എന്ന് മനസ്സിലാക്കി. തന്റെ വാഹനമായ മഹിഷത്തിന്റെ പുറത്തു കയറി കേശവന്റെ അടുത്തെത്തി.

അദ്ദേഹത്തെ അഭിവന്ദനം ചെയ്ത് മുരന്റെ ചേഷ്ടകൾ അറി യിച്ചു.

'ആ മഹാസുരനെ എന്റെ അടുത്തേക്ക് വിട്ടേക്കൂ' എന്നദ്ദേഹം പറഞ്ഞു.

അതനുസരിച്ച് യമൻ മുരനോട് ചോദിച്ചു, 'മുരാ! നിങ്ങൾ എന്തു ചെയ്യാനാണ് ആഗ്രഹിക്കുന്നത്. ദാനവേശ്വരാ! ഞാൻ അങ്ങയുടെ ആജ്ഞയനുസരിക്കാൻ തയ്യാറാണ്.'

അപ്പോൾ മുരൻ പറഞ്ഞു, 'യമാ! പ്രജാസംയമനത്തിൽനിന്ന് പിന്തിരിയുക. അല്ലെങ്കിൽ ഞാൻ നിങ്ങളുടെ ശിരസ്സ് ഛേദിച്ച് (മുറിച്ച്) ഭൂമിയിൽ വീഴ്ത്തും.'

അതുകേട്ട് യമൻ അറിയിച്ചു.

'എന്നെ നിയന്ത്രിക്കുന്നവനിൽനിന്ന് എന്നെ രക്ഷിക്കുകയാണെങ്കിൽ തീർച്ചയായും താങ്കൾ പറയുന്നതുപോലെ ഞാൻ ചെയ്യാം.'

അതുകേട്ട് മുരൻ, 'താങ്കളെ നിയന്ത്രിക്കുന്നവൻ ആരാണെന്ന് പറയൂ. ഞാൻ അയാളെ പരാജിതൻ ആക്കാം' എന്നു പറഞ്ഞു.

യമൻ അയാളെ അറിയിച്ചു.

'ശ്വേതദ്വീപത്തിൽ വസിക്കുന്നവനും ചക്രവും ഗദയും ധരിക്കുന്നവനും, അവനാശിയുമായ (നാശം ഇല്ലാത്ത) ഭഗവാൻ വിഷ്ണുവാണ് എന്നെ നിയന്ത്രിക്കുന്നത്.'

'വേഗം പറയൂ! ഞാൻ ഉടൻ ചെന്ന് അയാളെ നിയന്ത്രിക്കട്ടെ' എന്ന് മുരൻ പറഞ്ഞു.

അതുകേട്ട് യമൻ 'ക്ഷീരസാഗരത്തിലാണ് ലോകനാഥനും ജഗന്മയനുമായ ഭഗവാൻ നിവസിക്കുന്നത്. അങ്ങോട്ട് പോയ്ക്കൊൾക' എന്നു പറഞ്ഞു.

അതുകേട്ടതോടെ മുരൻ പറഞ്ഞു. 'ധർമ്മരാജാവേ! ഞാനിതാ കേശവന്റെ അടുത്തേക്ക് പോവുകയാണ്. ഞാൻ തിരിച്ചുവരുന്നതുവരെ നിങ്ങൾ മനുഷ്യരുടെ മേൽ സംയമനം(നിയന്ത്രണം)അരുത്. നിങ്ങൾ പൊയ്ക്കൊൾക. നിങ്ങളെ നിയന്ത്രിക്കുന്നവനെ ഞാൻ ആദ്യം ജയിക്കട്ടെ. പിന്നീട് യുക്തമായത് ചെയ്യാം.'

ഇത്രയും പറഞ്ഞ് മുരൻ പാലാഴിയിലേക്ക് പുറപ്പെട്ടു.

യമന്റെ ഉപദേശം അനുസരിച്ച് മുരൻ ഭഗവാന്റെ അടുത്തെത്തി. അയാളോട് വിഷ്ണുഭഗവാൻ, 'അസുരാ! നീ എന്തിനാണ് ഇവിടെ വന്നത്. എന്നോട് യുദ്ധം ചെയ്യാനാണ് വന്നത് എങ്കിൽ പിന്നെ നിന്റെ ഹൃദയം ഇങ്ങനെ ജ്വരപീഡിതനെപ്പോലെ വല്ലാതെ വിറയ്ക്കുന്നത് എന്താണ്? കാതരനുമായി (വിറക്കുന്നവനുമായി) ഞാൻ യുദ്ധം ചെയ്യുകയില്ല.' ഇത്രയും പറഞ്ഞു.

ഈ വാക്കുകൾ കേട്ട് 'എങ്ങനെ, എവിടെ, ആരുടെ എന്നൊക്കെ വീണ്ടും വീണ്ടും പരസ്പരബന്ധമില്ലാതെ പറഞ്ഞുകൊണ്ട് ബുദ്ധിഹീനനായ മുരൻ തന്റെ കൈ സ്വന്തം ഹൃദയത്തിൽ വെച്ചു. ആ സമയം ഹരി അനായാസം (എളുപ്പം) തന്റെ ചക്രമെടുത്ത് ശത്രു

വിന്റെ ഹൃദയം ലക്ഷ്യമാക്കി പ്രയോഗിച്ചു. അത് അവന്റെ ഹൃദയം പിളർന്നു. ദേവന്മാർ സന്തുഷ്ടരായി. ഭഗവാനെ പ്രകീർത്തിക്കാൻ തുടങ്ങി. അങ്ങനെ മുരാരി എന്ന പേരിൽ ഭഗവാൻ പ്രസിദ്ധി നേടി.

അന്ധകാസുരന് വരം ലഭിച്ച കഥ

ദൈത്യസേന യുദ്ധത്തിൽ പരാജയപ്പെട്ടപ്പോൾ ശുകൻ അന്ധകനെ ഉപദേശിച്ചു.

'വീരാ! ഇപ്പോൾ തിരിച്ചുപോരുക! നമുക്ക് പിന്നീട് പർവ്വതത്തിൽ ചെന്ന് ഹരനുമായി (ശിവനുമായി) യുദ്ധം ചെയ്യാം.'

ഇതുകേട്ട് അന്ധകൻ അറിയിച്ചു. 'അതു ശരിയല്ല. കുലത്തിന് കളങ്കം വരുത്തിക്കൊണ്ട് യുദ്ധത്തിൽ ഒളിച്ചോടാൻ ഞാൻ തയ്യാറല്ല. ദ്വിജശ്രേഷ്ഠാ! അധൃഷ്യമായ (അതിക്രമിച്ചുകൂടാത്ത) എന്റെ പരാക്രമം കണ്ടുകൊള്ളുക. ഇന്ദ്രൻ, മഹേശ്വരൻ ഉൾപ്പെടെ ദേവദാനവഗന്ധർവ്വന്മാരെയെല്ലാം ഞാൻ ജയിക്കും.'

ഇത്രയും പറഞ്ഞതിനുശേഷം അന്ധകൻ മധുരവാക്കുകൾ കൊണ്ട് സാരഥിയെ സമാശ്വസിപ്പിച്ചു.

'മഹാബലവാനായ സാരഥീ! ഹരന്റെഅടുത്തേക്ക് രഥം നയിക്കുക. ഞാൻ ശരവർഷത്താൽ പ്രമഥരെയും (പ്രമഥർ - ഒരു ശിവ പർഷദൻ- ഭൃത്യൻ) അവരുടെ സൈന്യത്തേയും കൊന്നൊടുക്കും. അതോടെ സാരഥി കുതിരകളെ തെളിച്ചുതുടങ്ങി. അവർ അവിടെ എത്തിച്ചേർന്ന് അന്ധകൻ തന്റെ വില്ലെടുത്തു കുലച്ച് ശത്രുസേനയെ നശിപ്പിക്കാൻ തുടങ്ങി.

സുരസേനയുടെ നാശം കണ്ട് ഭഗവാൻ ദേവന്മാരോട് ചോദിച്ചു, 'നിങ്ങൾ എന്താണിങ്ങനെ അനങ്ങാതിരിക്കുന്നത്? ഇവനെ കൊന്നാൽ മാത്രമേ വിജയമുണ്ടാവൂ. അതിനാൽ സാരഥിയോടൊപ്പം അവന്റെ കുതിരകളേയും കൊല്ലുക. രഥം തകർക്കുക. രഥം ഇല്ലാതായാൽ ശങ്കരൻ ഇവനെ ഭസ്മമാക്കും.'

തുടർന്ന് ഇന്ദ്രാദിദേവകൾ യുദ്ധത്തിനിറങ്ങി. വിഷ്ണു നിമിഷനേരം കൊണ്ട് തന്റെ ഗദയാൽ ആയിരം കുതിരകളെ കൊന്നു. അപ്പോഴേക്കും സ്കന്ദൻ രഥത്തിൽ നിന്ന് സാരഥിയെ വലിച്ച് താഴെ ഇട്ടു. തന്റെ ശക്തികൊണ്ട് അയാളുടെ ഹൃദയത്തിൽ ആഞ്ഞടിച്ച് നിലത്തേക്ക് വലിച്ചെറിഞ്ഞു. ഇവയോടൊപ്പം രഥവും തകർക്ക

പ്പെട്ടു.

രഥം നഷ്ടപ്പെട്ട അന്ധകൻ ഗദ എടുത്ത് ദേവന്മാരുടെ നേർക്ക് പാഞ്ഞുചെന്നു. അവിടെ എത്തി എട്ട് കാലടി മുന്നോട്ട് വച്ചതിനു ശേഷം ഘനഗംഭീരമായി മഹാദേവനോട് പറഞ്ഞു, 'ഭിക്ഷോ! നിങ്ങൾ സേനകളോട് കൂടിയവനും, ഞാൻ ഒറ്റയ്ക്കും ആണ് ഇപ്പോൾ. എങ്കിലും നിങ്ങളെ ഞാൻ ജയിക്കും. എന്റെ പരാക്രമം കണ്ടുകൊൾക.'

അന്ധകന്റെ വാക്കുകൾ കേട്ട് എല്ലാ ദേവന്മാരെയും സൈന്യത്തേയും മഹാദേവൻ തന്റെ ശരീരത്തിൽ ഒളിപ്പിച്ചു.

'ദുഷ്ടാത്മാവേ! വരൂ!വരൂ! ഞാനും ഒറ്റയ്ക്കുതന്നെയാണ്' എന്നു പറഞ്ഞ് അവനെ പോരിനു വിളിച്ചു. മറ്റു ദേവന്മാരെയൊന്നും കാണാതെ വന്നപ്പോൾ അത്ഭുതം കൊണ്ട് ഗദയുമെടുത്ത് അയാൾ ശങ്കരന്റെ സമീപത്തേക്ക് ചെന്നു. അയാൾ വരുന്നതുകണ്ട് ഭഗവാൻ നന്ദിയുടെ പുറത്ത് നിന്നിറങ്ങി പർവ്വതത്തിൽ നിലകൊണ്ടു. മൂന്നു ലോകത്തേയും ഭയപ്പെടുത്തുന്ന അത്യന്തം ഭീഷണമായ രൂപം കൈകൊണ്ട് അന്ധകന്റെ ഹൃദയത്തിൽ അടിച്ചു.

അപ്പോൾ ശങ്കരന്റെ രൂപം കരാളദംഷ്ട്രകളോടു കൂടിയതും, കോടി സൂര്യപ്രഭ കലർന്നതും, ജടയും പുലിത്തോലും ധരിച്ചതും, സർപ്പഹാരാലംകൃതവും, ശാർദ്ദൂലബാഹുവും, അഗ്നിലോചനനും ആയി വിളങ്ങി. ഈ രൂപത്തിലുള്ള ശിവൻ ശത്രുവിനെ ശൂലം കൊണ്ട് പിളർന്നു. അപ്പോൾ ആ അസുരപതി ശൂലത്തോടെ ശങ്കരനെ അതിവേഗം ഒരു ക്രോശത്തോളം ദൂരം വലിച്ചുകൊണ്ടുപോയി. അപ്പോഴേക്കും ഭഗവാൻ വളരെ പ്രയാസപ്പെട്ട് തന്നെ നിയന്ത്രിച്ച് ഗദയോടുകൂടിയ ശത്രുവിനെ തന്റെ ശൂലത്താൽ അടിച്ചു. അസുരപതി ഗദകൊണ്ട് ശങ്കരന്റെ ശിരസ്സിലും അടിച്ചു. പിന്നീട് ശൂലം രണ്ടുകൈകൊണ്ടും പിടിച്ച് മേൽപോട്ടു പൊങ്ങി. ഭഗവാൻ അവിടെ നിലകൊണ്ടു. ശിരസ്സിലുള്ള മുറിവിൽനിന്ന് നാലുഭാഗത്തേക്കും രക്തം ധാരയായി പ്രവഹിച്ചു. അതിൽ കിഴക്കേദിക്കിലെ പ്രവാഹത്തിൽനിന്ന് അഗ്നിസമപ്രഭയോടുകൂടി താമരമാലകൊണ്ട് അലംകൃതനായി വിദ്യാരാജൻ എന്നു പേരുള്ള പ്രസിദ്ധനായ 'ഭൈരവൻ' ഉത്ഭവിച്ചു. മറ്റൊരു പ്രവാഹത്തിൽനിന്ന് ശൂലധാരിയും, സർവ്വരാലും പൂജിതനും, രുദ്രൻ എന്നു പേരുള്ളതുമായ ഭൈരവൻ ഉണ്ടായി. അടുത്തതിൽനിന്ന് നാലു ഭൈരവന്മാർ ഉടലെടുത്തു. ചണ്ഡൻ

തുടങ്ങി ഏക കപാലി വരെയുള്ളവരാണ് അവർ. ഭൂമിയിൽ വീണ രക്തത്തിൽ നിന്ന് ശൂലധാരിയായ ലളിതരാജൻ എന്ന് പ്രസിദ്ധ നായ ഭൈരവൻ ജനിച്ചു. എട്ടാമത്തെ ഭൈരവൻ വിഘ്നരാജൻ. ആ മഹാസുരനെ കുട എന്ന പോലെ ഉയർത്തിപ്പിടിച്ചു ഭഗവാൻ. ആ രക്തത്തിൽ കഴുത്തുവരെ ഭഗവാൻ മുങ്ങി. അധ്വാനംകൊണ്ട് ശങ്കരന്റെ നെറ്റിയിൽ വിയർപ്പുനിറഞ്ഞു. അതിൽനിന്ന് രക്തത്തിൽ കുളിച്ച ഒരു കന്യക ഉണ്ടായി. അതിൽനിന്ന് ഒരു ബാലനും ജനിച്ചു. ആ ബാലൻ അന്ധകന്റെ രക്തം കുടിക്കാൻ തുടങ്ങി.

ഭൈരവരൂപം ധരിച്ച ഭഗവാൻ ശങ്കരൻ തന്റെ സൂര്യാഗ്നിനേത്രങ്ങൾകൊണ്ട് ആയിരം ദിവ്യവർഷങ്ങളോളം അന്ധകന്റെ ശരീരം രക്തമില്ലാത്തതാക്കി. എല്ലും തോലും ആക്കിതീർത്തു. എന്നാൽ ശംഭുവിന്റെ നേത്രത്തിൽ നിന്നുണ്ടായ അഗ്നിയാൽ ആ അസുരരാജൻ പാപവിമുക്തൻ ആയിത്തീർന്നു.

അങ്ങനെ ശങ്കരനെ മനസ്സിലാക്കിയ അന്ധകൻ ശിവനെ സ്തുതിക്കാൻ തുടങ്ങി.

അന്ധകന്റെ സ്തുതികേട്ട ഭഗവാൻ പ്രീതനായി പറഞ്ഞു.

'അസുരപതിയായ അന്ധകാ! ഞാൻ പരിതുഷ്ടനായിരിക്കുന്നു. ഇഷ്ടമുള്ള വരം ചോദിച്ചുകൊൾക!'

അന്ധകൻ പറഞ്ഞു.

'അംബിക എന്റെ ജനനിയാണ്. ത്രയംബകനായ ഭവാൻ എന്റെ പിതാവും. എനിക്ക് ഏറ്റവും വന്ദ്യയായ മാതാവിന്റെ ചരണങ്ങളിൽ ഞാനിതാ നമിക്കുന്നു. അങ്ങ് എനിക്ക് വരം തരുകയാണെങ്കിൽ എന്റെ മനോ, വാക്, കായ, കൃതമായ(മനസ്സ്, വാക്ക്, ശരീരം) എല്ലാ പാപങ്ങളും അതോടൊപ്പം നീചമായ വിചാരങ്ങളും നശിക്കുമാറാകട്ടെ! മഹേശ്വരാ! അസുരചിന്തകൾ വിട്ടൊഴിഞ്ഞ് എനിക്ക് അങ്ങയോട് ശാശ്വതമായ ശക്തി ഉണ്ടാകുമാറാകട്ടെ! ഈ വരം അങ്ങ് എനിക്ക് നൽകിയാലും.'

അപ്പോൾ മഹാദേവൻ അറിയിച്ചു. 'ദൈത്യരാജാവേ! അങ്ങനെ തന്നെ ഭവിക്കട്ടെ! നിന്റെ പാപം മുഴുവൻ നശിക്കട്ടെ! ദാനവീയചന്തകളിൽനിന്ന് മുക്തനായി തീരട്ടെ! ഇപ്പോൾതന്നെ നിങ്ങൾ ഭൃംഗി എന്ന ഗണനായകൻ ആയിത്തീരുന്നതാണ്. '

ഇത്രയും പറഞ്ഞ് വരദനായ (വരം നൽകുന്നവൻ) ഭഗവാൻ അന്ധകനെ ശൂലത്തിൽനിന്ന് താഴെ ഇറക്കി. തന്റെ കരതലംകൊണ്ട്

തലോടി വ്രണം ഇല്ലാതാക്കി. തുടർന്ന് ശരീരത്തിൽ സ്ഥിതി ചെയ്തിരുന്ന ബ്രഹ്മാദി ദേവന്മാരെ വിളിച്ചു. ഉടൻതന്നെ ത്രിലോചനനെ നമസ്ക്കരിച്ചുകൊണ്ട് അവർ പുറത്തുവന്നു. അതിനുശേഷം നന്ദിയോടൊപ്പം മറ്റു ഗണങ്ങളെ വിളിച്ച് തന്റെ മുന്നിൽ ഇരുത്തി. ഭൃംഗിയെ കാണിച്ചുകൊണ്ട് 'ഇത് അന്ധകനാണ്' എന്ന അറിയിച്ചു. മാംസം വറ്റി ശുഷ്കിച്ച് (ഉണങ്ങിയ) ആ അസുരപതിയെ ഗണാധിപനാക്കി തീർത്തതുകൊണ്ട് അവരെയെല്ലാം വൃഷഭധ്വജനെ പ്രശംസിച്ചു. എല്ലാ ദേവന്മാരെയും പറഞ്ഞയച്ചതിനുശേഷം മഹേശ്വരൻ അന്ധകനെ കൈയിൽ പിടിച്ചുകൊണ്ട് നന്ദിയോടൊപ്പം പർവ്വതത്തിൽ എത്തി. വളരെ വർഷങ്ങൾക്കുശേഷം ഹരനെ കണ്ട ഗിരിജ സഖിമാരോട് പറഞ്ഞു.

അദ്ദേഹം ഗിരിജയെ നോക്കി, 'അന്ധകനെ ഞാൻ നിന്റെ ദാസൻ ആക്കിയിരിക്കുന്നു. നിന്നോട് എതിർത്ത സ്വസുതനായ ഇവനെ ഒന്ന് നോക്കൂ.' എന്നു പറഞ്ഞു.

തുടർന്ന് അന്ധകനോട് പറഞ്ഞു.

'പുത്ര! വരൂ! വരൂ! അമ്മയെ ശരണം പ്രാപിക്കൂ. ഉടൻതന്നെ അന്ധകനും നന്ദിയും ദേവിയെ സമീപിച്ച് പാദങ്ങൾ വന്ദിച്ചു. അന്ധകനാകട്ടെ ഗൗരിയെ സ്തുതിക്കാൻ തുടങ്ങി.

സ്തുതിക്കപ്പെട്ട ദേവി അന്ധകനിൽ പ്രസന്നയായി പറഞ്ഞു.

'പുത്രാ! ഞാൻ സന്തുഷ്ടയാണ്. ശ്രേഷ്ഠമായ വരം ആവശ്യപ്പെട്ടുകൊൾക.'

അപ്പോൾ ഭൃംഗി പറഞ്ഞു, 'ദേവീ! എന്റെ മാനസികവും, കായികവും, വാചികവുമായ സർവ്വപാപങ്ങളും ഇല്ലാതാക്കിയാലും. അതുപോലെതന്നെ ഭഗവാൻ ശിവനിൽ എനിക്ക് സദാ ഭക്തിയുണ്ടാകുമാറാകട്ടെ!'

'ശരി! അങ്ങനെതന്നെയാകട്ടെ' എന്ന് ദേവി പറയുകയും ഇവിടെ വെച്ചുതന്നെ ശിവപൂജ ചെയ്ത് ഗണാധിപനായി തീരൂ എന്ന് അന്ധകനെ അറിയിക്കുകയും ചെയ്തു. ഇങ്ങനെ മഹേശ്വരൻ പൂർവ്വകാലത്ത് ആ ദാനവന് ഭീഷണമായ രൂപം നൽകി. ഇപ്പോൾ തന്നിലുള്ള ഭക്തിയാൽ 'ഭൃംഗി' എന്ന ഗണാധിപനാക്കിത്തീർക്കുകയും ചെയ്തു.

ഇന്ദ്രന് 'ഗോത്രഭിദ്' എന്ന പേരുണ്ടായ കഥ

ഹിരണ്യകശിപു നഷ്ടമായപ്പോൾ ദിതി കശ്യപനോട് ഇങ്ങനെ പറഞ്ഞു.

'വിഭോ! താങ്കൾ എന്റെ പതിയാണല്ലോ. ശക്രനെ കൊല്ലാൻ (ഇന്ദ്രനെ) കഴിവുള്ള ഒരു പുത്രനെ എനിക്ക് നൽകിയാലും.'

കശ്യപൻ അവളോട് പറഞ്ഞു.

'സുന്ദരീ! നീ നൂറു ദിവ്യ സംവത്സരം പരിശുദ്ധചര്യ ആചരിക്കുകയാണെങ്കിൽ ത്രൈലോക്യനായകനും, ശത്രുഹന്താവുമായ പുത്രനെ നിനക്ക് ലഭിക്കുന്നതാണ്.'

പതി ഇങ്ങനെ പറഞ്ഞതിനുശേഷം ദിതി വ്രതമനുഷ്ഠിക്കാൻ തുടങ്ങി. കശ്യപമുനിയാകട്ടെ ഗർഭധാനം ചെയ്ത് ഉദയപർവ്വതത്തിലേക്ക് പോയി. അദ്ദേഹം പോയ ഉടൻതന്നെ ഇന്ദ്രൻ ദിതിയെ സമീപിച്ചു. അവരെ ശുശ്രൂഷിച്ചു കഴിയാനുള്ള അനുമതി ചോദിച്ചു. ഭാവികർമ്മത്തിൽ പ്രേരിതയായ അവർ അതു സമ്മതിച്ചു. അങ്ങനെ, സമിത്, വിറക് മുതലായവ കൊണ്ടുവരുന്ന ജോലിയിൽ ഏർപ്പെട്ട് അവിടെ താമസിക്കാൻ തുടങ്ങി. തന്റെ കാര്യസിദ്ധിക്കായി ഏറ്റവും വിനയത്തോടെ, പാമ്പിനെപ്പോലെ പഴുതു നോക്കിക്കൊണ്ട് അവിടെ കഴിഞ്ഞു. ആയിരം വർഷങ്ങൾക്കു(കുറെ വർഷങ്ങൾ) ശേഷം ഒരുദിവസം അതീവദുഃഖിതയായ ആ തപസ്വിനി തല നനച്ചു കുളിച്ചു. മുടി അഴിച്ചിട്ടു. ക്ഷീണം കാരണം മുട്ടുകളിൽ തല ചേർത്തു. മുടിത്തുമ്പുകളിൽ കാൽ വച്ചിരുന്ന് ഉറങ്ങി. ഇന്ദ്രൻ ഇതു തന്നെ പറ്റിയ അവസരം എന്നു മനസ്സിലാക്കി നാസാരന്ധ്രത്തിലൂടെ (മൂക്കിന്റെ ദ്വാരം) ദിതിയുടെ ഉദരത്തിൽ പ്രവേശിച്ചു.

അവിടെ കടന്ന ഇന്ദ്രൻ ഉദരത്തിനകത്ത് അരയിൽ കൈവെച്ച് ഊർദ്ധ്വമുഖനായി (മുകളിലേക്ക് മുഖം വെച്ചവൻ) സ്ഥിതി ചെയ്യുന്ന ഒരു ബാലനെ കണ്ടു. അവന്റെ മുഖത്ത് സ്ഫടികസമാനമായ മാംസപേശിയും കണ്ടു. ഉടൻതന്നെ ആ മാംസപേശിയെ രണ്ടുകൈകൊണ്ടും പിടിച്ച് ബലമായി ഞെക്കി. അപ്പോൾ അത് കഠിനമായി മാറി. അതിന്റെ പകുതിഭാഗം മുകളിലേക്കും, പകുതിഭാഗം അടിയിലേക്കും പോയി. അത് നൂറുപർവ്വങ്ങളുള്ള (പർവ്വം-സന്ധി, മുട്ട്) ഒരു കുലിശമായി (വജ്രമായി) രൂപപ്പെട്ടു. തുടർന്ന് ഇന്ദ്രൻ ആ

വജ്രത്താൽ ദിതി ധരിച്ചിരുന്ന ഗർഭത്തെ ഏഴായി മുറിച്ചു. അതോടെ ഗർഭസ്ഥനായ ആ ബാലൻ അതികഠിനമായി കരഞ്ഞു. അപ്പോഴേക്കും ദിതി ഉറക്കമുണർന്നു.

അവൾ ഇന്ദ്രന്റെ ചതി മനസ്സിലാക്കി. കുട്ടിയുടെ കരച്ചിലും കേട്ടു.

മൂർഖ! മാരുത! കരയരുത് എന്ന് പറഞ്ഞുകൊണ്ട് ഇന്ദ്രൻ ഓരോ കഷണവും വീണ്ടും ഏഴായി മുറിച്ചു. ഈ കഷണങ്ങൾ ഇന്ദ്രന്റെ 'മരുത്' എന്നു പേരായ ദേവഭൃത്യന്മാർ ആയി മാറി. ഇങ്ങനെ 49 (നാല്പത്തിയൊൻപത്) മാരുതന്മാർ ഉണ്ടായി. അവർ മുന്നേ നടന്നു. തുടർന്ന് വജ്രവുമായി ഇന്ദ്രൻ ഉദരത്തിന് പുറത്തു വന്നു. പിന്നീട് കൈകൾകൂപ്പിക്കൊണ്ട് ശാപഭയത്തോടെ ഇങ്ങനെ അറിയിച്ചു.

'ഇതിൽ എന്നെ തെറ്റുകാരനായി കാണരുത്. ഇത് എന്റെ ശത്രുവായിരുന്നു. അതുകൊണ്ടാണ് ഇങ്ങനെ ചെയ്തത്. അതുകൊണ്ട് ദേവി കോപിക്കരുത്.'

അതുകേട്ട് ദിതി പറഞ്ഞു.

'ഇവിടെ നീ തെറ്റുകാരൻ ആണെന്ന് ഞാൻ കരുതുന്നില്ല. ഇത് പണ്ടേ അറിവുള്ളതാണ്. ഇത് നിയോജിതമാണ്. ഗർഭം പൂർണ്ണമായാലും വധം സംഭവിക്കാനുള്ളതാണ്.'

ഇങ്ങനെ പറഞ്ഞ് ദിതി ആ ബാലകന്മാരെ സമാധാനിപ്പിച്ചു. ദേവരാജന്റെ കൂടെത്തന്നെ പറഞ്ഞയച്ചു.

ഇങ്ങനെ ഭയാർത്തനായ ഇന്ദ്രൻ ഗർഭസ്ഥരായ തന്റെ സഹോദരന്മാരെ നശിപ്പിക്കാനായി വജ്രായുധം കൊണ്ട് മുറിച്ചതിനാൽ അദ്ദേഹത്തിന് ഗോത്രദിദ് എന്ന പേരുണ്ടായി.

നക്ഷത്രപുരുഷവ്രതം

മൂലം നക്ഷത്രം ഭഗവാന്റെ രണ്ടു ചരണങ്ങൾ ആകുന്നു. രോഹിണി നക്ഷത്രം രണ്ടു കണങ്കാലുകളും, അശ്വിനി നക്ഷത്രം ഉദരവും ആണ്. പൂരാടവും ഉത്രാടവും സ്ഫിക് ദേശവും (തുടക്കുമുകളിലേ പിൻഭാഗം, പൃഷ്ഠം), പൂരവും ഉത്രവും ഗുഹ്യപ്രദേശവും, കാർത്തിക അരക്കെട്ടും ആകുന്നു. അദ്ദേഹത്തിന്റെ മാറിടം അനിഴവും പൃഷ്ഠഭാഗം അവിട്ടവുമാണ്. രണ്ടു കൈകളുടെ സ്ഥാനത്ത് വിശാഖനക്ഷത്രം സ്ഥിതി ചെയ്യുന്നു. ഭഗവാന്റെ ശ്രേഷ്ഠങ്ങളായ രണ്ടു കൈകൾ ആണ് അത്തം നക്ഷത്രം. പുണർതം

നക്ഷത്രം കൈവിരലുകളും, ആയില്യം നക്ഷത്രം നഖങ്ങളും ആകുന്നു. കഴുത്തിന്റെ ഭാഗത്ത് തൃക്കേട്ട, ചെവികളിൽ തിരുവോണം, മുഖത്ത് പൂയം എന്നിവ നിലകൊള്ളുന്നു. പല്ലുകളിൽ ചോതിനക്ഷത്രവും താടിയിൽ ചതയവും ആകുന്നു. മകം നക്ഷത്രം നാസികയാകുന്നു. രണ്ടു കണ്ണുകളുടെ ഭാഗത്ത് മകയീര്യം നക്ഷത്രം. തലമുടി തിരുവാതിരയും ആകുന്നു. ഇപ്രകാരമാണ് ഭഗവാൻ വിഷ്ണുവിന്റെ നക്ഷത്രശരീരം.

ചൈത്രമാസത്തിലെ കറുത്തപക്ഷ അഷ്ടമിതിഥിയിൽ ചന്ദ്രൻ മൂലം നക്ഷത്രത്തിൽ സ്ഥിതി ചെയ്യുമ്പോൾ ഭഗവാന്റെ പാദങ്ങൾ രണ്ടും വിധിയാംവണ്ണം പൂജിക്കണം. ശ്രേഷ്ഠബ്രാഹ്മണന് ഭക്ഷണവും നൽകണം.

രോഹിണിയിൽ ഭഗവാന്റെ രണ്ടു മുട്ടുകളെ പൂജിക്കണം. ദോഹദത്തിന് (ഗർഭിണികൾക്ക് ചില വസ്തുക്കളിൽ ഉണ്ടാകുന്ന ആഗ്രഹം) ഹിവിഷ്യാന്നം (ഹോമദ്രവ്യം) സമർപ്പിക്കണം. ദ്വിജഭോജനം നൽകണം. പൂരാടത്തിന്റെയും ഉത്രാടത്തിന്റെയും യോഗത്തിൽ പണ്ഡിതനായ ഒരാൾ ഭഗവാന്റെ രണ്ട് സ്ഫിഗ് രൂപത്തെ (തുടക്ക് മുകളിലെ പിൻഭാഗം) പൂജിക്കണം.

ദോഹദത്തിൽ തണുത്തജലവും ചേർക്കണം.

വിദ്വാനായ പുരുഷൻ രണ്ട് ഫാൽഗുനി നക്ഷത്രത്തിലും ഭഗവാന്റെ ഗുഹ്യദേശത്തെ പൂജിക്കണം. പാലും നെയ്യും നൽകണം. ഭോജനവും ബ്രാഹ്മണർക്ക് നൽകണം.

കാർത്തികനാൾ ജിതേന്ദ്രിയനായി ഉപവാസപൂർവ്വം വിഭുവിന്റെ കുടിപ്രദേശം പൂജിക്കണം. ഇങ്ങനെ ഓരോ നക്ഷത്രത്തിലും നക്ഷത്രപുരുഷന്റെ ശരീരം വിധിയാംവണ്ണം പൂജിക്കണം. ബ്രാഹ്മണർക്ക് ഭോജനവും നൽകണം.

എല്ലാ വ്രതങ്ങളിലും ശ്രേഷ്ഠമായിട്ടുള്ളത് നക്ഷത്രപുരുഷവ്രതമാണ്. പണ്ടുകാലത്ത് ഭൃഗുമഹർഷി സർവ്വപാപങ്ങളേയും ഇല്ലാതാക്കാൻ കഴിവുള്ള ഈ വ്രതം അനുഷ്ഠിച്ചിട്ടുണ്ടായിരുന്നു. വിഷ്ണുവിന്റെ അവയവങ്ങളേയും ഉപഅവയവങ്ങളേയും പൂജിക്കണം. എന്നാൽ ഓരോ അംഗങ്ങളും സുന്ദരമായി തീരും. വ്രതാനുഷ്ഠാനം കൊണ്ട് ഏഴുജന്മത്തിൽ താൻ ചെയ്തതും, കുലക്രമത്തിൽ വന്നുചേർന്നതും, മാതാപിതാക്കന്മാർ മുഖാന്തിരം ഉണ്ടായതുമായ സകല പാപങ്ങളും ഭഗവാൻ കേശവൻ പൂർണ്ണമായും ഇല്ലാതാക്കുന്നു. സർവ്വമംഗളങ്ങളും വന്നുചേരും. ഉത്തമമായ ശരീ

രാരോഗ്യം ഉണ്ടാകും. മനസ്സിന് അനന്തമായ പ്രസന്നതയും സംഭ വിക്കും.

വാക്ക് മാധുര്യവും കാന്തിയും അഭിവാഞ്ഛകളെല്ലാം തന്നെയും (ആഗ്രഹങ്ങൾ) നക്ഷത്രരൂപിയായ ഭഗവാന്റെ പൂജകൊണ്ട് നേടാനാകും. ഈ നക്ഷത്രങ്ങളിൽ ഭഗവാനെ പൂജിച്ച് വ്രതാനുഷ്ഠാനം കൊണ്ട് അരുന്ധതി ഉത്തമമായ പ്രസിദ്ധി നേടി. അദിതിക്ക് പുത്രനെ ലഭിച്ചു. രംഭയ്ക്ക് സൗന്ദര്യവും, തിലോത്തമയ്ക്ക് വാക്മാധുര്യവും പുരൂരവസ്സിന് ചന്ദ്രതുല്യകാന്തിയും രാജൈശ്വര്യവും ലഭിച്ചു. ഇപ്രകാരം നക്ഷത്രാംഗരൂപനായ ഭഗവാനെ ധ്യാനിച്ച ആളുകൾക്കൊക്കെ തങ്ങളുടെ മനോരഥം പൂർണ്ണമായും സഫലമായിട്ടുണ്ട്.

മനുഷ്യർക്ക് പവിത്രവും ശുഭം നൽകുന്നതും, യശസ്സും ആരോഗ്യവും നൽകുന്നതുമാണ് നക്ഷത്രപുരുഷവ്രതം.

ശ്രീദാമചരിതം

വേദ വേദാംഗങ്ങൾ എല്ലാം മനസ്സിലാക്കിയവനും ഗൃഹസ്ഥാശ്രമിയും ഭാഗ്യവാനുമായ 'വീതമന്യു' എന്നൊരു ബ്രാഹ്മണൻ ഉണ്ടായിരുന്നു. അദ്ദേഹത്തിന്റെ പത്നിയായ 'ആത്രേയി' ധർമ്മശീല എന്ന് പ്രസിദ്ധയായി. അവർക്ക് ഒരു പുത്രനുണ്ടായി. അവന് 'ഉപമന്യു' എന്ന് പേരിട്ടു.

ദാരിദ്ര്യംകൊണ്ട് ബുദ്ധിമുട്ടിയ ആ മാതാവ് യാതൊരു മാർഗ്ഗവും ഇല്ലാത്തതിനാൽ അരി അരച്ചുകലക്കിയ വെള്ളം പാലാണെന്ന് ധരിപ്പിച്ച് മകന് നൽകി. പാലിന്റെ സ്വാദ് അറിഞ്ഞിട്ടില്ലാത്ത അവൻ അത് കുടിക്കുമായിരുന്നു. ഒരുദിവസം അവൻ തന്റെ പിതാവിനോടൊപ്പം ഒരു ബ്രാഹ്മണഗൃഹത്തിൽ പോകാൻ ഇടയായി. അവിടെ വെച്ച് പാൽപ്പായസം കുടിച്ചു. പാലിന്റെ സ്വാദറിഞ്ഞ അവൻ പിറ്റേ ദിവസം മാതാവ് നൽകിയ ജലം കുടിച്ചില്ല. മാത്രമല്ല, അവൻ പാലിനുവേണ്ടി കരയാനും തുടങ്ങി. അപ്പോൾ കണ്ണീരോടെ ഗദ്ഗദസ്വരത്തിൽ ആ മാതാവ് പറഞ്ഞു.

'മകനേ! ശൂലപാണിയും, പശുപതിയും, ഉമാപതിയുമായ ഭഗവാൻ ശങ്കരൻ പ്രസന്നൻ ആകാതെ പാൽ ചേർത്ത് ഭക്ഷണം എങ്ങനെ ലഭിക്കാനാണ്. പുഷ്ടികരമായ പാൽ ഭക്ഷിക്കണം എന്ന് മോഹമുണ്ടെങ്കിൽ ത്രിശൂലം ധരിച്ചവനും, വിരൂപാക്ഷനുമായ ദേവേശനെ ആരാധിക്കൂ. പ്രപഞ്ചത്തിനുതന്നെ ആധാരവും, മംഗളകാരിയും

ആയ അദ്ദേഹം പ്രസന്നനായാൽ അമൃതുപോലും കുടിക്കാനാകും.'

മാതാവിന്റെ ഈ വാക്കുകൾ കേട്ട് അവൻ വാശി ഉപേക്ഷിച്ചു. ഇപ്രകാരം ചോദിച്ചു. 'അമ്മേ! ആരാധ്യനായ ആ വിരൂപാക്ഷൻ ആരാണ്?'

ധർമ്മശീലയായ അവർ പറഞ്ഞു.

'പണ്ട് 'ശ്രീദാമൻ' എന്നു പ്രസിദ്ധനായ ഒരു അസുരരാജൻ ഉണ്ടായിരുന്നു. അയാൾ ലോകം മുഴുവൻ കീഴടക്കി. ഐശ്വര്യരഹിതമാക്കി. തുടർന്ന് ഭഗവാൻ വാസുദേവന്റെ ശ്രീവത്സം തട്ടിയെടുക്കാനുള്ള ആലോചനയായി. അവന്റെ ആഗ്രഹം മനസ്സിലാക്കിയ ഭഗവാൻ അയാളെ കൊല്ലാനുള്ള മാർഗ്ഗത്തിനായി മഹേശ്വരനെ സമീപിച്ചു. ആ സമയത്ത് അവിനാശിയായ ശങ്കരൻ യോഗമൂർത്തിയായി ഹിമാലയത്തിന്റെ നിരപ്പാർന്ന ഭൂമിയിൽ ഇരിക്കുകയായിരുന്നു. അദ്ദേഹം അടുത്തെത്തി. സഹസ്രശിരസ്സുകളോടുകൂടിയവനും, (ആയിരംശിരസ്സ്) വിഭുവും ആയ മഹാദേവനെ ആരാധിച്ചു. യോഗികൾക്ക് ധ്യാനംകൊണ്ടുമാത്രം അറിയപ്പെടാൻ കഴിയുന്ന അവ്യക്തവും സനാതനവുമായ ബ്രഹ്മത്തെ ധ്യാനിച്ചുകൊണ്ട് ആയിരം വർഷങ്ങൾ കാലിന്റെ പെരുവിരലിൽ നിന്നു. അതോടെ പ്രീതനായ ശങ്കരൻ പ്രത്യക്ഷതേജസ്സോടുകൂടിയതും, ദിവ്യവും കാലചക്ര സദൃശവുമായ സുദർശനചക്രം ഹരിക്ക് നൽകി.

തുടർന്ന് അദ്ദേഹം ഹരിയോട് പറഞ്ഞു.

'ദേവേശാ! പന്ത്രണ്ട് ആരക്കാലുകൾ, ആറ് നാഭി എന്നിവ ചേർന്നതും, വേഗത്തിൽ ദ്വിജസദൃശവും (ഗരുഡതുല്യവും) സകല ആയുധങ്ങളേയും നശിപ്പിക്കാൻ പോന്നതുമായ സുദർശനം എന്ന അതിവിശിഷ്ടമായ ആയുധമാണിത്. ശിഷ്ടന്മാരെ രക്ഷിക്കുന്നതിനായി ഇതിന്റെ ആരക്കാലുകളിൽ ദേവന്മാർ, മാസങ്ങൾ, രാശികൾ, ആറ് ഋതുക്കൾ, അഗ്നി, സോമൻ, മിത്രൻ, വരുണൻ, ഇന്ദ്രൻ, അശ്വിനിദേവന്മാർ, വിശ്വദേവന്മാർ, പ്രജാപതികൾ, ബലവാനായ വായു, ധന്വന്തരി ദേവൻ, ഉഗ്രമായ തപസ്സ്, തപസ്യ എന്നിവയും ചൈത്രം തുടങ്ങി ഫൽഗുനം വരെയുള്ള പന്ത്രണ്ടു മാസങ്ങളും പ്രതിഷ്ഠിതമായിട്ടുണ്ട്. വിഭോ! അങ്ങ് ഈ ശ്രേഷ്ഠമായ ചക്രായുധമെടുത്ത് ഭയലേശമെന്യേ ദേവശത്രുക്കളെ സംഹരിക്കൂ. അമരരാജാവിനാൽ പൂജിതനായ അമോഘമായ (നിഷ്ഫലമാകാത്ത) ഈ ആയുധത്തെ തപോബലത്താൽ ഞാൻ ധരിച്ചിരിക്കുന്നതാണ്.'

ശംഭുവിന്റെ വാക്കുകൾ കേട്ട് ഭഗവാൻ വിഷ്ണു പറഞ്ഞു, 'ശംഭോ! അങ്ങയുടെ ഈ ആയുധം മോഘമോ, അമോഘമോ (നിഷ്ഫലമോ, നിഷ്ഫലമാകാത്തതോ) എന്ന് ഞാനെങ്ങനെയാണ് അറിയുക. ഈ ചക്രം എല്ലായിടത്തും അമോഘവും, നിരന്തരം ഗതിശീലവും, അപ്രതിമവുമാണോ എന്ന് (തുല്യമില്ലാത്ത, ഒപ്പമില്ലാത്ത) അറിയുന്നതിനായി ഞാൻ അങ്ങയുടെ നേർക്കുതന്നെ ഇതു പ്രയോഗിക്കട്ടെ. അങ്ങെനിക്ക് അനുമതി നൽകിയാലും.'

ഇതുകേട്ട ശംഭു ഉടൻതന്നെ വാസുദേവനോടു പറഞ്ഞു. 'അങ്ങനെയെങ്കിൽ ഒരു മടിയും കൂടാതെ ധൈര്യത്തോടെ ഈ ആയുധം എന്റെ നേർക്കു തന്നെ പ്രയോഗിച്ചുകൊള്ളൂ.'

ഉടൻതന്നെ വാസുദേവൻ സുദർശനത്തെ എടുത്ത് അതിന്റെ തേജസ്സ് മനസ്സിലാക്കുന്നതിനായി ശങ്കരന്റെ നേർക്ക് അയച്ചു. ഭഗവാന്റെ കൈയിൽ നിന്നുപോയ ആ ചക്രം ശങ്കരന്റെ ശരീരം മുറിച്ച് വിശേശ്വരൻ, യജ്ഞേശൻ, യജ്ഞയാജകൻ എന്നീ രൂപത്തിൽ മൂന്നു ഭാഗങ്ങളാക്കി. ശങ്കരനെ മൂന്നു ഭാഗങ്ങളാക്കി മുറിച്ചതുകൊണ്ട് മഹാഭൂജനായ വിഷ്ണു ലജ്ജകൊണ്ട് സങ്കോചിച്ചുപോയി. ഉടൻതന്നെ അദ്ദേഹത്തെ പ്രണമിക്കാനൊരുങ്ങി.

തന്റെ പാദത്തിൽ വീണ ഹരിയോട് ശങ്കരൻ പ്രീതിയോടെ 'എഴുന്നേൽക്കൂ' എന്ന് വീണ്ടും വീണ്ടും നിർദ്ദേശിച്ചു. തുടർന്ന് ഇങ്ങനെ അറിയിച്ചു.

'മഹാഭാഗാ! എന്റെ ഈ പ്രാകൃതമായ വികാരം മാത്രമാണ് ഈ ചക്രം കൊണ്ട് മുറിക്കപ്പെട്ടത്. എന്റെ സ്വഭാവം മുറിക്കപ്പെട്ടിട്ടില്ല. അത് അച്ഛേദ്യവും (മുറിക്കാൻ കഴിയാഞ്ഞ്) അദാഹ്യവും(ദഹിപ്പിക്കാൻ കഴിയാത്തത്) ആണ്. കേശവാ! ചക്രത്തിന്റെ അടികൊണ്ടുണ്ടായ ഈ മൂന്ന് അംശങ്ങൾ തീർച്ചയായും പുണ്യങ്ങളായി തീരും. ഹിരണ്യാക്ഷൻ, സുവർണ്ണാക്ഷൻ, വിശ്വരൂപാക്ഷൻ, എന്നിങ്ങനെ മൂന്നു നാമങ്ങൾ ധരിക്കുന്നു എന്റെ മൂന്ന് അംശവും മനുഷ്യർക്ക് പുണ്യം പ്രദാനം ചെയ്യുന്നവർ ആയിരിക്കും.

വിഭോ! എഴുന്നേൽക്കൂ! ശത്രുവിനെ ഹനിക്കുന്നതിനായി പുറപ്പെട്ടാലും. ശ്രീദാമാവിനെ വധിച്ചുകഴിഞ്ഞാൽ ദേവന്മാരെല്ലാം സന്തുഷ്ടരാകും.'

ശങ്കരന്റെ വാക്കുകൾ കേട്ട് ഗരുഡധ്വജനായ ഭഗവാൻ സന്തുഷ്ടനായി സുരഗിരിയിലെത്തി. ശ്രീദാമാവിനെ കണ്ടു. ദേവന്മാരുടെ

അഹങ്കാരം തകർത്ത ആ അസുരനെ കണ്ട് 'നീ കൊല്ലപ്പെട്ടുകഴിഞ്ഞു, നീ കൊല്ലപ്പെട്ടുകഴിഞ്ഞു എന്ന് വീണ്ടും വീണ്ടും ഉറക്കെ പറഞ്ഞുകൊണ്ട് വിഭു ആ ചക്രത്തെ അയാളുടെ നേർക്ക് അയച്ചു. അതുല്യശക്തിയോടുകൂടിയ ആ ചക്രം അസരുന്റെ ശിരസ്സ് അറുത്തു. അതോടെ പർവ്വതത്തിനു മുകളിൽനിന്ന് വജ്രഹതമായ പർവ്വതശൃംഗം എന്നതുപോലെ ശ്രീദാമൻ നിലംപതിച്ചു. ദേവശത്രു കൊല്ലപ്പെട്ടതോടെ ഭഗവാൻ വിഷ്ണു ശങ്കരനെ പ്രീതിപൂർവ്വം ആരാധിച്ചു.

അതിനുശേഷം ചക്രവും എടുത്ത് തന്റെ വസതിയായ പാലാഴിയിലേക്ക് പോവുകയും ചെയ്തു.

'മകനേ! ഇദ്ദേഹംതന്നെയാണ് ദേവദേവനും മഹേശ്വരനും ആയ വിരൂപാക്ഷൻ. പാൽ ചേർന്ന ഭക്ഷണം കഴിക്കണമെന്ന് നീ ആഗ്രഹിക്കുന്നുവെങ്കിൽ അദ്ദേഹത്തെ പൂജിച്ച് ആരാധിക്കൂ!'

മാതാവിന്റെ വാക്കുകൾ കേട്ട് വീതമന്യുവിന്റെ ബലവാനായ പുത്രൻ ഭഗവാൻ വിരൂപാക്ഷനെ ആരാധിച്ച് പാൽ ചേർത്ത ഭക്ഷണം ലഭിക്കാൻ അർഹനായി. ഇതാണ് മുരാരി ചെയ്ത (വിഷ്ണു) പാവതരുവിന്റെ (ശ്രീദാമാതാവിന്റെ) ഛേദനത്തിന്റെ പരിപാവനമായ ചരിതം.

ഗജേന്ദ്രമോക്ഷം

പർവ്വതരാജനായ സുമേരുവിന്റെ പുത്രനായിട്ട് സർവ്വരത്നങ്ങളും നിറഞ്ഞ 'ത്രികൂടം' എന്ന ഒരു പർവ്വതമുണ്ട്. പാലാഴിയിലെ തിരമാലകളാൽ കഴുകപ്പെട്ട ശിലാതലത്തോടുകൂടിയ (ശില- കല്ല്, പാറ) ആ ശ്രേഷ്ഠപർവ്വതം സാഗരം ഭേദിച്ച് പൊങ്ങിവന്നതാണ്. അവിടെ ദേവന്മാരും ഋഷികളും നിവസിക്കുന്നു.

അപ്സരസ്സുകളാൽ ചുറ്റപ്പെട്ട് അരുവികൾ നിറഞ്ഞ്, ഗന്ധർവ്വ കിന്നര-യക്ഷ-സിദ്ധ-ചാരണ-ഗുഹ്യകന്മാർ, പത്നീസമേതരായ വിദ്യാധരന്മാർ, സംയമികളായ തപസ്വികൾ എന്നിവരെക്കൊണ്ടും, ചെന്നായ, പുലി, ആന മുതലായ ജീവികൾ നിറഞ്ഞും ആ പർവ്വതം ശോഭിക്കുന്നു. പുന്നാഗം, അശോകം, കർണ്ണികാരം, കൂവളം, തമാലം, മരുത് തുടങ്ങി മറ്റനേകം വൃക്ഷങ്ങളാലും നിബിഡമാണ് അവിടം. (നിബിഡം- ഇടതൂർന്നത്) അനേകംതരത്തിലുള്ള ധാതുക്കൾ

നിറഞ്ഞ കൊടുമുടികൾ ഉള്ളതും, നാലുവശത്തും ഒഴുകുന്ന അരുവികളെക്കൊണ്ടും ശോഭിക്കുന്നതുമാണ്. മാനുകൾ, കുരങ്ങുകൾ, സിംഹങ്ങൾ, മയിലുകൾ തുടങ്ങിയ ജീവികളുടെ ശബ്ദം കൊണ്ട് മുഖരിതവുമാണ്. അതിന്റെ സുവർണ്ണശൃംഗത്തെ സൂര്യൻ സേവിക്കുന്നു. രജതശൃംഗത്തെ ചന്ദ്രൻ ആശ്രയിക്കുന്നു. ആ പർവ്വതത്തിന്റെ പിന്നിലായി സ്വർണ്ണത്താമരകൾ നിറഞ്ഞതും, രാജഹംസങ്ങളാൽ ശോഭിക്കുന്നതും, കുമുദം, ഉല്പലം, കൽഹാരം തുടങ്ങി പലതരത്തിൽ ഉള്ള പുഷ്പങ്ങളാൽ അലംകൃതമായ ഒരു തടാകമുണ്ട്. നൂറ് ഇതളുകൾ ഉള്ള സ്വർണ്ണത്താമരകൾ അതിന്റെ പ്രത്യേകതയാണ്.

ആ സരസ്സിൽ ജലത്തിനിടയിൽ ഗജേന്ദ്രന്മാരുടെ ശത്രുവും ദുഷ്ടാത്മാവും, ബലവാനും ആയ ഒരു മുതല വസിച്ചിരുന്നു. ഒരിയ്ക്കൽ ഒരു ഗജയൂഥത്തിന്റെ നായകൻ വെള്ളം കുടിക്കാൻ ആ സരോവരത്തിലിറങ്ങി, താമരക്കൂട്ടത്തിൽ കളിയാടി. അപ്പോൾ ആ ഗജശ്രേഷ്ഠനെ വെള്ളത്തിനടിയിൽ ഒളിച്ചിരുന്ന ഭയങ്കരനായ ഒരു മുതല കടന്നുപിടിച്ചു. പിടിയാനകൾ അതിദാരുണമായി നിലവിളിച്ചു. അതിനിടയിൽ അവർ നോക്കിനിൽക്കേ ബലവാനായ ആ മുതല ആനയെ ജലത്തിനടിയിലേക്ക് വലിച്ചുതാഴ്ത്തി. ആന തീരത്തിലേക്കും മുതല ജലത്തിനടിയിലേക്കും തമ്മിൽത്തമ്മിൽ വലിക്കാൻ തുടങ്ങി. അവർ തമ്മിൽ വർഷങ്ങളോളം യുദ്ധം ചെയ്തു. ഒടുവിൽ മുതല ആനയെ വരുണപാശങ്ങൾകൊണ്ട് (പാശം-കയർ) കെട്ടി. അനങ്ങാൻ പറ്റാത്ത അവസ്ഥയിൽ ആക്കി. ഗജരാജൻ സർവ്വശക്തിയുമെടുത്ത് സ്വതന്ത്രനാകാൻ ശ്രമിച്ചു. അലറുകയും ചെയ്തു. ക്രൂരനായ മുതല അത്യധികം വേദനിപ്പിച്ചു. ആന ദുഃഖത്തോടെ ഹരിയെ ധ്യാനിച്ച് ശരണം പ്രാപിച്ചു. അവൻ ഏകാഗ്രചിത്തനായി. അവൻ അന്തഃക്കരണത്തെ വിശുദ്ധമാക്കി. ഭഗവാനായ വിഷ്ണുഭക്തിയിൽ ലയിച്ചു. അവൻ ആ ശക്തിയെ ധ്യാനിച്ചു. തന്റെ തുമ്പിക്കൈയുടെ അഗ്രഭാഗം കൊണ്ട് ഉത്തമമായ താമര എടുത്ത് (ഒരു സ്വർണ്ണത്താമര) വിഷ്ണുവിനെ സ്തുതിച്ചു.

ശംഖചക്രഗദാധരനും, സാഫല്യത്തിന്റെ ആശ്രയസ്ഥാനവും ആയ ഭഗവാൻ വിഷ്ണു ഗജജ്യേഷ്ഠന്റെ ഭക്തിയിൽ സന്തുഷ്ടനായി. അദ്ദേഹം ആ തടാകത്തിലെത്തി. മുതല ഗ്രസിച്ച ഗജേന്ദ്രനേയും, മുതലയേയും ഉടൻതന്നെ ജലത്തിനടിയിൽനിന്ന് പുറത്തെ

ടുത്തു. മുതലയെ തന്റെ ചക്രം കൊണ്ട് പിളർന്നു. ഗജേന്ദ്രനെ മോചിപ്പിച്ചു.

ദേവമുനിയുടെ ശാപത്താൽ മുതലയായി തീർന്ന 'ഹൂഹൂ' എന്ന ഗന്ധർവ്വൻ ആയിരുന്നു അത്. അയാൾ ഭഗവാനിൽനിന്ന് മരണം ലഭിച്ച് മോക്ഷം പ്രാപിച്ചു. ഗജേന്ദ്രനാകട്ടെ, ഭഗവാൻ വിഷ്ണുവിന്റെ സ്പർശം ലഭിച്ചതിനാൽ ദിവ്യശരീരത്തോടെ ഒരു പുരുഷനായി മാറി. അങ്ങനെ അവർ രണ്ടുപേരും പാപമുക്തരായി.

തുടർന്ന് അവരുടെ പൂജ കൊണ്ട് ഭഗവാൻ സംപ്രീതനായി. ഗജേന്ദ്രനോട് മധുരമായി ഇപ്രകാരം പറയുകയും ചെയ്തു.

'യാതൊരു വ്യക്തി സ്ഥിരബുദ്ധിയോടെ, പരിശുദ്ധവ്രതം അനുഷ്ഠിച്ച് എന്റെയും നിന്റെയും, ഈ തടാകത്തിന്റെയും സ്മരണയോ, കീർത്തനമോ ശ്രദ്ധാപൂർവ്വം ചെയ്യുന്നുവോ അവന് ദുഃസ്വപ്നം ഉണ്ടാകുന്നതല്ല. മാത്രമല്ല, അവന് സുസ്വപ്നങ്ങൾ ഉണ്ടാകും.

കാമൻ അനംഗനാവുന്നു

കന്ദർപ്പൻ ഹർഷതനയനാണ്. കാമൻ എന്നാണ് അറിയപ്പെടുന്നത്. ദക്ഷസുതയായ മഹാദേവന്റെ പത്നി സതി ദേഹത്യാഗം ചെയ്തു. അതോടെ ദക്ഷയാഗം നശിപ്പിച്ചു. ഭഗവാൻ ദുഃഖിതനായി അങ്ങുമിങ്ങും അലഞ്ഞുതിരിയാൻ തുടങ്ങി. ഒരുദിവസം കുസുമായുധൻ (കാമദേവൻ) അദ്ദേഹത്തിനുനേരെ ഉന്മാദാസ്ത്രം പ്രയോഗിച്ചു. അസ്ത്രം തറച്ചതോടെ സതിയെ സ്മരിച്ച് ഉന്മത്തനായി. കാട്ടിലും, പൊയ്കകളിലും അദ്ദേഹം ചുറ്റിനടന്നു. ശരമേറ്റ അദ്ദേഹം മദിച്ച ആനയുടെ അവസ്ഥയിൽ ആയി. ഒരുദിവസം അസ്വസ്ഥത കൊണ്ട് കാളിന്ദിയുടെ ഒഴുക്കിലേക്ക് ചാടി. അദ്ദേഹം വെള്ളത്തിൽ മുങ്ങി. അതോടെ ആ പ്രവാഹം കൃഷ്ണവർണ്ണമായി. അന്നുമുതൽ കാളിന്ദി നീലാഞ്ജനതുല്യയായി ഭൂമിയുടെ കേശപാശം പോലെ ഒഴുകാൻ തുടങ്ങി.

അതിനുശേഷം പുണ്യനദികളിലും, താമരപ്പൊയ്കകളിലും എല്ലാം സ്നാനം ചെയ്തിട്ടും കാനനങ്ങളിലും, പർവ്വതതാഴ്വരകളിൽ മറ്റും വിചാരിച്ചിട്ടും ആശ്വാസം ലഭിച്ചില്ല. ചിലപ്പോൾ പാടും, ചിലപ്പോൾ കരയും. പിന്നീട് കുറേസമയം സതിയെ ഓർത്ത് വിലപിക്കും. മയങ്ങിപ്പോകും. സ്വപ്നത്തിൽ സതിയെ കണ്ട് ഓരോന്നു

വിളിച്ചുപറഞ്ഞുകൊണ്ടിരിക്കും.

'ഹേ, ദയയില്ലാത്തവളേ! നിൽക്കൂ! എന്താണ് എന്നെ ഉപേക്ഷിക്കുന്നത്.ഹേ സുന്ദരി! നിന്റെ വിരഹം കൊണ്ട് ഞാൻ മദമാകുന്ന അഗ്നിയിൽ ദഹിച്ചുപോകുന്നു.' ഇങ്ങനെ പലപ്രകാരം സ്വപ്നത്തിൽ വിലപിച്ച് സ്വപ്നാവസാനത്തിൽ ചാടി എഴുന്നേൽക്കുന്നു. ഉറക്കെ വിലപിക്കുന്നു.

ഇങ്ങനെ തപ്തനായ ശങ്കരനെ കാമദേവൻ കണ്ടു. അദ്ദേഹത്തെ 'സന്താപം' എന്ന ശരംകൊണ്ട് പ്രഹരിച്ചു. അപ്പോൾ അധികം ദുഃഖിതനായി. അപ്പോൾ കാമൻ വിജൃംഭരണാസ്ത്രം അയച്ചു. അപ്പോഴും അലഞ്ഞുകൊണ്ടിരുന്നു.

നടന്നുനടന്ന് യക്ഷാധിപനായ കുബേരന്റെ പുത്രനായ പാഞ്ചാലികന്റെ അടുത്തുചെന്നു. എന്നിട്ട്, ഹേ സഹോദരപുത്രാ! താങ്കൾ അമിത പരാക്രമിയാണല്ലോ? എനിക്ക് ഒരു സഹായം ചെയ്തു തരാമോ? എന്നു ചോദിച്ചു.

പാഞ്ചാലികൻ അതുകേട്ട് പറഞ്ഞു, 'താങ്കൾ പറയുന്നതെന്തും, ദേവന്മാർക്കുപോലും ദുഷ്കരമായ കാര്യം ആണെങ്കിൽക്കൂടി ഞാൻ നിറവേറ്റിത്തരും ശംഭോ! അങ്ങ് ആജ്ഞാപിച്ചാലും. ഞാൻ അങ്ങയുടെ ദാസനും ഭക്തനുമാണ്.'

അപ്പോൾ ഭഗവാൻ പറഞ്ഞു.

'സതീദേവിയുടെ ദേഹത്യാഗത്തിനുശേഷം ഞാൻ കാമാഗ്നിയിൽ ദഹിച്ചുകൊണ്ടിരിക്കുകയാണ്. കാമശരങ്ങളേറ്റ ഞാൻ ധൈര്യമോ സുഖമോ ലഭിക്കാതെ അലയുകയാണ്. മദനൻ പ്രയോഗിച്ച ഈ അസ്ത്രങ്ങൾ താങ്ങാൻ താങ്കളല്ലാതെ മറ്റാരും പ്രാപ്തനല്ല.'

വൃഷഭധ്വജൻ (ശിവൻ) ഇപ്രകാരം പറഞ്ഞപ്പോൾ യക്ഷൻ (പാഞ്ചാലികൻ) ആ അസ്ത്രങ്ങളെ ഏറ്റുവാങ്ങി.

ഭഗവാൻ സന്തുഷ്ടനായി ഇങ്ങനെ അറിയിച്ചു. അസ്ത്രങ്ങൾ ഏറ്റുവാങ്ങിയതിനാൽ ഞാൻ ഒരു വരം നൽകാം. ചൈത്രമാസത്തിൽ ആരാണോ താങ്കളെ ഭക്തിപുരസ്സരം പൂജിക്കുകയോ, കാണുകയോ ചെയ്യുന്നത്, അവൻ ആരുമാകട്ടെ അയാൾ അപ്പോൾത്തന്നെ ഉന്മാദത്തോടുകൂടിയവൻ ആകും. അവർ താങ്കളുടെ മുന്നിൽ നൃത്തം ചെയ്തും ഗാനം ആലപിച്ചും രമിച്ചുകൊണ്ടിരിക്കും. അവർ യോഗയുക്തരായിത്തീരും. ഭൂമിയിൽ പാഞ്ചാലികേശൻ എന്ന പേരുകൊണ്ട് നീ പ്രസിദ്ധനാകും. ഇതെല്ലാം കേട്ട യക്ഷൻ സർവ്വദേശ

ങ്ങളും ചുറ്റിക്കറങ്ങാൻ തുടങ്ങി.

അദ്ദേഹം ശിവകൃപയാൽ ലോകപൂജിതനായി.

ശങ്കരൻ വിന്ധ്യപർവ്വതത്തിലേക്കും പോയി.

മദനൻ അവിടേയും എത്തി. ആ സമയത്ത് ഭഗവാൻ ദാരുവനത്തിൽ പ്രവേശിച്ചു. അവിടെയുള്ള മുനിമാർ അദ്ദേഹത്തെ നമിച്ചു. അപ്പോൾ അദ്ദേഹം ഭിക്ഷ യാചിച്ചു. അവർ ഒന്നും മിണ്ടിയില്ല. അതേ തുടർന്ന് ഭഗവാൻ പുണ്യാശ്രമങ്ങൾ മുഴുവൻ ചുറ്റിനടന്നു. പാതിവ്രത്യത്തിൽ പ്രസിദ്ധി നേടിയ അരുന്ധതിയുടേയും, അനസൂയയുടേയും ഒഴികെ മറ്റെല്ലാ സ്ത്രീകളുടേയും മനസ്സ് ഭഗവാനെ കണ്ടതോടെ ഇളകിമറിഞ്ഞു. അവർ കാമാർത്തരും മദംകൊണ്ട് വ്യാകുലരുമായി മഹേശ്വരനെ പിന്തുടർന്നു. ഇതുകണ്ട് മുനിമാർ ക്രുദ്ധരായി.

അവർ 'ലിംഗം ഭൂമിയിൽ പതിക്കട്ടെ' എന്ന് ഉറക്കെ വിളിച്ചുപറഞ്ഞു. ഉടൻതന്നെ ലിംഗം ഭൂമിയിൽ പതിച്ചു. ഭഗവാൻ അന്തർധാനം ചെയ്തു.

ശിവന്റെ ലിംഗം ഭൂമിയിൽ പതിച്ചതോടെ ഭൂമിയും പാതാളവും കുലുങ്ങി. ബ്രഹ്മാവും വിഷ്ണുവും കൂടി കാര്യം അറിഞ്ഞ് ലിംഗം സ്ഥിതി ചെയ്യുന്ന സ്ഥലത്തേക്ക് പുറപ്പെട്ടു. അതിന്റെ അറ്റം കണ്ടുപിടിക്കാൻ വേണ്ടി വിഷ്ണു പാതാളത്തിലേക്കും, ബ്രഹ്മാവ് ആകാശത്തിലേക്കും പോയി. രണ്ടുപേരും അറ്റം കാണാതെ തിരിച്ചെത്തി. എന്നിട്ട് ലിംഗത്തിന് സമീപമെത്തി അവർ സ്തുതിക്കാൻ തുടങ്ങി. അവരുടെ സ്തുതി കേട്ട ഭഗവാൻ ഇങ്ങനെ ചോദിച്ചു.

'അല്ലയോ, ദേവനാഥന്മാരേ! കാമതാപംകൊണ്ട് പീഡിതനായി അനാദരിക്കപ്പെട്ട എന്നെ എന്താണിങ്ങനെ സ്തുതിക്കുന്നത്?'

അതിനുമറുപടിയായി അവർ അറിയിച്ചു.

'ഭഗവാനേ! ഭൂമിയിൽ പതിക്കപ്പെട്ട ഭവാന്റെ ലിംഗം അങ്ങ് തിരിച്ചെടുത്താലും.'

അപ്പോൾ ഹരൻ (ശിവൻ) 'അല്ലയോ, ദേവശ്രേഷ്ഠന്മാരേ! ദേവന്മാരെല്ലാം എന്റെ ലിംഗത്തെ പൂജിക്കുമെങ്കിൽ ഞാനതു തിരിച്ചു സ്വീകരിക്കാം. അല്ലാത്തപക്ഷം, തിരിച്ചെടുക്കില്ല.' എന്ന് മറുപടി നൽകി.

ഉടൻ വിഷ്ണു സമ്മതിച്ചു.

ബ്രഹ്മാവ് ലിംഗത്തെ സ്വയം ഏറ്റെടുത്തു. അതിനുവേണ്ടിയുള്ള

മുഖ്യശാസ്ത്രങ്ങൾ ശൈവം, പാശുപതം, കാലവദനം, കാപാലികം എന്നിവയായിരുന്നു.

വസിഷ്ഠന്റെ പ്രിയപുത്രനായ ശക്തി ശിവനായിരുന്നു. അദ്ദേഹത്തിന് 'ഗോപായനൻ' എന്ന് പ്രസിദ്ധനായ ഒരു ശിഷ്യൻ ഉണ്ട്. തപോധനനായ ഭരദ്വാജൻ മഹാപാശുപതനായിരുന്നു. അദ്ദേഹത്തിന്റെ ശിഷ്യനാണ് ഋഷഭൻ എന്ന സോമകേശ്വര രാജാവ്. ആപസ്തംഭമുനി കാലവദനവിഭാഗത്തിലെ ആചാര്യനായിരുന്നു. അദ്ദേഹത്തിന്റെ ശിഷ്യൻ ക്രോധേശ്വരൻ. കാപാലിക സമ്പ്രദായത്തിന്റെ ആചാര്യൻ മഹാവ്രതിയായ കുബേരൻ ആയിരുന്നു. അദ്ദേഹത്തിന്റെ ശിഷ്യൻ കർണ്ണോദരനാണ്.

ഇങ്ങനെ ശിവപൂജയ്ക്കായി നാലു സമ്പ്രദായങ്ങൾ സൃഷ്ടിച്ചതിനുശേഷം ബ്രഹ്മാവ് സ്വസ്ഥാനത്തേക്ക് പോയി.

പിന്നീട് ശങ്കരൻ അനന്തമായ ആ ശിവലിംഗത്തെ ചെറുതാക്കി. ചിത്രവനത്തിൽ സസൂക്ഷ്മം പ്രതിഷ്ഠിച്ചു. വീണ്ടും സഞ്ചാരം തുടങ്ങി. അപ്പോഴേക്കും കാമദേവൻ മദനാവേശം കലർത്തി ശങ്കരനെ സന്തോഷിപ്പിക്കാൻ ശ്രമിച്ചു. സ്മരനെ കണ്ട് (കാമനെ) ഹരൻ ക്രോധത്തോടെ ആപാദം(അടിമുതൽ മുടിവരെ) നോക്കിയതോടെ കാമൻ പാദംമുതൽ കക്ഷംവരെ ദഹിച്ചുപോയി. പാദം ദഹിക്കാൻ തുടങ്ങിയപ്പോൾ കാമൻ തന്റെ കൈയിൽ ഉണ്ടായിരുന്ന അസ്ത്രം വലിച്ചെറിഞ്ഞു. അത് അഞ്ചുകഷണങ്ങളായി മാറി. അതിന്റെ മുഷ്ടിയുടെ ഭാഗം സുഗന്ധം നിറഞ്ഞ ചെമ്പകവൃക്ഷം ആയി മാറി. നാഭിസ്ഥാനം ഇലഞ്ഞിവൃക്ഷമായി. തലഭാഗം (കോടി) പാടലവൃക്ഷം (പാച്ചോറ്റി) ആയിത്തീർന്നു. മുഷ്ടിയിൽ ചുറ്റിനുമുകളിലായ ഭാഗം പിച്ചകം(ജാതി) ആയി മാറി. മുഷ്ടിക്കുമേലേയും കോടികളുടെ താഴെയും (തലഭാഗം) ആയ ഭാഗം മുല്ലയായി. ശരീരം ദഹിച്ചതോടെ കാമൻ തന്റെ കൈവശമുണ്ടായിരുന്ന അസ്ത്രങ്ങൾ എല്ലാം ഭൂമിയിലേക്ക് എറിഞ്ഞു.

അവ ആയിരക്കണക്കിന് ഫലവൃക്ഷങ്ങൾ ആയി മാറി. സുരനെ ദഹിപ്പിച്ചതിനുശേഷം പുണ്യം ആഗ്രഹിച്ച് തപസ്സനുഷ്ഠിക്കാൻ ഭഗവാൻ ഹിമാലയത്തിലേക്കു പോയി. ഇങ്ങനെ പണ്ട് ശംഭു കാമനെ ചാപബാണങ്ങളോടൊപ്പം ദഹിപ്പിച്ചു. അതിനുശേഷം കാമൻ അനംഗൻ എന്ന് പ്രസിദ്ധനായി.

കൂർമ്മ പുരാണകഥകൾ

കഥകൾ

ഭൂമിയെ ഉയർത്തിയ കഥ

പണ്ട് പ്രപഞ്ചം തമോമയവും ഘോരവും, വിഭാഗങ്ങളും ഇല്ലാത്തതുമായ ഒറ്റക്കടലായിരുന്നു. കാറ്റില്ലായിരുന്നു. ഒന്നുംതന്നെ അറിയാൻ സാധിച്ചിരുന്നില്ല. ഒരു സമുദ്രത്തിൽ എല്ലാ സ്ഥാവരജംഗമങ്ങളും ലയിച്ചുകഴിഞ്ഞു. അപ്പോൾ സഹസ്രാക്ഷനും, സഹസ്രപാദനും, സഹസ്രശീർഷനുമായ ബ്രഹ്മാവ് പ്രത്യക്ഷപ്പെട്ടു. അദ്ദേഹം സ്വർണ്ണവർണ്ണമുള്ളവനും, ഇന്ദ്രിയങ്ങളെ ജയിച്ചവനും ആയിരുന്നു. നാരായണൻ എന്ന പേരിൽ അറിയപ്പെട്ടിരുന്ന ബ്രഹ്മാവ് ആ സമയത്ത് പ്രളയജലത്തിൽ ഉറങ്ങുകയായിരുന്നു.

ലോകത്തിന്റെ കാരണവും, ബ്രഹ്മസ്വരൂപനുമായ നാരായണൻ- അദ്ദേഹം ജല(നാരം) അയനമാക്കിയിട്ടുള്ളവൻ നാരായണൻ- ആയിരം യുഗങ്ങൾക്ക് തുല്യമായ സമയം രാത്രിയിൽ കഴിച്ചുകൂട്ടി. രാത്രിയുടെ അവസാനയാമത്തിൽ സൃഷ്ടിക്കുവേണ്ടി ബ്രഹ്മത്വത്തെ സ്വീകരിച്ചു. അനന്തരം ഭൂമി ജലത്തിന് അടിയിൽ ആണെന്ന് അനുമാനത്തിലൂടെ മനസ്സിലാക്കി. അതിനെ ഉയർത്തിക്കൊണ്ടുവരാൻ ആഗ്രഹിച്ചു. ജലക്രീഡകളിൽ മുഴുകിയ മനോഹരമായ വരാഹരൂപത്തെ സ്വീകരിച്ചു. ആ രൂപം മറ്റുള്ളവർക്ക് മനസ്സുകൊണ്ടുപോലും അധൃഷ്യമായിരുന്നു. (അതിക്രമിച്ചുകൂടാത്തത്). അതിനുശേഷം വാക്കുകളുടെ രൂപത്തിലുള്ള ബ്രഹ്മം (വാങ്മയബ്രഹ്മം) എന്ന് അദ്ദേഹം അറിയപ്പെട്ടു. ഭൂമിയെ ഉയർത്തുന്നതിനുവേണ്ടി അദ്ദേഹം രസാതലത്തിലേക്ക് പ്രവേശിച്ചു. ദംഷ്ട്രയാൽ ഭൂമിയെ പൊക്കിയെടുത്തു. ദംഷ്ട്രാഗ്രത്തിൽ ഭൂമിയിരിക്കുന്നത് സിദ്ധന്മാരും ബ്രഹ്മർഷികളും കണ്ടു. അവർ പതിയെ സ്തുതിച്ചു.

നിങ്ങൾ തന്നെയാണ് എല്ലാം സൃഷ്ടിച്ചിരിക്കുന്നത്. നിങ്ങളിൽ തന്നെ എല്ലാം സ്ഥിതി ചെയ്യുന്നു. ഈ ലോകത്തെ മുഴുവനും അങ്ങ് രക്ഷിച്ചാലും. എന്ന് സനകാദികൾ വിഷ്ണുവിനെ സ്തുതിച്ചു. വരാഹരൂപിയായ വിഷ്ണു അവരെ അനുഗ്രഹിച്ചു.

അതിനുശേഷം ഭൂമിയെ ധരിച്ച വിഷ്ണു, ഭൂമിയെ സ്വസ്ഥാനത്ത്

സ്ഥാപിച്ചു. അതിനുശേഷം കൂർമ്മരൂപത്തെ മനസ്സുകൊണ്ട് ഉപേക്ഷിച്ചു. സമുദ്രത്തിനു മുകളിൽ ഒരു തോണിപോലെ ഭൂമി സ്ഥിതി ചെയ്തു. ഭൂമി വിശാലമായതിനാൽ വെള്ളത്തിനടിയിലേക്ക് മുങ്ങിപ്പോയില്ല. വിഷ്ണു ഭൂമിയെ നിരപ്പുള്ളതാക്കി. മുൻപിലത്തെ പ്രളയത്തിൽ ദഹിച്ചുപോയ പർവ്വതങ്ങളെ വീണ്ടും സൃഷ്ടിച്ചു.

അദ്ദേഹം തന്റെ മനസ്സിനെ സൃഷ്ടിയിലേക്ക് തിരിച്ചു.

രുദ്രജന്മം

വിഷ്ണുഭഗവാന്റെ നാഭിയിൽനിന്നും ഉയർന്നുവന്ന മഹാപത്മത്തെ ബ്രഹ്മദേവൻ പ്രാപിച്ചു. കുറെകാലങ്ങൾക്കുശേഷം മഹാപൗരുഷത്തോടുകൂടിയ മധു, കൈടഭൻ എന്ന രണ്ട് അസുരസഹോദരന്മാർ അവിടെയെത്തി. ദേവദേവനായ വിഷ്ണുവിന്റെ ചെവിയിൽനിന്ന് ഉണ്ടായവരാണ് അവർ. അങ്ങേയറ്റം കോപം ഉള്ളവരും മഹാപർവ്വതങ്ങൾക്ക് തുല്യമായ ശരീരത്തോടു കൂടിയവരും ആണ് അവർ. അവരെ കണ്ട് ബ്രഹ്മാവ് വിഷ്ണുവിനോട് പറഞ്ഞു.

'മൂന്നു ലോകങ്ങൾക്കും ഉപദ്രവകാരികളായ ഈ അസുരന്മാരെ വധിക്കേണ്ടതാണ്.'

വിഷ്ണുഭഗവാൻ അവരെ വധിക്കുന്നതിനായി രണ്ടു പുരുഷന്മാരോട് ആജ്ഞാപിച്ചു. അദ്ദേഹത്തിന്റെ ആജ്ഞപ്രകാരം ആ പുരുഷന്മാർ മഹായുദ്ധം തന്നെ നടത്തി. ജിഷ്ണു കൈടഭനേയും, വിഷ്ണു മധുവിനെയും കൊന്നു.

അതിനുശേഷം താമരയിൽ സ്ഥിതി ചെയ്യുന്ന ബ്രഹ്മാവിനോട് ജഗന്നാഥനായ ഹരി സ്നേഹത്തോട് ഇപ്രകാരം പറഞ്ഞു.

'അല്ലയോ പ്രഭോ! ഞാൻ അങ്ങയെ വേദനിപ്പിച്ചു. അങ്ങ് താമരയിൽനിന്ന് ഇറങ്ങിവരൂ! തേജോമയവും, ഗുരുവും, മഹത്തായതും ആയ അങ്ങയെ വധിക്കാൻ എനിക്കു കഴിയുകയില്ല.'

അതുകേട്ട ബ്രഹ്മാവ് താമരയിലയിൽനിന്ന് ഇറങ്ങി. വിഷ്ണുവിന്റെ ശരീരത്തിലേക്ക് പ്രവേശിച്ചു. വിഷ്ണുവിനോടു കൂടി ഒന്നായിത്തീർന്ന് യോഗനിദ്രയെ പ്രാപിച്ചു. അദ്ദേഹത്തോടൊപ്പം അങ്ങനെ പ്രവേശിച്ച് ബ്രഹ്മാവ് ശംഖചക്രഗദാധരനായി. എന്നിട്ട് 'നാരായണൻ' എന്ന പേരിൽ വെള്ളത്തിൽ യോഗനിദ്രയിലാണ്ടു. അദ്ദേഹം വളരെക്കാലം പരമാനന്ദം അനുഭവിച്ചു.

പിന്നീട് തുടക്കവും അവസാനവും ഇല്ലാത്ത അനന്തമായ അദ്വൈതമായ ബ്രഹ്മം എന്ന പേരിൽ അറിയപ്പെട്ടു.

അങ്ങനെ യോഗാത്മാവായി ഭവിച്ച ബ്രഹ്മാവ് വൈഷ്ണവഭാവത്തെ ആശ്രയിച്ചുകൊണ്ട് സൃഷ്ടി ആരംഭിച്ചു. ആദ്യം സനന്ദനെയും സനകനെയും ഋതുദേവനേയും, സനൽകുമാരനേയും, സനാതനെയും സൃഷ്ടിച്ചു. അവർ രണ്ടെന്നുള്ള മോഹം ഇല്ലാതാക്കി പരമമായ വൈരാഗ്യത്തെ പ്രാപിച്ചു. പരമമായ ഭാവത്തെ മനസ്സിലാക്കി. ബുദ്ധിയെ ജ്ഞാനത്തിൽ (അറിവിൽ) ഉറപ്പിച്ചു.

അവർക്ക് ലോകസൃഷ്ടിയിൽ താല്പര്യം ഇല്ലാതായി. അപ്പോൾ വിഷ്ണുവിന്റെ മായയാൽ നിരാശനായി തീർന്നു. അനന്തരം അനശ്വരനും പുരാണപുരുഷനും, ജഗൽമൂർത്തിയുമായ വിഷ്ണു തന്റെ പുത്രനായ ബ്രഹ്മാവിന്റെ മോഹത്തെ ഇല്ലാതാക്കുന്നതിന് ഇങ്ങനെ പറഞ്ഞു.

'ത്രിശൂലപാണിയായ ശംഭുവിനോട്, അങ്ങയുടെ പുത്രനായി ഭവിക്കണം (ബ്രഹ്മാവിന്റെ) എന്നു പറഞ്ഞത് അങ്ങ് മറന്നുപോയോ?'

ശങ്കരൻ പുത്രരൂപത്തിൽ അദ്ദേഹത്തിന്റെ മനസ്സിനെ പ്രേരിപ്പിച്ചു. അങ്ങനെ വിഷ്ണുവിലൂടെ അദ്ദേഹം മോഹത്തിൽനിന്നും ഉണർന്നു. സൃഷ്ടിയിലേക്ക് തിരിഞ്ഞു. അതിനുശേഷം വളരെ കഠിനമായി തപസ്സു ചെയ്തു. അതിൽനിന്ന് ഒന്നും ഉണ്ടായില്ല. കുറെക്കാലം കഴിഞ്ഞു. ദുഃഖത്തിൽനിന്ന് ക്രോധമുണ്ടായി. അദ്ദേഹത്തിന്റെ കണ്ണുകളിൽ നിന്ന് കണ്ണുനീർത്തുള്ളികൾ ഭൂമിയിൽ വീണു. അതിൽനിന്ന് ഭൂതങ്ങളും, പ്രേതങ്ങളും ഉണ്ടായി. അവരെ കണ്ടതോടെ തന്നെതന്നെ നിന്ദിച്ചു. കോപത്താൽ പ്രാണനെ ഉപേക്ഷിച്ചു. അപ്പോൾ 'രുദ്രൻ' പ്രാണവായുവിന്റെ രൂപത്തിൽ ബ്രഹ്മാവിന്റെ മുഖത്തുനിന്നും പുറത്തേക്ക് വന്നു.

ആയിരം സൂര്യന്മാർക്ക് തുല്യനും കാലാഗ്നി തുല്യനും, ദേവദേവനും ആയ ശിവൻ വലിയ ശബ്ദത്തിൽ ഘോരമായി കരയാൻ തുടങ്ങി. കരയുന്ന രുദ്രനെ കണ്ടിട്ട് ബ്രഹ്മാവ് 'മാരുദ' (കരയരുത്) എന്നു പറഞ്ഞു. രോദനത്താൽ (കരച്ചിൽകൊണ്ട്) രുദ്രൻ എന്ന പേരിൽ ലോകപ്രസിദ്ധനാകും. എന്ന് ബ്രഹ്മാവ് പറഞ്ഞു.

ബ്രഹ്മാവ് മറ്റു ഏഴുപേരുകൾ കൂടി നൽകി.

ഭവൻ, ശർവൻ, ഈശാനൻ, പശുപതി, ഭീമൻ, ഉഗ്രൻ, മഹാ

ദേവൻ.

അതുകൂടാതെ പത്നിമാരേയും സനാതരായ പുത്രന്മാരേയും കൊടുത്തു. ഇവർക്ക് എട്ടുസ്ഥാനങ്ങളും ബ്രഹ്മദേവൻ നൽകി.

സൂര്യൻ, ജലം, ഭൂമി, അഗ്നി, വായു, അന്തരീക്ഷം, ദീക്ഷിതരായ ബ്രാഹ്മണർ, ചന്ദ്രൻ എന്നിങ്ങനെ എട്ടുമൂർത്തികളാണ് ഈ ദേവനുള്ളത്.

സുവർച്ചലാ, ഉമാ, വികേശി, ശിവാ, സ്വാഹ, ദിശാ, ദീക്ഷാ, രോഹിണി എന്നിവരാണ് ഏഴുഭാര്യമാർ.

ശനൈശ്വരൻ, ശുക്രൻ, ലോഹിതാംഗൻ, മനോജവൻ, സ്കന്ദൻ, സർഗ്ഗൻ, സാന്തനൻ, ബുധൻ എന്നിവരാണ് അദ്ദേഹത്തിന്റെ എട്ടു പുത്രന്മാർ.

ദേവ്യവതാരം

നാരായണൻ എന്ന പേരിൽ അറിയപ്പെട്ട പ്രജാപതി യോഗവിദ്യയിൽ മരീചി, ഭൃഗു, അംഗിരസ്, പുലസ്ത്യൻ, പുലഹൻ, ക്രതു, ദക്ഷൻ, അത്രി, വസിഷ്ഠൻ എന്നിവരെ സൃഷ്ടിച്ചു. ദേവനായ ബ്രഹ്മാവ് അതിനുശേഷം അവരോടുകൂടി കഠിനമായ തപസ്സനുഷ്ഠിച്ചു. തപസ്സനുഷ്ഠിക്കുന്ന അദ്ദേഹത്തിന്റെ വായിൽനിന്ന് രുദ്രൻ ഉണ്ടായി. അദ്ദേഹത്തിന്റെ ശരീരം പകുതി സ്ത്രീയും പകുതി പുരുഷനും ആയിരുന്നു. വളരെ ഭയം തോന്നിപ്പിക്കുന്നത്, നോക്കുവാൻ പ്രയാസമുള്ളതുമായ ആ രൂപത്തെ കണ്ട് ബ്രഹ്മാവ് പേടിച്ചുവിറച്ചു. എന്നിട്ട് അങ്ങുതന്നെ വിഭജിക്കുക' എന്നു പറഞ്ഞ് അപ്രത്യക്ഷനായി.

അദ്ദേഹത്തിന്റെ വാക്കുകൾ കേട്ട് രുദ്രൻ ശരീരത്തെ സ്ത്രീശരീരവും പുരുഷശരീരവും ആക്കി രണ്ടായി വിഭജിച്ചു. പുരുഷശരീരത്തെ വീണ്ടും പത്തെണ്ണമാക്കി. ഇതിൽ പതിനൊന്നുപേരും മൂന്നു ലോകങ്ങളുടെയും ഈശ്വരന്മാരായ രുദ്രന്മാർ എന്നറിയപ്പെട്ടു.

ചിലരെ ദേവകാര്യങ്ങളിൽ നിയോഗിച്ചു. സ്ത്രീരൂപത്തേയും പലതായി വിഭജിച്ചു. ആ രൂപങ്ങളിൽ ലക്ഷ്മി മുതലായവരാണ് വിഭൂതികൾ (ഐശ്വര്യം ഉള്ളവർ, ശക്തിയുള്ളവർ) അവൾ ഭൂമിയിൽ 'ശക്തികൾ' എന്ന് പ്രസിദ്ധരായി.

ശാങ്കരി ദേവത അവരുടെ ശരീരത്താൽ ലോകം മുഴുവൻ വ്യാപി

ച്ചുനിൽക്കുന്നു. ഈശാനി വീണ്ടും കുറെ രൂപങ്ങളായി സ്വയം വിഭജിച്ചു. ശിവന്റെ നിയോഗത്താൽ ബ്രഹ്മാവിന്റെ അടുത്തേക്ക് എത്തിച്ചേർന്നു. ബ്രഹ്മാവ് അവളോട് 'ദക്ഷന്റെ പുത്രിയായി ഭവിക്കൂ' എന്നു പറഞ്ഞു. അവൾ ദക്ഷപുത്രിയായി ജനിച്ചു. ബ്രഹ്മാവിന്റെ നിർദ്ദേശപ്രകാരം അവളെ രുദ്രന് വിവാഹം ചെയ്തുകൊടുത്തു. ത്രിശൂലപാണിയായ രുദ്രൻ ദക്ഷപുത്രിയെ സ്വീകരിച്ചു.

കുറേക്കാലത്തിനുശേഷം പ്രജാപതിയുടെ നിർദ്ദേശപ്രകാരം ഈശാനി സ്വയം ശങ്കരനിൽ നിന്നുതന്നെ വേർപെടുത്തി.

അനന്തരം ദക്ഷപുത്രിയായ ഈശാനി (സതി) മേനയുടെയും ഹിമവാന്റേയും മകളായി ജനിച്ചു. പർവ്വതശ്രേഷ്ഠൻ അവൾക്ക് പാർവ്വതി എന്നു പേരിട്ടു. അവളെ സകല ദേവന്മാരുടെയും തന്റെയും ക്ഷേമത്തിനായി രുദ്രനു കൊടുത്തു. ഈ മഹേശ്വരിദേവിയാണ് ശങ്കരന്റെ അർദ്ധശരീരിണി. ശിവാ, സതി, ഹൈമവതി എന്നീ പേരുകളിൽ അറിയപ്പെട്ടിരുന്നു ഈ ദേവി. അവർ ദേവന്മാരാലും അസുരന്മാരാലും പൂജ്യയായിത്തീർന്നു.

ത്രിവിക്രമചരിതം

അസുരരാജാവായ അന്ധകനെ നിയന്ത്രിച്ചുകഴിഞ്ഞപ്പോൾ പ്രഹ്ലാദന്റെ ശക്തനായ പുത്രൻ വീരോചനൻ രാജാവായി. ദേവേന്ദ്രനടക്കം എല്ലാ ദേവന്മാരേയും കീഴടക്കി. സർവ്വചരാചരങ്ങളോടുകൂടിയ മൂന്നുലോകങ്ങളേയും അനേകം വർഷങ്ങൾ ധർമ്മമാർഗ്ഗത്തിൽ പരിപാലിച്ചു. ഒരുദിവസം വിഷ്ണുവിനാൽ പ്രേരിതനായ മഹാമുനി സനൽകുമാരൻ ആ പട്ടണത്തിൽ എത്തിച്ചേർന്നു. സിംഹാസനസ്ഥനായിരുന്ന ആ മഹാസുരൻ വിരോചനൻ എഴുന്നേറ്റു. അടുത്തുചെന്ന് ബ്രാഹ്മണപുത്രനായ സനൽകുമാരനെ ശിരസാ നമിച്ചു. കൈകൂപ്പിനിന്ന് ഇപ്രകാരം പറഞ്ഞു.

'ഞാൻ അനുഗ്രഹീതനായിരിക്കുന്നു. ധന്യനായിരിക്കുന്നു. എന്തുകൊണ്ടെന്നാൽ യോഗീശ്വരനും ബ്രഹ്മജ്ഞാനിയുമായ ഭഗവാൻ സ്വയം ഇന്ന് എന്റെ ഉത്തമപുരത്തിലേക്ക് എത്തിച്ചേർന്നിരിക്കുന്നു. അല്ലയോ ബ്രാഹ്മണശ്രേഷ്ഠ! അങ്ങ് ഭഗവാൻ പിതാമഹൻ തന്നെയാകുന്നു. പറയൂ! എന്താണ് ഞാൻ അങ്ങയ്ക്ക് ചെയ്തുതരേണ്ടത്?'

ഇതുകേട്ട് സനൽകുമാരൻ ധർമ്മിഷ്ഠനായ ആ മഹാസുരനോട്

പറഞ്ഞു.

'ഞാൻ ഇവിടെ വന്നത് നിങ്ങളെ കാണാൻ വേണ്ടിയാണ്. നിങ്ങൾ ഭാഗ്യവാനാണ്. അല്ലയോ ദൈത്യശ്രേഷ്ഠാ! ഇത്തരത്തിലുള്ള നീതി ദൈത്യന്മാരിൽ വളരെ ദുർലഭമാണ്. നിങ്ങളെപ്പോലെ ധർമ്മിഷ്ഠനായ ഒരാൾ മൂന്നുലോകങ്ങളിലും വേറെ ഇല്ല.'

ഇതുകേട്ട അസുരരാജാവ് വീണ്ടും പറഞ്ഞു.

'അല്ലയോ, ബ്രാഹ്മണോത്തമ! ധർമ്മങ്ങളിൽവെച്ച് പരമമായ ധർമ്മം എന്തെന്ന് എനിക്ക് പറഞ്ഞുതന്നാലും.'

അതുകേട്ട സനൽകുമാരൻ പറഞ്ഞു. 'ഏറ്റവും പരമരഹസ്യവുമായ ആത്മജ്ഞാനമാണ് ഏറ്റവും മഹത്തായ ധർമ്മം.'

ദൈത്യൻ (വീരോചനൻ) പരമമായ ആ ആത്മജ്ഞാനം നേടി. ഗുരുവിന് ദക്ഷിണ നൽകി. അതിനുശേഷം രാജ്യഭാരം പുത്രനെ ഏല്പിച്ചു. യോഗാഭ്യാസരതനായി തീർന്നു.

അദ്ദേഹത്തിന്റെ പുത്രൻ ബലി (വീരോചനന്റെ പുത്രൻ ബലി) മഹാനും ബുദ്ധിമാനും ആയിരുന്നു. അദ്ദേഹം ബ്രാഹ്മണർക്ക് വളരയെധികം ദാനം നൽകി. ഇന്ദ്രനെ പരാജിതനാക്കി. പരാജിതനായ ഇന്ദ്രൻ വിഷ്ണുവിന്റെ അടുത്ത് അഭയം പ്രാപിച്ചു. ഈ സമയത്ത് അത്യധികം ദുഃഖിതയായ ദേവമാതാവായ അദിതി കഠിന തപസ്സ് ചെയ്തു.

'ദൈത്യശ്രേഷ്ഠന്മാരെ വധിക്കാൻ എനിക്ക് ഒരു പുത്രൻ ജനിക്കട്ടെ.' എന്നു ചിന്തിച്ച് ഹരിയെ അഭയം പ്രാപിച്ചു. ഹൃദയമാകുന്ന താമരയുടെ അല്ലിയുടെ മധ്യത്തിൽ ആദിയും അവസാനവും ഇല്ലാത്തവനും, സർവ്വവ്യാപിയും, അനന്തസ്വരൂപനും, ഒറ്റയ്ക്കായിട്ടുള്ള വിഷ്ണു പ്രസന്നനായി അദിതിയുടെ മുന്നിൽ പ്രത്യക്ഷപ്പെട്ടു. അദ്ദേഹത്തെ കണ്ട് കൃതാർത്ഥയായി എന്ന് ചിന്തിച്ച് കേശവനെ സന്തോഷിപ്പിച്ചു.

അദിതി പറഞ്ഞു.

'വിജയിക്കട്ടെ! സർവ്വദുഃഖവിനാശഹേതുവായ അങ്ങ് (എല്ലാ ദുഃഖങ്ങളും നശിപ്പിക്കുന്നതിന് കാരണമായ അങ്ങ്) വിജയിക്കട്ടെ. അനന്തമാഹാത്മ്യാദിയുക്തനായ അങ്ങ് വിജയിക്കട്ടെ. ആദിയും അവസാനവുമില്ലാത്ത വിജ്ഞാനമൂർത്തിയായ അങ്ങ് ജയിക്കട്ടെ! ആകാശതുല്യമായ നിർമ്മാനന്ദരൂപാ! ജയിച്ചാലും. കാലരൂപനായ വിഷ്ണുവിന് നമസ്കാരം.

ഇപ്രകാരം ലോകമാതാവിനാൽ പൂജിക്കപ്പെട്ട വിഷ്ണു ചിരിച്ചുകൊണ്ട് ആവശ്യമുള്ള വരം ചോദിച്ചുകൊള്ളുവാൻ അരുളിച്ചെയ്തു.

സാഷ്ടാംഗം പ്രണമിച്ചിട്ട് ഉത്തമമായ വരം ചോദിച്ചു. ദേവന്മാരുടെ നന്മയ്ക്കായി ഞാൻ ഈ വരം ചോദിക്കുന്നു.

'അങ്ങുതന്നെ എന്റെ പുത്രനായി ജനിക്കണം' ശരണാഗതവത്സലനായ അദ്ദേഹം 'അങ്ങനെതന്നെയാകട്ടെ' എന്നു വരം കൊടുത്തിട്ട് അപ്രത്യക്ഷനായി.

കാലം കഴിഞ്ഞപ്പോൾ ദേവമാതാവായ അദിതി വിഷ്ണുവിനെ ഗർഭം ധരിച്ചു. ഋഷീകേശൻ ദേവമാതാവിന്റെ ഉദരത്തിൽ പ്രവേശിച്ചപ്പോൾ ബലിയുടെ പട്ടണത്തിൽ ഘോരമായ പ്രകൃതിദുരന്തങ്ങൾ ഉണ്ടായി. പ്രകൃതിദുരന്തങ്ങൾ നിരീക്ഷിച്ച് ഭയംകൊണ്ട് വ്യാകുലനായ (പരിഭ്രമിച്ച) ബലി വൃദ്ധനും പിതാമഹനും ആയ പ്രഹ്ലാദനോട് പറഞ്ഞു.

'അല്ലയോ പിതാമഹാ! നമ്മുടെ പട്ടണത്തിൽ എന്തുകൊണ്ടാണ് മഹാവിപത്തുകൾ ഉണ്ടാകുന്നത്? എന്ത് പ്രതിവിധിയാണ് ചെയ്യേണ്ടത്?'

ബലിയുടെ വാക്കുകൾ കേട്ട് ധ്യാനത്തിൽ മുഴുകി ഇരുന്നിട്ട് പ്രഹ്ലാദൻ ഋഷികേശനെ നമസ്ക്കരിച്ചുകൊണ്ട് ഇപ്രകാരം പറഞ്ഞു.

'യാചിക്കപ്പെടുന്നവനും (പൂജിക്കപ്പെടുന്നവനും) ഈ ലോകത്തിന്റെ മുഴുവൻ നാഥനുമായ വിഷ്ണുവിനെ അസുരന്മാരുടെ നാശത്തിനുവേണ്ടി ദേവമാതാവായ അദിതി ഗർഭം ധരിച്ചിരിക്കുന്നു. യാതൊന്നിൽ നിന്നാണോ സകലവസ്തുക്കളും അഭിന്നമായി വർത്തിക്കുന്നത്, യാതൊരാളാണോ, എല്ലാത്തിൽനിന്നും ഭിന്നമായും വർത്തിക്കുന്നത്, അങ്ങനെയുള്ള ആ വാസുദേവൻ ദേവമാതാവിൽ പ്രവേശിച്ചു. ആരുടെ സ്വരൂപത്തെയാണ് യഥാർത്ഥരൂപത്തിൽ അറിയാത്തത്, അങ്ങനെയുള്ള വിഷ്ണു ഇന്ന് അദിതിയുടെ ശരീരത്തിൽ സ്വന്തം ഇഷ്ടപ്രകാരം പ്രവേശിച്ചിരിക്കുന്നു. യാതൊന്നിൽ നിന്നാണോ, സർവ്വഭൂതങ്ങളും ഉണ്ടാകുന്നത്, എല്ലാം ലയിച്ചുചേരുന്നത് അപ്രകാരമുള്ള പുരാണപുരുഷൻ അവതരിച്ചിരിക്കുന്നു. എവിടെയാണോ, നാമം, ജാതി മുതലായ പരികല്പന ഇല്ലാത്തത്,ആരാണോ സത്താമാത്രമായ ആത്മരൂപനായി സ്ഥിതി ചെയ്യുന്നത് ആ വിഷ്ണുവിന്റെ ഒരംശം അവതരിച്ചിരിക്കുന്നു. ആരുടെ

ശക്തിയാണോ, ജഗന്മാതാവ് അയ മായാഭഗവതി ലക്ഷ്മി, ആരാണോ ധർമ്മസംരക്ഷകൻ ആയിട്ടുള്ളത് അപ്രകാരമുള്ള ജനാർദ്ദനൻ അവതരിച്ചിരിക്കുന്നു.

അദ്ദേഹത്തിന്റെ താമസരൂപമാണ് ശങ്കരൻ. രാജസരൂപമാണ് ബ്രഹ്മാവ്. സാത്വികരൂപമായ അംശമാണ് വിഷ്ണു. ഗോവിന്ദനെ ഭക്തിനമ്രമായ മനസ്സിൽ ധ്യാനിച്ചുകൊണ്ട്, അദ്ദേഹത്തെ തന്നെ ശരണം പ്രാപിക്കുക. അങ്ങനെ ചെയ്താൽ നിർവൃതി (പൂർണ്ണമായ സംതൃപ്തി) ഉണ്ടാകും.'

പ്രഹ്ലാദന്റെ വാക്കുകൾകേട്ട ബലി, ഹരിയെ ശരണം പ്രാപിച്ചു. ധർമ്മിഷ്ഠനായ അദ്ദേഹം ലോകം മുഴുവൻ നീതിപൂർവ്വം സംരക്ഷിച്ചു. ശരിയായ സമയം ആയപ്പോൾ ദേവമാതാവായ അദിതി, കശ്യപനിൽനിന്നും, ദേവന്മാരുടെ സന്തോഷത്തെ വർദ്ധിപ്പിക്കുന്നതിനായി മഹാവിഷ്ണുവിന് സ്വയം ജന്മംകൊടുത്തു.

നാലുകൈകളോടുകൂടിയവനും, വിശാലാക്ഷനും, വക്ഷസ്സിൽ ശ്രീവത്സം എന്ന അടയാളത്തോടുകൂടിയവനും, നീലമേഘസദൃശമായ കാന്തിയോടു കൂടിയവനുമായ വിഷ്ണു ശ്രീയാൽ ആവൃതനായി ശോഭിച്ചു. ദേവന്മാർ, സിദ്ധന്മാർ, ചാരണന്മാർ, ഇന്ദ്രൻ തുടങ്ങിയ എല്ലാവരും അദ്ദേഹത്തെ ആരാധിച്ചു. ഉപനയനം കഴിഞ്ഞ വിഷ്ണു വേദാധ്യയനം ചെയ്തു. സദാചാരങ്ങൾ അഭ്യസിച്ചു. ബലി യാഗങ്ങൾ ചെയ്ത് വിഷ്ണുവിനെ പൂജിച്ചു.

ബ്രാഹ്മണർക്ക് ദാനം ചെയ്ത് അവരെ പൂജിച്ചു.

ഇതെല്ലാം മനസ്സിലാക്കിയ വിഷ്ണു ഭരദ്വാജന്റെ പ്രേരണയാൽ ബലിയുടെ യജ്ഞശാലയിലെത്തി. കൃഷ്ണാജിനം ഉടുത്ത്, പൂണൂൽ ധരിച്ച്, വേദമന്ത്രങ്ങൾ ചൊല്ലിക്കൊണ്ട് ഒരു ബ്രാഹ്മണൻ അവിടേക്കുവന്നു. ഭിക്ഷുകനായി ഹരി ബലിയുടെ സമീപമെത്തി. അദ്ദേഹത്തോട് തന്റെ പാദംകൊണ്ട് മൂന്നുപ്രാവശ്യം അളക്കാൻ പറ്റുന്ന ദേശം യാചിച്ചു.

സ്വർണ്ണപാത്രത്തിൽ ജലം എടുത്ത് ബലി അദ്ദേഹത്തിന്റെ പാദങ്ങൾ കഴുകി. ജലം കുടിച്ചു. എന്നിട്ട് ചിന്തിച്ചു.

'ഞാൻ അങ്ങേയ്ക്ക് മൂന്നടി ദേശം തരാം.'

അവ്യയനായ ഹരി(നാശമില്ലാത്ത ഹരി) പ്രസാദിക്കട്ടെ ഇങ്ങനെ ചിന്തിച്ച് വാമനന്റെ കൈകളിലേക്ക് നല്ല തണുത്ത ജലം ഒഴിച്ചു. വിഷ്ണുഭൂമിയും, അന്തരീക്ഷവും, സ്വർഗ്ഗവും അളന്നെടുത്തും

രാഗാദി വികാരങ്ങളിൽനിന്ന് മോചിതനാകാൻ വേണ്ടി ബലി വിഷ്ണുവിനെ അഭയം പ്രാപിച്ചു. വിഷ്ണുപാദംകൊണ്ട് മൂന്നു ലോകങ്ങളും കടന്ന്, പ്രാജാപത്യലോകവും കടന്ന്, ബ്രഹ്മലോകത്തിൽ എത്തി. അവിടെ വസിക്കുന്ന ദേവേന്ദ്രൻ, ആദിത്യൻ, സിദ്ധന്മാർ മുതലായവർ വിഷ്ണുവിനെ നമസ്ക്കരിച്ചു. ബ്രഹ്മാവ് വിഷ്ണുവിന്റെ സമീപത്ത് ചെന്ന് ആരാധിക്കുകയും സ്തുതിക്കുകയും ചെയ്തു.

ബ്രഹ്മാണ്ഡത്തിന്റെ മുകൾഭാഗം ഭേദിച്ച് ദിവ്യാഭരണങ്ങളാൽ അലങ്കരിക്കപ്പെട്ട് തിരിച്ചു പോയി.

അണ്ഡം പിളർന്നപ്പോൾ നല്ല തണുപ്പുള്ള മഹാജലം പുറത്തേക്ക് ഒഴുകി. ആ നദിയെ 'ഗംഗ' എന്ന് ബ്രഹ്മാവ് പേരുവിളിച്ചു. ആ നദി ആകാശത്തുതന്നെ സ്ഥിതി ചെയ്തു. മഹത്തായ പ്രകൃതിയിൽ എത്തി. അവിടുന്ന് പ്രധാന ബ്രഹ്മയോനിയിലേക്ക്, ഏകനായ പുരുഷനിലേക്കും, വിഷ്ണുവിന്റെ ആലയമായ പരമപദത്തിലേക്കും പ്രവേശിച്ചു. ഇതു കണ്ട ദേവന്മാർ അവരുടെ സ്ഥാനങ്ങളിൽ ഇരുന്ന് ഭഗവാനെ സ്തുതിച്ചു. ലോകംമുഴുവൻ വ്യാപിച്ചുകിടക്കുന്ന ആ പുരുഷനെ കണ്ടിട്ട് മഹാനായ ബലി ഭക്തിയോടുകൂടി വിഷ്ണുവിനെ നമസ്ക്കരിച്ചു.

ആദിപുരുഷനായ വിഷ്ണു വീണ്ടും വാമനരൂപത്തിൽ ആയി ബലിയോട് ഇപ്രകാരം പറഞ്ഞു.

'അല്ലയോ ദൈത്യാധിപതേ!ഇപ്പോൾ അങ്ങ് സന്തോഷത്തോടെ മൂന്നുലോകങ്ങളും എനിക്കു തന്നു.' വീണ്ടും തലകുനിച്ച് നമസ്ക്കരിച്ചുകൊണ്ട് ബലി വിഷ്ണുവിന്റെ കൈയിന്റെ ആറ്റത്തിലേക്ക് വെള്ളം ഒഴിച്ചു. എന്നിട്ട് പറഞ്ഞു, 'ഞാൻ അങ്ങേയ്ക്ക് നൽകുന്നു. അല്ലയോ അനന്തതേജസി, അമൃതവിക്രമനായ, ത്രിവിക്രമനായി ഞാൻ നൽകുന്നു.'

പ്രഹ്ലാദപുത്രനായ ബലിയിൽനിന്ന് ദാനം സ്വീകരിച്ചശേഷം വീണ്ടും വിഷ്ണു അദ്ദേഹത്തോട് പറഞ്ഞു.

'പാതാളത്തിന്റെ ഏറ്റവും ആഴത്തട്ടിലേക്ക് പ്രവേശിക്കുക. ദേവന്മാർക്കുപോലും അലഭ്യമായ സുഖഭോഗങ്ങൾ അനുഭവിച്ചുകൊണ്ട് അവിടെ സ്ഥിരമായി വസിക്കുക. ഭക്തിമാർഗ്ഗത്തിലൂടെ എന്നെ എപ്പോഴും ധ്യാനിക്കുക. കല്പാവസാനത്തിൽ വീണ്ടും എന്നിൽ പ്രവേശിക്കും.'

ഇത്രയും പറഞ്ഞ് വിഷ്ണു മൂന്നുലോകങ്ങളും ഇന്ദ്രനു നൽകി. എല്ലാ ദേവന്മാരും ഭഗവാനെ സ്തുതിച്ചു. വാമനരൂപിയായ വിഷ്ണു അത്ഭുതകരമായ കൃത്യം നിറവേറ്റി. എല്ലാവരും നോക്കിനിൽക്കെ അവിടെത്തന്നെ അപ്രത്യക്ഷനായി. ബലി വിഷ്ണുഭക്തനായി പാതാളത്തിലേക്ക് പോയി. ബലി പ്രഹ്ലാദനോട് വിഷ്ണുവിന്റെ ഭക്തിയോഗത്തെക്കുറിച്ചും പൂജാവിധികളെക്കുറിച്ചും ചോദിച്ചു.

പ്രഹ്ലാദൻ വിശദമായി പറഞ്ഞുകൊടുത്തു. ബലി അതനുസരിച്ച്, പ്രവർത്തിച്ചു. അപ്രമേയനും, ശംഖ്, ചക്രം, എന്നിവ ധരിച്ചിട്ടുള്ളവനുമായ താമരക്കണ്ണനെ അഭയം പ്രാപിച്ചു. കർമ്മയോഗത്തെ പിന്തുടരുകയും ചെയ്തു.

കപർദ്ദീശ്വരമാഹാത്മ്യം

(കപർദ്ദം -ശിവന്റെ ജഡാഭാരം)

വ്യാസമഹർഷി ശിഷ്യന്മാരോടുകൂടെ മോക്ഷദായകവും, ഓങ്കാരരൂപവും, ഭീമാകാരവുമായ ലിംഗത്തിന്റെ സമീപത്തേക്ക് പോയി. അവിടെ ശിഷ്യന്മാരോടുകൂടെ മഹാദേവനെ പൂജിച്ചിട്ട് ധ്യാനത്താൽ പവിത്രരായിത്തീർന്ന മഹർഷിമാർക്ക് ലിംഗത്തിന്റെ മാഹാത്മ്യം പറഞ്ഞുകൊടുത്തു.

അതിനുശേഷം അവ്യയനായ (നാശം ഇല്ലാത്തവനായ) കപർദ്ദീശ്വരന്റെ ലിംഗം കാണുവാൻ പോയി. അദ്ദേഹം ‘പിശാചമേചനം’ എന്ന തീർത്ഥത്തിൽ കുളി കഴിഞ്ഞ് ശാസ്ത്രവിധിപ്രകാരം പിതൃക്കൾക്ക് തർപ്പണവും ചെയ്തിട്ട് ത്രിശൂലധാരിയായ ശിവനെ പൂജിച്ചു.

മഹർഷിമാർ ഗുരുവിനോടൊപ്പം ആശ്ചര്യകരമായ ഒരു കാഴ്ച കണ്ടു. ക്ഷേത്രമാഹാത്മ്യം മനസ്സിലാക്കി ഗിരീശനെ നമസ്ക്കരിക്കുകയും ചെയ്തു.

ഘോരരൂപിയായി ഒരു പുലി ഒരു മാനിനെ പിന്തുടർന്നു. അതിനെ തിന്നുന്നതിനുവേണ്ടി കപാർദ്ദീശ്വരന്റെ ക്ഷേത്രത്തിലേക്ക് പ്രവേശിച്ചു. മാൻപേട വല്ലാതെ ഭയപ്പെട്ടിരുന്നു. അത് കപാർദ്ദീശ്വരലിംഗത്തിനുചുറ്റും കുറെപ്രാവശ്യം പ്രദക്ഷിണം വെച്ചു. അവസാനം പുലിയുടെ കൈയിൽ അകപ്പെട്ടു.

ശക്തിമാനായ പുലി അതിനെ കടിച്ചുകീറിതിന്നു. അതിനു

ശേഷം ഒറ്റപ്പെട്ട വേറൊരു വനത്തിൽ പോയി. ആ മാൻപേട കപർദ്ദീശ്വരന്റെ മുമ്പിൽ ചത്തുവീണപ്പോൾ അന്തരീക്ഷത്തിൽ സൂര്യനു തുല്യമായ പ്രഭയോടുകൂടി ഒരു മഹാജ്വാല കാണപ്പെട്ടു.

ആ ജ്വാലയ്ക്ക് മൂന്നുകണ്ണുകൾ ഉണ്ടായിരുന്നു. അതിന് നീലക്കഴുത്തായിരുന്നു.അതൊരു കാളയുടെ പുറത്തായിരുന്നു ഇരുന്നിരുന്നത്. മറ്റു പുരുഷന്മാരോടുകൂടി ചുറ്റപ്പെട്ടതായിരുന്നു. ആ ജ്വാലയുടെ മൂർദ്ധാവിൽ ആകാശചാരികൾ പുഷ്പവൃഷ്ടി ചൊരിഞ്ഞു. ഒരു ക്ഷണനേരം അത് സ്വയം ഗണേശ്വരനായി മാറി. പിന്നീട് അപ്രത്യക്ഷനായി.

ഈ അത്ഭുതകരമായ കാഴ്ച കണ്ട് ശിഷ്യന്മാരിൽ പ്രമുഖനായ ജൈമിനി മഹർഷി കപർദ്ദീശ്വര മാഹാത്മ്യത്തെക്കുറിച്ച് ചോദിച്ചു.

അനന്തരം ഋഷഭധ്വജനെ നമസ്ക്കരിച്ച് ഭഗവാന്റെ മുൻപിൽ ഇരുന്നുകൊണ്ട് വ്യാസൻ കപർദ്ദീശ്വരമാഹാത്മ്യം പറഞ്ഞുകൊടുത്തു.

കപർദ്ദീശ്വരന്റെ ഉത്തമമായ ലിംഗം വളരെ ശ്രദ്ധയോടുകൂടി പൂജിക്കണം.

ശാന്തചിത്തരായ യോഗികൾ ഇവിടെ ധ്യാനിച്ചാൽ ആറുമാസത്തിനുള്ളിൽ യോഗസിദ്ധി ലഭിക്കും. ഇവിടെ പൂജിച്ചാൽ ബ്രഹ്മഹത്യാപാപം പോലും നശിക്കും. പിശാചമോചനതീർത്ഥത്തിൽ കുളിച്ച് ആ ലിംഗത്തെ ആരാധിച്ചാൽ ബ്രഹ്മഹത്യാ പോലും ഇല്ലാതാക്കും.

ബ്രഹ്മാവിന്റെ കപാലപ്രതിഷ്ഠ

പണ്ട് സുമേരവിന്റെ കൊടുമുടിയിൽ വെച്ച് ലോകത്തിന്റെ ആദികാരണമായ പിതാമഹനെ നമസ്ക്കരിച്ചുകൊണ്ട് ഇപ്രകാരം ചോദിച്ചു. 'ഏകമായ അവ്യയത്വം എന്താണ്? ലോകത്തിന്റെ മുഴുവൻ കാരണ ഭൂതനായ അദ്ദേഹം മഹേശ്വരന്റെ മായയാൽ മോഹിതനായി. പരമമായ തത്വത്തെ മനസ്സിലാക്കാതെ അഹംഭാവിയായി താൻ തന്നെയാണ് അവ്യയമായ തത്വം എന്നു പറഞ്ഞു. ഞാൻ സ്രഷ്ടാവാകുന്നു. ലോകത്തിന്റെ പ്രഭവസ്ഥാനമാകുന്നു. ഞാൻ സ്വയംഭൂവായ ഈശ്വരനാണ്. ഞാൻ അനാദിയായ പരബ്രഹ്മം ആകുന്നു. എന്നെ ഉപാസിക്കുന്ന ആൾക്ക് മുക്തി കിട്ടുന്നു. അദ്ദേഹം ഇങ്ങനെ വിചാരിച്ചുകൊണ്ടിരിക്കുമ്പോഴേക്കും വിഷ്ണുവിന്റെ ഒരംശം ജന്മ

മെടുത്തിട്ട് ചിരിച്ചുകൊണ്ട് അദ്ദേഹത്തോട് ഇങ്ങനെ പറഞ്ഞു.

'ത്രിലോചനൻ ക്രുദ്ധനായിരിക്കുന്നു. ഇതിനുകാരണം എന്താണ്?'

അജ്ഞാനയുക്തനും ഗർവ്വു കാണിക്കാത്തവനും ആയ അങ്ങയിൽ അങ്ങു പറഞ്ഞ ഗുണങ്ങൾ ഒന്നും ഇല്ല. ഞാൻ ഭഗവാൻ നാരായണനിൽനിന്നും ജനിച്ചതാണ്. ഞാൻ ആദിലോകത്തിന്റെ കർത്താവാണ്.'

ഇപ്രകാരം മായയാൽ പരസ്പരം ജയിക്കുന്നതിനുവേണ്ടി തർക്കിച്ചു. (ബ്രഹ്മാവും മഹേശ്വരനും തർക്കിച്ചു.)

അങ്ങനെ ഇരിക്കുമ്പോൾ അവരുടെ സമീപത്ത് നാലുവേദങ്ങളും വന്നു.

ഋഗ്വേദം പറഞ്ഞു. 'യാതൊന്നിലാണോ സർവ്വഭൂതങ്ങളും സ്ഥിതി ചെയ്യുന്നത്, എല്ലാം പ്രവർത്തിക്കുന്നത്, പരമമായ തത്വം എന്നു പറയുന്നത് അത് മഹേശ്വരനാകുന്നു.'

യജുർവേദം പറഞ്ഞു. 'യാതൊരു ഈശ്വരനാണോ മുഴുവൻ യജ്ഞങ്ങളാലും യോഗത്താലും പൂജിക്കപ്പെടുന്നത്, ആരാണോ ഭഗവാൻ ഈശ്വരൻ എന്നു പറയുന്നത് അദ്ദേഹം പിനാകപാണിയായിരിക്കും.'

സാമവേദം പറഞ്ഞു. 'യാതൊരു ദേവനാലാണോ ഈ ലോകം കറങ്ങിക്കൊണ്ടിരിക്കുന്നത്, ഏതൊരു ദേവനാണോ അന്തരീക്ഷത്തിൽ സ്ഥിതി ചെയ്യുന്നത്, യോഗികളാൽ പരമമായ തത്വമായി അറിയപ്പെടുന്നത്, അദ്ദേഹം മഹാദേവനായ ശങ്കരനാകുന്നു.'

അഥർവ്വവേദം പറഞ്ഞു. 'യാതൊരു ദേവനെയാണോ മഹർഷിമാർ മഹാദേവനായി കാണുകയും യജിക്കുകയും ചെയ്യുന്നത് മഹാപുരുഷനായി, മഹാരുദ്രനായി കാണുന്നത് അദ്ദേഹം ഭഗവാൻ ഭവനാണ്.'

ഇപ്രകാരം വേദങ്ങളുടെ വാക്കുകളെ കേട്ട് വിശ്വാത്മാവ് വിമോഹിതനായി പൊട്ടിച്ചിരിച്ചുകൊണ്ട് പറഞ്ഞു.

'എന്തുകൊണ്ടാണ് ആ പരമമായ ബ്രഹ്മം സർവ്വസംഗവിവർജ്ജിതനായി, അതി ഗർവിഷ്ഠരായ പ്രമഥഗണങ്ങളോടും ഭാര്യയോടും കൂടി രമിക്കുന്നത്?'

ഇങ്ങനെ പറഞ്ഞപ്പോൾ സനാതനായ ഭഗവാൻ പ്രണവാത്മാവ് (ഓംകാരം) അരൂപിയാണെങ്കിലും മൂർത്തിമാനായി, രൂപത്തെ

പ്രാപിച്ച് പിതാമഹനോട് പറഞ്ഞു.

'ഈ ഈശൻ (രുദ്രൻ) തന്റെ ആത്മാവിൽനിന്നും വ്യതിരിക്തനായിട്ടുള്ള ദേവിയുമായി ഒരിക്കലും രമിക്കുകയില്ല. ഭവാൻ മഹേശ്വരനാൽ സ്വയം ജ്യോതിയും അനശ്വരനും ആകുന്നു. ദേവി അദ്ദേഹത്തിന്റെ ആനന്ദം തന്നെയാണ്.'

ഇത്രയും പറഞ്ഞുകഴിഞ്ഞിട്ടും ഈശ്വരന്റെ മായ കാരണം യജ്ഞമൂർത്തിയായ ബ്രഹ്മാവിന്റെ അജ്ഞാനം നശിച്ചില്ല. ഇതിനിടയിൽ വിശ്വയോനിയായ ബ്രഹ്മാവ്, ആകാശത്തിൽ അത്ഭുതകരമായ ദിവ്യമായ പ്രകാശം നിറഞ്ഞതുകണ്ടു. അതിനു നടുക്കായി തേജസ്സുകൊണ്ട് ഉജ്ജ്വലവും ദിവ്യവുമായ ഒരു പ്രകാശമണ്ഡലം അദ്ദേഹത്തിന്റെ മുമ്പിൽ പ്രത്യക്ഷപ്പെട്ടു. ആ ദിവ്യവദനം തന്റെ ശിരസ്സിനു മുകളിൽ കണ്ടതിനുശേഷം ആ ലോകപിതാമഹൻ ഘോരവും അനിന്ദിതവുമായ ഒരു തേജോമണ്ഡലം കണ്ടു.

കോപത്താൽ ബ്രഹ്മാവിന്റെ അഞ്ചാമത്തെ ശിരസ്സ് ജ്വലിച്ചു. അടുത്തനിമിഷംതന്നെ അദ്ദേഹം മഹാപുരുഷനായ നീല ലോഹിതനെ കണ്ടു.

പിംഗളവർണ്ണത്തിലുള്ള ത്രിശൂലം ധരിച്ചിരുന്നു. സർപ്പങ്ങളാകുന്ന യജ്ഞോപവീതവും ധരിച്ചിരിക്കുന്നു. ആ ശങ്കരനോട് ബ്രഹ്മാവ് ഇപ്രകാരം പറഞ്ഞു.

'അല്ലയോ ശങ്കരാ! നിങ്ങൾ എന്റെ മൂർദ്ധാവിൽനിന്നും ജ്ഞാനത്തിനുവേണ്ടി ഉണ്ടായതാണ്. മഹേശാനൻ എന്ന് നിങ്ങളെ വിളിക്കുന്നു. അതുകൊണ്ട് എന്നിൽ ശരണം പ്രാപിച്ചുകൊള്ളൂ.'

ബ്രഹ്മാവിന്റെ ഗർവിഷ്ഠമായ വാക്കുകൾ കേട്ട് ലോകദാഹകനായ കാലഭൈരവനെ അദ്ദേഹത്തിന്റെ അടുക്കലേക്ക് അയച്ചു. ബ്രഹ്മാവുമായി ഒരു ഘോരയുദ്ധത്തിനുശേഷം ഭൈരവൻ ബ്രഹ്മാവിന്റെ അഞ്ചാമത്തെ തല മുറിച്ചെടുത്തു. ശിരസ്സു മുറിക്കപ്പെട്ട ബ്രഹ്മാവ് ശംഭുവിനാൽ കൊല്ലപ്പെട്ടു.

അതിനുശേഷം യോഗശക്തിയിലൂടെ ബ്രഹ്മാവിന് ജീവൻ നൽകി.അതിനുശേഷം മറ്റൊരു മണ്ഡലത്തിൽ ദേവിയോടൊപ്പം സ്ഥിതി ചെയ്യുന്ന മഹാദേവനെ കണ്ടു. ബ്രഹ്മാവ് സ്തുതിച്ചുകൊണ്ട് ഈശനെ നമസ്ക്കരിച്ചു.

ശതരുദ്രീയമന്ത്രങ്ങൾ ജപിച്ചുകൊണ്ട് സാഷ്ടാംഗം പ്രണമിച്ചു.

അനന്തരം ഭക്തവത്സലനായ ഹരൻ ബ്രഹ്മാവിനെ രണ്ടു കൈ

കൾകൊണ്ടും എടുത്തുയർത്തിയിട്ട് പറഞ്ഞു.

'ഞാൻ ഇപ്പോൾ നിങ്ങളിൽ സംപ്രീതനായിരിക്കുന്നു.'

ബ്രഹ്മാവിന് പരമമായ യോഗവും മഹത്തായ ഐശ്വര്യവും നൽകിയിട്ട് ശിവൻ രുദ്രനോട് പറഞ്ഞു.

'ഇദ്ദേഹം ബ്രഹ്മാവ് ആകുന്നു. ഈ ജഗത്തിന്റെ ഏറ്റവും സംപൂജ്യനായ ആളാകുന്നു. ഗുണങ്ങളാൽ അദ്ദേഹം നിങ്ങളുടെ ജ്യേഷ്ഠനാണ്. നിങ്ങൾ അദ്ദേഹത്തെ രക്ഷിക്കണം. എന്തുകൊണ്ടെന്നാൽ അദ്ദേഹം നിങ്ങളുടെ അച്ഛനാകുന്നു.'

'അല്ലയോ അനഘാ! ഈ പുരാണപുരുഷനെ ഹനിക്കരുത്. അദ്ദേഹം എന്നെത്തന്നെ ശരണം പ്രാപിച്ചിരിക്കുകയാണ്. അദ്ദേഹം യാഗമായതുകൊണ്ടാണ് ഗർവ്വ്. അദ്ദേഹത്തിന്റെ ഗർവ്വ് ശിക്ഷിക്കപ്പെടേണ്ടതാണ്. നിങ്ങൾ നിങ്ങളോടൊപ്പം ബ്രഹ്മാവിന്റെ ശിരസ്സു കൊണ്ട് പോകണം. ബ്രഹ്മഹത്യാപാപം ഇല്ലാതാക്കുന്നതിനുള്ള വ്രതം ലോകത്തിൽ പ്രദർശിപ്പിച്ചുകൊണ്ട് ഭിക്ഷാടനത്തിന് പോകുക. ബ്രാഹ്മണരോടും, ദേവന്മാരോടും ഭിക്ഷ യാചിച്ച് എല്ലായ്പ്പോഴും സഞ്ചരിക്കുക.

ഭഗവാൻ ഇപ്രകാരം പരമേശ്വരനോട് പറഞ്ഞിട്ട് അദ്ദേഹം ദിവ്യവും സ്വാഭാവികവുമായ വാനസ്ഥാനത്തെ പ്രാപിച്ചു.

അനന്തരം ഭഗവാൻ ഈശൻ നീലലോഹിതൻ കാലഭൈരവനെ ബ്രഹ്മാവിന്റെ ശിരസ്സ് ഏൽപ്പിച്ചു.

ബ്രഹ്മഹത്യാ പാപത്തെ നശിപ്പിക്കുന്നതിനായി പ്രായശ്ചിത്ത കർമ്മം അനുഷ്ഠിച്ച് കപാലഹസ്തനായി ഭിക്ഷ യാചിച്ചുകൊണ്ട് എല്ലായിടത്തും ചുറ്റിനടക്കണം. ഇത്രയും പറഞ്ഞതിനുശേഷം 'ബ്രഹ്മഹത്യ' എന്ന പേരു കേട്ടതായ തന്റെ മകളെ അയച്ചു. അവരുടെ മുഖം ദംഷ്ട്രകളാലും തീജ്വാലകളാലും ഭയം ഉണ്ടാക്കുന്നത് ആയിരുന്നു.

പുണ്യനഗരമായ വാരണസിയിലേക്ക് ത്രിശൂലി പ്രവേശിക്കുന്നതുവരെ അദ്ദേഹത്തെ അനുഗമിക്കണം. ഇത്രയും പറഞ്ഞിട്ട് അദ്ദേഹം ലോകമഹേശ്വരനായ കാലാഗ്നിയോട് പറഞ്ഞു.

എന്റെ നിയോഗപ്രകാരം ഭിക്ഷ യാചിച്ചുകൊണ്ട് ലോകം മുവനും ചുറ്റിസഞ്ചരിച്ചാലും. എപ്പോഴാണോ നിങ്ങൾ ദേവേശനും അനാമയനുമായ നാരായണനെ കാണുന്നത് അയാൾ പാപശുദ്ധിക്കായി അദ്ദേഹം സ്പഷ്ടമായ മാർഗ്ഗം പറഞ്ഞുതരും.

ഈ വാക്കുകൾ കേട്ട് ഭഗവാൻ ഹരൻ കപാലഹസ്തനായി മൂന്നു ലോകങ്ങളും ചുറ്റിക്കറങ്ങി. വികൃതമായ രൂപവും വേഷവും സ്വീകരിച്ചു. ത്രിശൂലധാരിയായ ശിവൻ ദേവദാനാദികളുടെ ദേശങ്ങൾ കടന്ന് വിഷ്ണുലോകത്തിൽ എത്തി. ഭൂതങ്ങളോടുകൂടി പ്രവേശിക്കുവാൻ തുടങ്ങി. ദിവ്യനായ പരമേശ്വരനാണെന്ന് മനസ്സിലാക്കാതെ ബലവാനായ ദ്വാരപാലകൻ ത്രിശൂലിയെ തടഞ്ഞു. അദ്ദേഹം വിഷ്ണുവിന്റെ അംശത്തിൽനിന്നും ഉണ്ടായ'വിഷ്വക് സേനൻ' ആയിരുന്നു.

ദ്വാരപാലകനും ശിവന്റെ ഭൂതഗണമായ കാലവേഗനുമായി യുദ്ധം ചെയ്തു. കാലവേഗനെ ദ്വാരപാലകൻ പരാജയപ്പെടുത്തി. അവൻ ഓടിച്ചെന്ന് രുദ്രനുനേരെ സുദർശനചക്രം ചുഴറ്റിയെറിഞ്ഞു.

അവനെ മഹാദേവൻ അവജ്ഞയോടെ (നിന്ദ) നോക്കി ഇതിനിടയിൽ ശൂലംകൊണ്ട് വക്ഷസ്സ് പിളർന്ന്, അതിൽ നിന്ന് ഒരു ഭൂതത്തെ ഭൂമിയിലേക്കു വീഴ്ത്തി.

അവൻ ജീവനെ ത്യജിച്ചു. വിഷ്ണുപുരുഷനെ കൊണ്ട് മൃതദേഹവും എടുത്ത് ഗൃഹത്തിനുള്ളിൽ പ്രവേശിച്ചു. ജഗത്തിന്റെ ഹേതുവായ ഈശ്വരനെ കണ്ടിട്ട് ഹരി, നെറ്റിത്തടത്തി ലെ ഞരമ്പ് ഭേദിച്ച് രക്തത്തെ പുറത്തേക്ക് പ്രവഹിപ്പിച്ചു. അല്ലയോ! ത്രിപുമർദ്ദന! അതിതേജസ്വി! ഭിക്ഷ സ്വീകരിച്ചാലും.

എന്നിൽ നിങ്ങൾക്കു നൽകുവാനായി മറ്റൊരു ഭിക്ഷയും ഇല്ല. ആയിരം ദിവ്യവർഷങ്ങൾ തുടർച്ചയായി രക്തം നെറ്റിയിൽ ഒഴുകിവീണിട്ടും ബ്രഹ്മാവിന്റെ തലയോട് നിറഞ്ഞില്ല.

അനന്തരം നാനാവിധത്തിലുള്ള (പലവിധം) ഭാവങ്ങളാൽ ബഹുമാനത്തോടുകൂടി വേദമന്ത്രങ്ങളാൽ സ്തുതിച്ചുകൊണ്ട് വിഷ്ണു കാലരുദ്രനോട് പറഞ്ഞു.

'അങ്ങ് എന്തിനാണ് ബ്രഹ്മാവിന്റെ ഈ കപാലം ധരിച്ചിരിക്കുന്നത്?' ദേവദേവൻ എല്ലാം പറഞ്ഞുകേൾപ്പിച്ചു.

അനന്തരം അച്യുതൻ (ഋഷീകേശൻ) ബ്രഹ്മഹത്യയെ വിളിച്ച് ത്രിശൂലിയെ വിട്ടുപോകണം എന്നു പറഞ്ഞു. എന്നാൽ ത്രിശൂലിയുടെ അടുത്തുനിന്നും വിട്ടുപോയില്ല.

ഏറെനേരെ ജഗത്യോനിയെ ധ്യാനിച്ചതിനുശേഷം വിഷ്ണുഭഗവാൻ ശങ്കരനോട് പറഞ്ഞു.

'അല്ലയോ ഭഗവാനേ! അങ്ങ് ദിവ്യവും ശുഭകരവുമായ വാരാ

ണസി നഗരത്തിലേക്ക് പോയാലും. അവിടെ ഈശ്വരൻ (ശിവൻ) ലോകദോഷങ്ങളെ അശ്ശേഷം (മുഴുവനായും) നശിപ്പിക്കും.'

അതിനുശേഷം ദേവൻ, ലോകനന്മയെ കാംക്ഷിച്ചുകൊണ്ട് ലീലാവിനോദം എന്നപോലെ എല്ലാ തീർത്ഥസ്ഥാനങ്ങളിലും ദേവാലയങ്ങളിലും പോയി. എല്ലായിടത്തും മഹത്തായ ലോകശക്തിയോടുകൂടിയ പ്രമഥഗണങ്ങൾ അദ്ദേഹത്തെ സ്തുതിച്ചു.

മറ്റൊരു രൂപത്തെ ധരിച്ചിട്ട് ഭഗവാൻ ഹരി നൃത്തം കാണുന്നതിനുവേണ്ടി അദ്ദേഹത്തെ പിന്തുടർന്നു. ഗോവിന്ദനെ നിരീക്ഷിച്ചുകൊണ്ട് വൃഷഭധ്വജൻ വീണ്ടും വീണ്ടും നൃത്തം ചെയ്തു. രുദ്രനെ അനുഗ്രഹിച്ച് ഹരി വാരാണസി എന്ന പ്രസിദ്ധമായ മഹാദേവപുരിയിൽ എത്തി.

വിശ്വേശൻ പ്രവേശിച്ചപ്പോൾ തന്നെ ബ്രഹ്മഹത്യ 'ഹാ!ഹാ! ' എന്ന് ഉറക്കെ പറഞ്ഞുകൊണ്ട് ദുഃഖിതനായി പാതാളത്തിലേക്കു പോയി.

പരമമായ സ്ഥാനത്തേക്ക് പ്രവേശിച്ച് ശങ്കരൻ ബ്രഹ്മാവിന്റെ കപാലം ഗണങ്ങളുടെ മുമ്പിൽ സ്ഥാപിച്ചു. കപാലം സ്ഥാപിച്ചതിനുശേഷം മഹാദേവൻ മൃതശരീരം വിഷ്ണുവിന് കൊടുത്തു. എന്നിട്ട് ഇങ്ങനെ പറഞ്ഞു.

'സജീവമായി ഭവിക്കട്ടെ'

എന്റെ ഈ ഉത്തമമായ കപാലവേഷത്തെ സ്മരിക്കുന്നവരുടെ ഇഹത്തിലെയും പരത്തിലെയും സർവ്വപാപങ്ങളും ഉടനെ നശിക്കും.

നർമ്മദാമഹാത്മ്യം

രുദ്രദേഹത്തുനിന്നും ഉത്ഭവിച്ച നർമ്മദാനദി നദികളിൽ ശ്രേഷ്ഠയാകുന്നു.

ഈ നദി എല്ലാ ചരാചരങ്ങളേയും ഉയർത്തുന്നു.

കനകഖലത്തിൽ ഗംഗ, കുരുക്ഷേത്രത്തിൽ സരസ്വതി, ഗ്രാമത്തിലായാലും, വനത്തിലായാലും, എവിടെയായാലും നർമ്മദ പുണ്യമാണ്. സരസ്വതിയിലെ പുണ്യജലം മൂന്നുദിവസം കൊണ്ടും, യമുനയിലെ ജലം ഏഴുദിവസം കൊണ്ടും ഒരാളെ പവിത്രമാക്കുന്നു. ഗംഗയിലെ ജലം അപ്പോൾത്തന്നെ ശുദ്ധമാകുന്നു. എന്നാൽ

നർമ്മദയിലെ ജലം കണ്ട മാത്രയിൽതന്നെ പവിത്രീകരിക്കുന്നു.

കലിംഗയുടെ പടിഞ്ഞാറെ പകുതിയിലുള്ള അമരകണ്ഡകം എന്ന പർവ്വതത്തിൽനിന്നാണ് നർമ്മദ ഉത്ഭവിക്കുന്നത്. മൂന്നു ലോകങ്ങളിലും വെച്ച് പുണ്യതമയും മനോഹരിയും ആകുന്നു.

യുധിഷ്ഠിരനോട് മാർക്കണ്ഡേയ മഹർഷി പറയുന്നു. 'അല്ലയോ, രാജശ്രേഷ്ഠാ! ബ്രഹ്മചര്യാവ്രതത്തോടുകൂടി, ക്രോധവർജ്ജിതനായി, ജിതേന്ദ്രിയനായി, ഒരു തരത്തിലുള്ള ഹിംസകളും ചെയ്യാതെ, ശുദ്ധനായി ഇവിടെ പ്രാണനെ ത്യജിച്ചാൽ അയാൾ ഒരു ലക്ഷം സംവത്സരങ്ങൾ സ്വർഗ്ഗസുഖം അനുഭവിക്കും. അപ്സരസ്സുകളുടെ കൂട്ടവും ദിവ്യസ്ത്രീകളും അദ്ദേഹത്തിനുചുറ്റും പരിചാരികമാരായി ഉണ്ടാകും. ദിവ്യഗന്ധങ്ങൾ ലേപനം ചെയ്ത് ദിവ്യപുഷ്പങ്ങളാൽ അലംകൃതനായി, ദേവലോകത്തിൽ ദേവന്മാരോടൊപ്പം സുഖമായി കഴിയും.

നർമ്മദയുടെ തെക്കേ തീരത്ത് കാപില എന്ന പേരിലുള്ള ഒരു നദിയുണ്ട്. ഇത് അർജ്ജുന വൃക്ഷങ്ങളാൽ ചുറ്റപ്പെട്ടതാണ്. മൂന്നു ലോകങ്ങളിലും പ്രസിദ്ധവും പുണ്യവുമായതാണ് കാപില.

മറ്റൊരു പുണ്യനദിയാണ് വിശല്യകരണി.

ഇതിൽ സ്നാനം ചെയ്യുന്നവർ എല്ലാ പാപങ്ങളിൽനിന്നും വേദനകളിൽനിന്നും മോചിതനാകും.

നർമ്മദയിലെ പുണ്യജലം പതയോടുകൂടി ശിരസ്സിൽ തളിക്കുകയാണെങ്കിൽ സർവ്വപാപങ്ങളിൽനിന്നും മോചനം കിട്ടുന്നതാണ്. നർമ്മദ എല്ലായിടത്തും പവിത്രയാണ്. ബ്രഹ്മഹത്യാപാപത്തെ നശിപ്പിക്കുന്നു.

പ്രയാഗാമാഹാത്മ്യം

ബ്രഹ്മാവിന്റെ വാസസ്ഥാനമാണ് പ്രയാഗ. മാർക്കണ്ഡേയൻ കുന്തീപുത്രനായ യുധിഷ്ഠിരന് പറഞ്ഞുകൊടുത്ത കഥയാണിത്.

കൗരവന്മാരെ മുഴുവൻ കൊന്നതിനുശേഷം യുവരാജാവായ യുധിഷ്ഠിരൻ സഹോദരന്മാരോടുകൂടെ ശോകത്തിൽ (ദുഃഖത്തിൽ) മുഴുകി. മായാമോഹിതൻ ആയി തീർന്നു. അധികം താമസിയാതെ മാർക്കണ്ഡേയമഹർഷി ഹസ്തിനപുരത്തിലെത്തി. രാജകൊട്ടാരത്തിന്റെ പ്രവേശനകവാടത്തിൽ നിന്നു.

ദ്വാരപാലകൻമാർ അദ്ദേഹത്തെ കണ്ടമാത്രയിൽ തന്നെ രാജാ

വിനെ വിവരം അറിയിച്ചു. അതു കേട്ടമാത്രയിൽ യുധിഷ്ഠിരൻ ഓടിച്ചെന്നു. അദ്ദേഹത്തെ അഭിവാദനം ചെയ്തു.

'അല്ലയോ മഹാമുനി! പ്രവേശനകവാടത്തിൽ എത്തിച്ചേർന്ന് അങ്ങേയ്ക്ക് സ്വാഗതം. ഇന്ന് എന്റെ ജീവിതം സഫലമായി. എന്റെ വംശം സംസാരത്തെ തരണം ചെയ്തുകഴിഞ്ഞു. അല്ലയോ മഹർഷേ! അങ്ങ് എന്നിൽ സംപ്രീതനായപ്പോൾ എന്റെ പിതാക്കന്മാരും സംതൃപ്തനായിത്തീർന്നു.'

ഇപ്രകാരം പറഞ്ഞുകൊണ്ട് മഹാത്മാവായ യുധിഷ്ഠിരൻ ആ മഹർഷിയെ സിംഹാസനത്തിൽ ഇരുത്തി. പാദങ്ങൾ കഴുകി. കുടിക്കാൻ വെള്ളം കൊടുത്തു. പൂജിച്ചു.

മാർക്കണ്ഡേയ മഹർഷി യുധിഷ്ഠിരനോട് പറഞ്ഞു.

'നിങ്ങളെന്താണ് ഇത്ര മോഹിതനായിരിക്കുന്നത്? എല്ലാം അറിഞ്ഞതിനുശേഷംതന്നെയാണ് ഞാൻ ഇവിടെ വന്നത്.'

ഇതുകേട്ട യുധിഷ്ഠിരൻ തല കുനിച്ച് അദ്ദേഹത്തെ നമസ്ക്കരിച്ചുകൊണ്ട് പറഞ്ഞു.

'എങ്ങനെയാണ് പാപത്തിൽനിന്ന് മോചിതനാകുന്നത് എന്ന് അങ്ങ് പറഞ്ഞുതന്നാലും. അല്ലയോ മഹർഷിശ്രേഷ്ഠാ.'

കൗരവന്മാരുമായിട്ടുള്ള യുദ്ധത്തിൽ നിരപരാധികളായ അനേകം ആളുകളെ ഞങ്ങൾ കൊന്നു. ഇപ്രകാരം ഹിംസയിൽനിന്നും ഉണ്ടാകുന്ന പാപങ്ങളിൽനിന്നും മുൻജന്മങ്ങളിൽനിന്നും എങ്ങനെയാണ് മോചനം കിട്ടുക എന്ന് അങ്ങ് പറഞ്ഞുതരണം. (അങ്ങ് പറഞ്ഞുതരുവാൻ അർഹനാണ്.)

മഹർഷി മറുപടി പറഞ്ഞു.

'അല്ലയോ അനുഗ്രഹീതനായ രാജാവേ ശ്രദ്ധിച്ചുകേട്ടാലും. നിങ്ങൾ ചോദിച്ചത് ഞാൻ വിശദമായി പറഞ്ഞുതരാം.

മനുഷ്യരുടെ പാപങ്ങൾ നശിക്കുന്നതിന് പ്രയാഗാസന്ദർശനം വളരെ ശ്രേഷ്ഠമാകുന്നു. ഭഗവാൻ മഹാദേവൻ രുദ്രൻ അവിടെ വസിച്ചിരുന്നു. ഭഗവാൻ ബ്രഹ്മാവ്, സ്വയംഭൂവൻ മറ്റ് ദേവന്മാരോടുകൂടി അവിടെയാണ് വസിക്കുന്നത്.'

യുധിഷ്ഠിരൻ പറഞ്ഞു.

'അല്ലയോ ഭഗവാനേ! പ്രയാഗാ സന്ദർശനത്തിന്റെ ഫലം എന്താണെന്നറിയുവാൻ ഞാൻ ആഗ്രഹിക്കുന്നു. അവിടെ മരിയ്ക്കുന്നവരുടെ ഗതി എന്ത്? സ്നാനം ചെയ്യുന്നവരുടെ ഫലം എന്ത്? അവിടെ

വസിക്കുന്നതുകൊണ്ട് എന്താണ് പ്രയോജനം? അങ്ങേയ്ക്ക് അറിയാവുന്ന കാര്യം എനിക്കു പറഞ്ഞുതന്നാലും.'

മഹർഷി പറഞ്ഞു.

'അല്ലയോ വത്സാ! പ്രയാഗ മൂന്നു ലോകങ്ങളിലും വെച്ച് പ്രസിദ്ധമായ പ്രജാപതിയുടെ പുണ്യസ്ഥലമാണ്. ഇവിടെ സ്നാനം ചെയ്താൽ അവർ സ്വർഗ്ഗത്തെ പ്രാപിക്കും. ഇവിടെ മരിച്ചാൽ പിന്നീടൊരിക്കലും പുനർജ്ജനിക്കുകയില്ല. അവിടെ ബ്രഹ്മാദികളായ ദേവന്മാരെല്ലാം ഒത്തുചേർന്ന് സംരക്ഷിക്കുന്നു. മറ്റ് ധാരാളം പാപനാശകങ്ങളായ തീർത്ഥസ്നാനങ്ങൾ ഇവിടെയുണ്ട്. പ്രയാഗയുടെ തീർത്ഥസ്നാനങ്ങളെക്കുറിച്ച് പറഞ്ഞുതരാം. പ്രയാഗയുടെ വിസ്തീർണ്ണം ഏകദേശം അറുപതിനായിരം ധനുസ്സ് (നാലു ഹസ്തം ചേർന്ന അളവ്) ആകുന്നു. ഗംഗയും അതിൽ ഉൾപ്പെടുന്നു. ഇന്ദ്രൻ സ്വയം പ്രയാഗയിൽ വസിക്കുന്നു. എല്ലാ ദേവന്മാരാലും ആദരിക്കപ്പെടുന്ന ഹരിയാണ് ഈ പ്രദേശം കാത്തു രിക്ഷിക്കുന്നത്. ത്രിശൂലധാരിയായ മഹേശ്വരൻ പേരാലിനെ എല്ലായ്പ്പോഴും സംരക്ഷിക്കുന്നു. അല്ലയോ നരാധിപതേ! അല്പതരമായ പാപംപോലും പ്രയാഗസ്മരണത്താൽ ഇല്ലാതാകുന്നു. ആ പുണ്യസ്ഥലത്തിന്റെ ദർശനത്താലും നാമസങ്കീർത്തനത്താലും ആ തീർത്ഥത്തിലെ മണ്ണ് ലേപനം ചെയ്താലും (പുരട്ടിയാലും)

പാപം നശിക്കും. അല്ലയോ നരാധിപതേ ആ ഗംഗയുടെ മധ്യത്തായി തർപ്പണത്തിനുള്ള അഞ്ച് കുണ്ഡങ്ങളുണ്ട്. (ഹോമകുണ്ഡം)

ദുഷ്കർമ്മങ്ങൾ ചെയ്യുന്നവനാണെങ്കിലും ആയിരം യോജന ദൂരെയിരുന്ന് ഗംഗയെ ഒന്നു സ്മരിച്ചാൽ (ഓർത്താൽ) അയാളുടെ പാപം മുഴുവൻ നശിക്കും. ദർശനത്താൽ സൗഭാഗ്യവും ഐശ്വര്യവും ഉണ്ടാകും.

ഏതു ദേശത്തായാലും, കാട്ടിലായാലും ഗൃഹത്തിൽ ആയാൽ പോലും പ്രയാഗയെ സ്മരിച്ചുകൊണ്ട് പ്രാണനെ വെടിഞ്ഞാൽ ബ്രഹ്മലോകത്തെ പ്രാപിക്കും എന്ന് മുനിശ്രേഷ്ഠന്മാർ പറയുന്നു.

ആ ബ്രഹ്മലോകത്തിൽ സന്യാസിമാരും, മഹർഷിമാരും, സിദ്ധന്മാരും ഉണ്ടാകും. മണ്ണ് സ്വർണ്ണവർണ്ണം ആയിരിക്കും. ആഗ്രഹിക്കുന്നതെല്ലാം തരുന്ന വൃക്ഷങ്ങളുണ്ടാകും. ആയിരക്കണക്കിന് സ്ത്രീകളാൽ സങ്കീർണ്ണമായ തികച്ചും ശുഭകരവും രമ്യവുമായ ആ

മന്ദാകിനീ തടത്തിൽ വിഹരിക്കും. ഈ ലോകത്തിൽ ചെയ്ത കർമ്മത്താൽ മുനിമാരോടുകൂടി ആനന്ദിക്കും. സിദ്ധന്മാരും, ഗന്ധർവ്വന്മാരും, ചാരണന്മാരും, ദേവന്മാരും, അസുരന്മാരും പൂജിക്കും.

അനന്തരം സ്വർഗ്ഗത്തിൽനിന്നും താഴേക്ക് പതിച്ച അദ്ദേഹം ജംബുദ്വീപിന്റെ രാജാവായിത്തീരും. പിന്നീട് പുണ്യകർമ്മങ്ങളെ പറ്റി ചിന്തിച്ച് ചിന്തിച്ച് സദ്ഗുണസമ്പന്നനും സുശീലനും ആയിത്തീരുമെന്നാണ് കേട്ടിട്ടുള്ളത്. കർമ്മത്താലും ചിന്തയാലും വാക്കുകളാലും സത്യത്തിലും, ധർമ്മത്തിലും പ്രതിഷ്ഠിതനായിത്തീരും.

ഗംഗയുടെയും യമുനയുടെയും സംഗമസ്ഥാനത്ത് ഒരു ഉരുള ആഹാരം നൽകിയാൽ ഉടൻതന്നെ അതിന്റെ ഫലം ലഭ്യമാകും. ആരെങ്കിലും ദാനമായി പാരിതോഷികമോ, സ്വർണ്ണമോ മുത്തോ, മറ്റെന്തെങ്കിലുമോ തന്റെ കാര്യത്തിലോ, പിതൃകാര്യത്തിലോ സ്വീകരിച്ചാൽ അയാളുടെ തീർത്ഥസ്ഥാനദർശനം നിഷ്ഫലമായി തീരും.

അതുകൊണ്ട് തീർത്ഥസ്ഥാനങ്ങളിലോ പുണ്യ മന്ദിരങ്ങളിലോ വെച്ച് ഒരു പാരിതോഷികവും സ്വീകരിക്കരുത്. എല്ലാ നിമിത്തങ്ങളിലും ബ്രാഹ്മണൻ ജാഗരൂകനായിരിക്കണം. യാതൊരാളാണോ മഞ്ഞ നിറത്തിലുള്ള പശുവിനെയോ, ചുവന്ന പശുവിനേയോ, കറുത്ത നിറത്തിലുള്ള പശുവിനേയോ കൊമ്പുകൾ സ്വർണ്ണം കൊണ്ട് അലങ്കരിച്ചും, കുളമ്പുകൾ വെള്ളികൊണ്ടലങ്കരിച്ചും വസ്ത്രാലങ്കാരങ്ങളോടുകൂടിയും ദാനം ചെയ്യുന്നത് അയാൾ രുദ്രലോകത്തിൽ ആയിരക്കണക്കിന് വർഷങ്ങൾ (പശുവിന്റെ ശരീരത്തിലുള്ള രോമങ്ങളുടെ എണ്ണത്തിന് തുല്യമായി) ആദരിക്കപ്പെടും.'

ഋണമോചനാമാഹാത്മ്യം

ഒരു മനുഷ്യൻ മാഘമാസത്തിൽ (മകരം/കുംഭം) പ്രയാഗയിൽ മൂന്നുദിവസം കുളിച്ചാൽ ഒരുലക്ഷം പശുക്കളെ ദാനംചെയ്ത ഫലം കിട്ടും. അംഗവൈകല്യം ഒന്നുമില്ലാത്ത അരോഗദൃഢഗാത്രനായ , പഞ്ചേന്ദ്രിയസമന്വിതനായ ഒരാൾ പ്രയാഗയിൽ വെച്ച് ചാണകവരളിയിൽ ദേഹത്യാഗം ചെയ്യുകയാണെങ്കിൽ ശരീരത്തിൽ എത്രമാത്രം രോമകൂപങ്ങളുണ്ടോ അല്ലയോ രാജാവേ! അത്രത്തോളം വർഷസഹസ്രങ്ങൾ സ്വർഗ്ഗലോകത്ത് ആദരിക്കപ്പെടും.

അതിനുശേഷം സ്വർഗ്ഗത്തിൽനിന്നും താഴേക്ക് പതിച്ച് ജംബു

ദ്വീപിന്റെ രാജാവായി തീരും. വീണ്ടും അയാൾ ആ തീർത്ഥത്തിൽ തന്നെ എത്തിച്ചേരുകയും ചെയ്യും.

ലോകപ്രസിദ്ധമായ പ്രയാഗയിൽ ജലപ്രവേശം ചെയ്യുന്ന ഒരാൾ സർവ്വപാപങ്ങളിൽനിന്നും വിമുക്തനാകുന്നു.

അയാൾ സോമലോകത്ത് എത്തിച്ചേരുന്നു. ചന്ദ്രദേവന്റെ കൂടെ അറുത്തിയാറായിരം വർഷം സുഖമായി കഴിയുന്നു.

സ്വർഗ്ഗത്തിൽനിന്നും അയാൾ മുനിമാരാലും ഗന്ധർവ്വന്മാരാലും സേവിക്കപ്പെടുന്ന ഇന്ദ്രലോകത്ത് എത്തുന്നു. അല്ലയോ രാജ ശ്രേഷ്ഠ! അവിടെനിന്നും താഴേക്ക് പതിച്ച് ഐശ്വര്യസമ്പൂർണ്ണ മായ വംശത്തിൽ ജനിക്കുന്നു.

തലകീഴായി നിന്നുകൊണ്ട് പ്രയാഗയിലെ ജലം കുടിക്കുന്ന യാൾ ഏഴായിരം വർഷക്കാലം സ്വർഗ്ഗലോകത്തിൽ ആദരിക്കപ്പെ ടുന്നു.

അല്ലയോ രാജേന്ദ്ര! അവിടെനിന്നും ഭ്രഷ്ടനായി അയാൾ അഗ്നി ഹോത്രിയായി തീരുന്നു. വിപുലമായ സുഖഭോഗങ്ങൾ അനുഭവി ച്ചശേഷം ഒരിക്കൽക്കൂടി ആ തീർത്ഥസ്ഥാനത്ത് വസിക്കുന്നു.

യാതൊരാളാണോ ശരീരം കഷണങ്ങളാക്കി മുറിച്ച് പക്ഷി കൾക്കായി കൊടുക്കുന്നത്, പക്ഷികളാൽ ഭുജിക്കപ്പെട്ട അദ്ദേഹ ത്തിന് ലഭിക്കുന്ന ഫലത്തെ പറ്റി കേട്ടാലും.

ഒരു ലക്ഷം വർഷങ്ങൾ ചന്ദ്രലോകത്തിൽ സുഖമായി കഴിയു ന്നു. അവിടുന്ന് പരിഭ്രഷ്ടനായി, അയാൾ ധർമ്മിഷ്ഠനായ രാജാ വായി തീരുന്നു. സദ്ഗുണസമ്പന്നനും, സുന്ദരനും ആയിത്തീരും. അയാൾ മഹാപണ്ഡിതനും പ്രിയമായി സംസാരിക്കുന്നവനും ആയിരിക്കും.

സുഖഭോഗങ്ങളെല്ലാം അനുഭവിച്ച് നല്ലതുപോലെ ദാനവും നൽകി വീണ്ടും തീർത്ഥസ്ഥാനത്ത് എത്തുന്നു. യമുനയുടെ വടക്കും പ്രയാഗയുടെ തെക്കുമായി 'ഋണമോചനം'(ഋണം-കടം) എന്ന പേരിൽ പ്രസിദ്ധമായൊരു തീർത്ഥമുണ്ട്. യാതൊരാളാണോ ഒരു രാത്രി അവിടെ വസിച്ച് കുളിക്കുന്നത് അയാൾ എല്ലാ ഋണങ്ങ ളിൽനിന്നും മോചിതനായി തീരും. സ്വർലോകത്തെ പ്രാപിക്കും.

പദ്മപുരാണകഥകൾ

ഉള്ളടക്കം

ലക്ഷ്മ്യുൽപത്തി

അത്രിയുടെ പുത്രനായ ദുർവ്വാസാവ് ഒരു വിദ്യാധരിയുടെ കൈയിൽ മനോഹരമായ ഒരു പൂമാല കണ്ടെത്തി. അദ്ദേഹം അത് ആവശ്യപ്പെട്ടു. അപ്പോൾ മഹർഷിയെ വണങ്ങി ആ മാല അദ്ദേഹത്തിന് നൽകി. അപ്പോൾ ആ ദുർവ്വാസാവ് ആത്മഗതമായി പറഞ്ഞു.-

"സുന്ദരിയായ ഇവളെ കണ്ടിട്ട് എന്റെ മനസ്സ് ഇളകുന്നു. ഞാൻ കാമവിശാരദനല്ലതാനും." ഇങ്ങനെ ചിന്തിച്ച് നടന്ന് അദ്ദേഹം ഐരാവതത്തിന്റെ പുറത്തുകയറി. എന്നിട്ട് ആ മാലയെ ദേവേന്ദ്രന് എറിഞ്ഞുകൊടുത്തു. ദേവേന്ദ്രൻ ആ മാല എടുത്ത് ആനയുടെ മസ്തകത്തിൽ വെച്ചു. അപ്പോൾ ആ മാല കൈലാസത്തിൽ ഗംഗ എന്നപോലെ പ്രകാശിച്ചു. മദംകൊണ്ട് കണ്ണുകാണാത്തവനയനായ ആ ആന മാലയെ തുമ്പിക്കൈകൊണ്ട് എടുത്ത് നിലത്തിട്ടു. ഇതുകണ്ട ദുർവ്വാസാവ് കോപാകുലനായി. അപ്പോൾ അദ്ദേഹം ഇന്ദ്രനെ ഇപ്രകാരം ശപിച്ചു.

"നീ ഐശ്വര്യമദം മൂത്ത് മതിമറന്ന് ഞാൻ തന്ന ലക്ഷ്മീനിലയനമായ മാലയെ അപമാനിച്ചു. അതിനാൽ ത്രൈലോക്യലക്ഷ്മി ഇവിടെനിന്നും പോയ്മറയും. ത്രിലോകം മുഴുവനും ഐശ്വര്യമില്ലാത്തതായിത്തീരും."

ഇതുകേട്ട ഇന്ദ്രൻ ആനപ്പുറത്ത് നിന്ന് ഇറങ്ങി. എന്നിട്ട് ശാപമോക്ഷം ആവശ്യപ്പെട്ടു. പക്ഷേ മഹർഷി അത് ചെവിക്കൊണ്ടില്ല.

ഇന്ദ്രൻ അമരാവതിയിലേക്ക് തിരിച്ചുപോയി. അന്നുമുതൽ ത്രിലോകം ഐശ്വര്യമില്ലാത്തതായി മാറി. ലോകം നശിച്ച അവസ്ഥയിലായി. ഈ അവസ്ഥ മനസ്സിലാക്കിയ ദൈത്യദാനവന്മാർ ദേവകളുടെ നേരേ പടയൊരുക്കി. യുദ്ധത്തിൽ ഇന്ദ്രാദിദേവന്മാർ പരാജിതരായി. യുദ്ധത്തിൽ തോറ്റ അവർ പിതാമഹനെ ശരണം പ്രാപിച്ചു. സങ്കടം അറിയിച്ചു. അവർ പാലാഴിയുടെ വടക്കേതീരത്ത് എത്തി. എന്നിട്ട് വിഷ്ണുവിനോട് ഈ അവസ്ഥ അറിയിച്ചു.

അദ്ദേഹം അവർക്ക് തേജസ്സ് വർദ്ധിപ്പിക്കാനുള്ള വഴി പറഞ്ഞുകൊടുത്തു. "എല്ലാവരും ഔഷധികൾ കൊണ്ടുവന്ന് പാലാഴിയിൽ ഇട്ടു. മന്ദരത്തെ കടകോലും, വാസുകിയെ കയറുമാക്കി അമൃതുകടയുക ഞാൻ സഹായിക്കാം. ഫലം രണ്ടുകൂട്ടർക്കും ഒപ്പം വീതിച്ച് അനുഭവിക്കാം എന്ന് നല്ലവാക്ക് പറഞ്ഞ്, അസുരന്മാരെയും ഇതിൽ കൂട്ടിയിണക്കണം. അങ്ങനെ സമുദ്രം കടയുമ്പോൾ ഉണ്ടായിവരുന്ന അമൃതു സേവിച്ചാൽ നിങ്ങൾ വീണ്ടും കരുത്തരായിക്കൊള്ളും അസുരന്മാർക്ക് അമൃതുകിട്ടില്ല."

വിഷ്ണു പറഞ്ഞപ്രകാരം ദേവന്മാർ എല്ലാവരും അസുരന്മാരോടുകൂടി അമൃതു കടയാനൊരുങ്ങി. ഇങ്ങനെ പാലാഴികടയുമ്പോൾ ഒന്നാമതായി കാമധേനു ഉണ്ടായി. പിന്നീട് വാരുണീദേവി, പാരിജാതവൃക്ഷം, അപ്സരസ്ത്രീകൾ, ചന്ദ്രൻ, കാളകൂടവിഷം, ധന്വന്തരി, ഉച്ചൈശ്രവസ്സ്, ഐരാവതവും ഉണ്ടായി. അതിനുശേഷം താമരപ്പൂ കൈകൊണ്ട് വിരിഞ്ഞ താമരപ്പൂവിൽ ഇരുന്നുരുളുന്ന കാന്തിമതിയായ കമലാദേവി പാലാഴിയിൽ നിന്നുയർന്നു.

അങ്ങനെ പാലാഴിയിൽ നിന്നു പിറന്ന് ലക്ഷ്മി രണ്ടാമത് ഭൃഗുവിന്റെയും ഖ്യാതിയുടെയും മകളായി ജനിച്ചു.

ശൂദ്രതാപസവധം

രഘുവംശജാതനായ ശ്രീരാമൻ ദേവകൾക്കു വേണ്ടി ലങ്കയിൽ രാവണനെ വധിച്ച് തിരികെവന്ന് രാജാവായി വാഴുന്നകാലത്ത് മഹാത്മാക്കളായ ഋഷികൾ അരമനയിൽ വന്നുചേർന്നു. രാമന്റെ നിർദ്ദേശപ്രകാരം മഹർഷിമാരെ അകത്തു പ്രവേശിപ്പിച്ചു. രാമൻ അവരെ യഥോചിതം സൽക്കരിച്ച് ആസനങ്ങളിൽ ഇരുത്തി. അവർ പരസ്പരം കുശലപ്രശ്നങ്ങൾ നടത്തി. സീതയെ കൊണ്ടുപോയ രാവണനെ കൊന്നതിലുള്ള സന്തോഷം അഗസ്ത്യൻ അറിയിച്ചു. അതോടെ മഹർഷിമാരെല്ലാം മറഞ്ഞു.

അവർ പോയപ്പോൾ ശ്രീരാമൻ അഗസ്ത്യമഹർഷി പറഞ്ഞതിനെക്കുറിച്ച് ചിന്തിച്ചു. "ഇനിയും അദ്ദേഹത്തിന്റെ ആശ്രമത്തിൽ ചെല്ലണം എന്നു പറഞ്ഞത് എന്തിനായിരിക്കും? പോകണം, ദേവരഹസ്യം കേൾക്കുകയും, ആവശ്യപ്പെടത് അനുഷ്ഠിക്കുകയും

ചെയ്യാം. ധർമ്മം നിയമാനുസാരം നടത്തണം. ദാനവും, ഹോമവും ചെയ്തുകൊണ്ട് പ്രജകളെ പാലിച്ച് രാജ്യം ഭരിക്കുന്ന രാമന് പതിനായിരം വർഷം ഒരു വർഷം പോലെ കഴിഞ്ഞുപോയി.

ഒരു ദിവസം ഗ്രാമീണനായ ഒരു ബ്രാഹ്മണൻ മരിച്ചുപോയ മകനേയും കൊണ്ട് കോട്ടവാതിൽക്കൽ വന്ന് വാൽസല്യത്താൽ പല തരത്തിൽ ഇങ്ങനെ വിലപിച്ചുതുടങ്ങി.

'കഴിഞ്ഞ ജന്മത്തിൽ ഞാനെന്തു തെറ്റുചെയ്തിട്ടാണ് അഞ്ചുവയസ്സുമാത്രമുള്ള നിനക്ക് ഈ ഗതിയുണ്ടായത്. എന്റെ ശേഷക്രിയ ചെയ്യാൻ ഇനിയാരുണ്ട്? ഞാനും അമ്മയും നിനക്ക് പിന്നാലെ തന്നെവരും. ബാലഹത്യ, ബ്രഹ്മഹത്യ എന്നിവ രാമനാണ് സംഭവിക്കേണ്ടത്.' എന്നിങ്ങനെ പറഞ്ഞ ബ്രാഹ്മണന്റെ വാക്കുകൾ ലക്ഷ്മണന്റെ ചെവിയിലെത്തി. അദ്ദേഹം ബ്രാഹ്മണന്റെ കരച്ചിൽ നിർത്തിച്ചു. അതിനുശേഷം വസിഷ്ഠനോട് ഇനി എന്താണ് ചെയ്യേണ്ടത് എന്ന് ചോദിച്ചു. അപ്പോൾ വസിഷ്ഠന്റെ മുമ്പിൽ ഋഷിസന്നിധിയിൽ വെച്ച് നാരദമുനി മറുപടി പറഞ്ഞു.-

'പണ്ട് കൃതയുഗത്തിൽ ബ്രാഹ്മണർക്കേ തപസ്സുള്ളൂ. അബ്രാഹ്മണനില്ലാത്ത അന്ന് എല്ലാവരും ചിരഞ്ജീവികളായിരുന്നു. ത്രേതായുഗത്തിൽ ബ്രാഹ്മണരും ക്ഷത്രിയരും ഒരേ മേന്മയിലായി. അധർമ്മം അനൃതമെന്ന (അസത്യമെന്ന) കാൽ ഭൂമിയിൽ വെച്ചു. അതിനാൽ എല്ലാവർക്കും തേജസ്സിന് കോട്ടം വന്നു. ദ്വാപരത്തിൽ അധർമ്മം രണ്ടാമത്തേ കാൽവെച്ചതിനാലാണ് അതിന് ആ പേരു വന്നത്. അവിടെ അധർമ്മവും അകൃത്യവും വർദ്ധിച്ചു. അധർമ്മത്തിന് മൂന്നുകാലും, ധർമ്മത്തിന് ഒരുകാലുമായി ദ്വാപരത്തിൽ വൈശ്യനും തപസ്സുതുടങ്ങി. ഇങ്ങനെ മൂന്നുയുഗംകൊണ്ട് (കൃതം, ത്രേതം, ദ്വാപരം) മൂന്നു ജാതിക്കല്ലാതെ ശൂദ്രന് തപസ്സില്ല. ശൂദ്രന് കലിയുഗത്തിലേ തപസ്സുള്ളൂ. എന്നാൽ ഒരു ദുർബുദ്ധിയായ ശൂദ്രൻ ഭവാന്റെ രാജ്യാതിർത്തിയിൽ അതിഘോരമായ തപസ്സുചെയ്തുപോരുന്നുണ്ട്. അതാണ് ബാലമരണത്തിന് കാരണം. ഏതു നരപാലന്റെ നാട്ടിലോ, നഗരത്തിലോ ഒരു ദുഷ്ടൻ അധർമ്മമോ അകൃത്യമോ ചെയ്തുവരുന്നുവോ, ആ രാജ്യം നരകത്തിൽ വീഴും. ആ പാപത്തിന്റെ നാലിലൊന്ന് രാജാവ് അനുഭവിക്കണം. അതിനാൽ ഭവാൻ സ്വന്തം രാജ്യം പരിശോധിച്ച് ദുർന്നടപ്പ് കാണുന്നത് ഇല്ലാതാക്കിയാലും. എന്നാൽ ആയുസ്സും ധർമ്മവും

വർദ്ധിക്കും. ഈ ബാലൻ ജീവിക്കുകയും ചെയ്യും.' നാരദന്റെ വാക്കുകൾ കേട്ട് സന്തുഷ്ടനായ രാമൻ ലക്ഷ്മണനോട് ബ്രാഹ്മണശ്രേഷ്ഠനെ ആശ്വസിപ്പിക്കാനും, മകന്റെ ശവം എണ്ണപ്പാത്തിയിൽ വെപ്പിക്കുവാനും ആജ്ഞാപിച്ചു.

അനന്തരം പുഷ്പകവിമാനത്തെ മനസ്സിൽ ധ്യാനിച്ചു. അപ്പോൾ എണ്ണപ്പാത്തി എത്തി. ഭരതലക്ഷ്മണൻമാരെ നഗരത്തിൽ നിർത്തി രാമൻ വില്ലും, തൂണീരവും, വാളും എടുത്ത് പുറപ്പെട്ടു. ആദ്യം പടിഞ്ഞാറ്, തുടർന്ന് വടക്ക്, കിഴക്ക് ദേശങ്ങളിൽ സഞ്ചരിച്ചു. അവിടെ എല്ലാം സുഗമമായി നടക്കുന്നെന്നു മനസ്സിലാക്കി. തെക്കോട്ടുപോയി. അവിടെ പർവ്വതത്തിന് വടക്കുഭാഗത്തായി ഒരു താപസൻ തപസ് അനുഷ്ഠിക്കുന്നതു കണ്ടു. അധോമുഖനായി ഉഗ്രതപസ്സ് അനുഷ്ഠിക്കുന്ന അവന്റെ അടുത്ത് എത്തി. ആരാണ്, എന്തിനാണ് തുടങ്ങിയ കാര്യങ്ങൾ അന്വേഷിച്ചു.

താൻ ശൂദ്രനായ ശംബുകനാണ് എന്ന് രാമനെ അറിയിച്ചു. ഉടൻ രാമൻ അവന്റെ തലയറുത്തു. ഇതുകണ്ട ദേവന്മാർ രാമനെ പ്രശംസിച്ചു. സന്തുഷ്ടരായ ദേവന്മാർ ഇഷ്ടവരം ചോദിക്കാനാവശ്യപ്പെട്ടു. ബ്രാഹ്മണപുത്രന് ജീവൻ തിരിച്ചുനൽകണമെന്ന് രാമൻ പറഞ്ഞു. ജീവൻ തിരിച്ചുകിട്ടിയ ബാലൻ ബന്ധുക്കളോട് കൂടെ പോയി. അഗസ്ത്യാശ്രമസമീപം മുനിയെകണ്ട് അങ്ങനെ ആകട്ടെ എന്ന് പറഞ്ഞ് പുഷ്പകവിമാനത്തിൽ കയറി.

ലൗഹിത്യോൽപത്തി കഥനം

പണ്ട് ഗംഗാതീരത്ത് ഒരു ശ്രേഷ്ഠ ബ്രാഹ്മണൻ താമസിച്ചിരുന്നു. അയാൾ അനേകായിരം ദ്വിജന്മാർക്ക് ശാന്തിയുപദേശിച്ചും, ഒറ്റവടി ധരിച്ചുകൊണ്ട് ഭൂമിയെ താങ്ങുന്ന ആദികൂർമ്മം എന്നപോലെ ഏകാകിയായി ഒരു ദേവാലയത്തിൽ താമസിച്ചു. ഒരു ദിവസം വൈകുന്നേരം ഒരു സുന്ദരിയായ യുവതി അവിടെ എത്തി. അവൾ ഭർതൃഗൃഹത്തിൽ നിന്ന് മറ്റൊരു വീട്ടിലേക്ക് പോകുകയായിരുന്നു. അവളെക്കണ്ട ബ്രാഹ്മണൻ മദനപരവശനായി, ഒരു മുറിക്കുള്ളിൽ അവളെ അടച്ചിട്ടു. രാത്രിസമയം കാത്തിരുന്നു. അവൾ വാതിൽ തഴുതിട്ടുറപ്പിച്ചു. ബ്രാഹ്മണന് അകത്തു കടക്കാൻ വയ്യാതായി. അവളെ ചിന്തിച്ച് ധ്യാനത്തിലിരുന്ന ബ്രാഹ്മണൻ, രാത്രി

യായപ്പോൾ, എങ്ങനെ വാതിൽ തുറക്കും എന്നാലോചിച്ച് അവളോട് അപേക്ഷിച്ചു.-

'ഓമനേ, വാതിൽതുറക്കൂ, ഭർത്താവ് നിനക്ക് വശപ്പെടും, നിന്നെ സ്നേഹിക്കുകയും ചെയ്യും.'

ഇതുകേട്ടപ്പോൾ സുന്ദരി ഇപ്രകാരം പറഞ്ഞു-

'താതാ! അരുതാത്തത് ഭവാൻ പറയരുത്. അങ്ങ് ധർമ്മത്താൽ എനിക്ക് അച്ഛനാണ്. ഞാൻ മകൾ പരസ്ത്രീ. ഭവാൻ എന്നെ പ്രാപിക്കരുത്. കാമാതുരനായ ആ ബ്രാഹ്മണൻ കൈകൊണ്ട് ചുവർ പിളർത്തി പഴുതുണ്ടാക്കി അകത്തേക്കു കടക്കുവാൻ തയ്യാറായി. എന്നാൽ പകുതി കടന്നപ്പോഴേയ്ക്കും തല ഇടുക്കിൽപ്പെട്ട് അകത്തേയ്ക്കും, പുറത്തേയ്ക്കും പോകാൻ വയ്യാതെ അയാൾ മരിച്ചു. നേരം പുലർന്നപ്പോൾ രാജപുരുഷന്മാർ വന്നുചേർന്ന്. അവർ ആ ശവം കണ്ട് അത്ഭുതപ്പെട്ട് അവളോടു ചോദിച്ചു.-

'സുന്ദരീ! എങ്ങിനെയാണ് ഇയാൾ മരിച്ചത്.' അതുകേട്ട അവൾ ഉണ്ടായ കാര്യങ്ങൾ പറഞ്ഞ് ഉദ്ദേശിച്ച സ്ഥലത്തേക്ക് നടന്നു. ഇങ്ങനെ കാമപ്രഭാവം ആർക്കും തടുത്തുകൂടാത്തതാണ്. സർവജഗത് പിതാമഹനുപോലും 'അമോഘ' എന്ന സുന്ദരിയെ കണ്ടിട്ട് ശുക്ലസ്രവം നടന്നു. അതിൽനിന്ന് ലൗഹിത്യം ഉണ്ടായി. സർവ്വ തീർത്ഥമയമായ ആ തീർത്ഥം സകലരേയും ശുദ്ധിപ്പെടുത്തുന്നു. അതിനെ സേവിച്ചാൽ മനുഷ്യന് അനാമയമായ ബ്രഹ്മലോകം പ്രാപിക്കാം.

സുനീഥാചരിതം

ഗന്ധർവ്വനായ സുശംഖന്റെ ശാപമേറ്റ് സുനിഥ മനോവിഷമത്താൽ നീറി നീറി ഗൃഹത്തിലെത്തി. അച്ഛനോട് ഉണ്ടായ കഥയെല്ലാം പറഞ്ഞു. മകൾ ചെയ്ത ദുഷ്കർമ്മഫലം ആണ് ഇതെന്ന് മനസ്സിലാക്കിയ ധർമ്മോത്തമനായ അച്ഛൻ മകളെ ഇപ്രകാരം ഉപദേശിച്ചു.-

അച്ഛന്റെ വാക്ക് ശിരസാവഹിച്ച് സുനീഥ ഏകയായി വിജനമായ കാട്ടിൽ പോയി തപസ്സുചെയ്തു. ചെറുപ്പത്തിൽ തന്നെ കാമക്രോധമോഹ അഹങ്കാരങ്ങളെല്ലാം വെടിഞ്ഞായിരുന്നു തപസ്സ്. കാട്ടിൽ ദുഃഖിച്ചും ചിന്തിച്ചും ഇരിയ്ക്കുന്ന സുനീഥയെകണ്ട് കളിക്കാനെത്തിയ കൂട്ടുകാരികൾ വിവരം അന്വേഷിച്ചു. "ധർമ്മര

ത്നത്തിന്റെ പുത്രിയ്ക്ക് എങ്ങിനെയാണ് ഇങ്ങനെ സങ്കടമുണ്ടാവുന്നത്. ചിന്താഭാരത്താൽ ശരീരമിങ്ങനെ ശോഷിക്കുന്നത്? സഖിയോടുതന്നെ അവർ കാരണം ചോദിച്ചു. ധർമ്മചിന്തയും യോഗചിന്തയും മാത്രമാണ് സാർത്ഥകമെന്നും മറ്റുള്ളത് എല്ലാം നിരർത്ഥകങ്ങളാണെന്നും അത് തേജസ്സിനേയും ശരീരത്തേയും നശിപ്പിച്ച് പാപമാണ് ഉണ്ടാക്കുക എന്നും അവർ ഓർമ്മിപ്പിച്ചു." അതിനാൽ ചിന്ത ഉപേക്ഷിച്ച് കാര്യങ്ങൾ പറയുവാൻ അവർ ആവശ്യപ്പെട്ടു. താൻ ഈ കാട്ടിൽ താമസിച്ച് തപസ്സുചെയ്ത് ഈ ദേഹം നശിപ്പിക്കാനാണ് എന്റെ തീരുമാനം എന്നു പറഞ്ഞു. സഖിമാർ അവളെ അതിൽ നിന്ന് പിന്തിരിപ്പാൻ ശ്രമിച്ചു. സഖിമാരുടെ വാക്കുകളിൽ ആശ്വാസം തോന്നിയ സുനീഥ ഉപായം അന്വേഷിച്ചു. പുരുഷന്മാരെ മോഹിപ്പിക്കുന്നതിനുള്ള വിദ്യ സഖിമാർ സുനീഥക്ക് പറഞ്ഞുകൊടുത്തു. അത് സ്വായത്തമാക്കി. അതിനുശേഷം തനിക്ക് അനുയോജ്യനായ ഭർത്താവിനെ തിരഞ്ഞുനടന്നു. അവസാനം അവൾ അംഗനെ കണ്ടുമുട്ടി വിവാഹം ചെയ്യുന്നു.

ഋഷികോപാഖ്യാനം

മാഘസ്നാനഫലം ദത്താത്രേയൻ പറഞ്ഞു- പണ്ട് നാന്മുഖൻ (ബ്രഹ്മാവ്) മഹാത്മാവായ നാരദനോട് മാഘസ്നാനത്തിന്റെ മഹത്തായ ഫലവും ദേശവും തീർത്ഥവും വിധിയും ക്രിയയും എല്ലാം പറയുകയുണ്ടായി ഭാരതവർഷത്തിൽ മാഘസ്നാനം ചെയ്യാത്ത മനുഷ്യരുടെ ജന്മം നിഷ്ഫലമാണ്. മാധവന് ആ സ്നാനത്തോളം പ്രീതി വ്രതംകൊണ്ടോ, ദാനം കൊണ്ടോ, തപസ്സുകൊണ്ടോ ഉണ്ടാകില്ല. ഒരു തേജസ്സും സൂര്യതേജസ്സിന് ഒക്കാത്ത മാതിരി (യോജിക്കാത്ത പോലെ) മാഘസ്നാനത്തിന് തുല്യമാകില്ല ഏതു യാഗവും. വിഷ്ണുപ്രസാദവും സർവ്വപാപശാന്തിയും, സ്വർഗ്ഗവും മനുഷ്യന് മാഘസ്നാനത്താൽ നേടാം.

ഭൃഗുവംശത്തിൽ ജനിച്ച 'ഋചീക' എന്ന വിശിഷ്ട ബ്രാഹ്മണി ബാല്യത്തിൽ വിധവയായി ദുഃഖത്താൽ അവൾ മനസ്സ് വിഷ്ണുവിൽ ഉറപ്പിച്ചു. വ്രതം അനുഷ്ഠിച്ച് വിന്ധ്യന്റെ അടിവാരത്ത് നർമ്മദാ കപിലാസംഗമത്തിൽ തപസ്സു തുടങ്ങി. ആ തപസ്വിനി മനക്കരുത്തിനാൽ അറുപതു മാഘമാസം നർമ്മദാ കപിലാസംഗമത്തിൽ

സ്നാനവുമായി കഴിച്ചുകൂട്ടി. അപ്പോഴേക്കും തപസ്സുകൊണ്ട് ക്ഷീണിച്ച് അവൾ ആ തീർത്ഥത്തിൽ വെച്ച് മരണമടഞ്ഞു. ആ പുണ്യത്താൽ അവൾ വിഷ്ണുലോകത്ത് നാലായിരം യുഗം മഹാ ഭോഗങ്ങൾ അനുഭവിച്ചു. പിന്നെ സത്യലോകത്ത് നാലായിരം യുഗം വിവിധ ഭോഗങ്ങൾ ഭുജിച്ചു. അതിനുശേഷം പിതാമഹൻ അവളെ സുന്ദോപസുന്ദവധത്തിനായി തിലോത്തമ എന്ന പേരിൽ ഭൂമിയി ലേക്ക് അയച്ചു. അവൾ പുണ്യംകൊണ്ട് സൗന്ദര്യത്തിന്റെ ഏകനി ലയമായി മാറി. ദേവകളെപ്പോലും മയക്കുന്നവളായി.

സുന്ദോപസുന്ദരാൽ തോൽപ്പിക്കപ്പെട്ട ദേവന്മാർ എല്ലാവരും കൂടി വിധാതാവിന്റെ അടുത്തുചെന്ന് സങ്കടമുണർത്തിച്ചു. അവരെ നശിപ്പിക്കുന്നതിന് പോകുവാൻ തിലോത്തമയോട് ആജ്ഞാപിച്ചു.

ആ സുന്ദരി ഉടനെ സത്യലോകത്തുനിന്ന് ഒരു വീണയുമെടു ത്ത്, ആകാശമാർഗ്ഗത്തിലൂടെ പോന്നു. എന്നിട്ട് സുന്ദോപസുന്ദർ വിഹരിച്ചിരുന്ന നർമ്മദാജലത്തിൽ കുളിച്ച്, ചെമ്പരത്തി പൂവിൻ നിറം ചേർന്ന പട്ടുടുത്ത്, മുല്ലപ്പൂചൂടി, ഒരു അശോകത്തിന്റെ ചുവ ട്ടിലിരുന്നു. വീണമീട്ടിക്കൊണ്ട്, ഷഡ്ജസ്വരത്തിൽ പാട്ടുപാടാൻ തുട ങ്ങി. അവളെ അസുരന്മാർ കണ്ടെത്തി. അത്ഭുതപ്പെട്ട് പടയാളി കൾ ഒത്തൊരുമിച്ചു. അവർ സുന്ദോപസുന്ദരന്മാരുടെ അടുത്തെത്തി പറഞ്ഞു–

'അസുരേന്ദ്രന്മാരേ! ഞങ്ങൾക്കറിഞ്ഞുകൂടാ, ദേവസ്ത്രീയോ, ദൈത്യസ്ത്രീയോ, നാഗസ്ത്രീയോ, യക്ഷസ്ത്രീയോ എന്ന്. എങ്ങ നെയായാലും സ്ത്രീകളിൽ രത്നം തന്നെ ആണ് അവൾ. ദേവ ന്മാരാണല്ലോ ലോകത്തിൽ രത്നങ്ങളെ അനുഭവിക്കുന്നവർ ഒരു രത്നമായ സ്ത്രീ അതാ, അധികം ദൂരത്തല്ലാതെ അശോകവന ത്തിൽ ദുഃഖത്താൽ സ്ഥിതിചെയ്യുന്നു. മന്മഥനെപ്പോലും മയക്കുന്ന അവളെ ഭവാന്മാർ തീർച്ചയായും ചെന്നുകാണണം.'

ഇതുകേട്ടപ്പോൾ അവർ മദ്യചഷകം വലിച്ചെറിഞ്ഞ്, ആ പുഴ യിൽനിന്ന് നൂറുഭാരം ഇരുമ്പുകൊണ്ടുള്ള ഓരോ ഗദയുമേന്തി, ആ ശൃംഗാരശാലിനി ചണ്ഡികയെന്ന പോലെ കൊല്ലാനായി സ്ഥിതി ചെയ്യുന്നിടത്തേക്ക് കുതിച്ചു പാഞ്ഞു. അവൾ അവരുടെ കാമാ ഗ്നിയെ കത്തിജ്വലിപ്പിച്ചു. അവളുടെ അഴകിനാലും മദ്യത്താലും ലഹരി പിടിച്ചിരുന്ന ആ മൂഢന്മാർ അവളുടെ മുമ്പിൽ പരസ്പരം വാശിപിടിച്ച് രണ്ട് മത്തഗജങ്ങളെപ്പോലെ ഗദകൊണ്ടടിക്കാൻ തുട

ങ്ങി. തമ്മിൽത്തല്ലി രണ്ടുപേരും മരിച്ചുവീണു.

തിലോത്തമ അവരെ ഗിരിശൃംഗത്തിൽ വീഴിച്ചിട്ട് മിന്നൽക്കൊടി പോലെ വാനത്തേക്ക് പോയി. അവൾ(തിലോത്തമ)ദേവകാര്യം സാധിച്ച് ബ്രഹ്മസന്നിധിയിൽ തിരിച്ച് എത്തി.

ആ ബ്രാഹ്മണി അപ്സര ശ്രേഷ്ഠയായി ഇന്നും സൂര്യലോകത്ത് മഹത്തായ മാഘസ്നാനഫലം അനുഭവിക്കുന്നു. അതിനാൽ പരമഗതി തേടുന്ന മനുഷ്യർ മാഘസ്നാനം അനുഷ്ഠിച്ചുകൊള്ളണം. മാഘസ്നാനം ചെയ്യുന്നവന് പുരുഷാർത്ഥം കൈവരുന്നു. പാപം നശിക്കുന്നു.

ചണ്ഡക മുക്തികഥനം

ചണ്ഡകക്ഷുരകൻ മുകന്ദ ദ്വിജനെ കൊന്ന വിവരം നഗരവാസികൾ അറിഞ്ഞു. അവർ രാജസന്നിധിയിൽ അറിയിച്ചു. അതു കേട്ട രാജാവ് അടുത്തുണ്ടായിരുന്ന മന്ത്രിയോടു രൂക്ഷമായി പറഞ്ഞു-

"എന്താണിവർ പറയുന്നത്? ആ പാതകിയെ പെട്ടെന്നു കൊണ്ടുവരുക. ഇല്ലെങ്കിൽ തന്റെ കഥകഴിയും. സാധുക്കളെ സമാധാനപ്പെടുത്തുക. രാജ്യത്ത് പ്രജകളെ കൊള്ളക്കാർ ദ്രോഹിക്കുമ്പോൾ അവരെ അവരിൽനിന്നു രക്ഷപ്പെടുത്താത്ത രാജാവ് നരകത്തിൽ വീണുപോകും."

ഇതുകേട്ട മന്ത്രി തൽക്ഷണം കുതിരപ്പുറത്തുകയറി നൂറുകാലാളുകളോട് ഒന്നിച്ച് മുകുന്ദന്റെ ഗൃഹത്തിൽച്ചെന്നു. ബന്ധുക്കളോടു ചോദിച്ചു.

"മുകുന്ദനെ ആരാണ് കൊന്നത്? സത്യം പറയണം. ആ കുറ്റവാളിയെക്കൊല്ലാൻ എനിക്ക് ഉത്തരവുണ്ട്." അവർ മറുപടി പറഞ്ഞു-

അമാത്യ! ചണ്ഡക്ഷുരകനാണ് മുകുന്ദനെ കൊന്നത്. ഇതാ, അവൻ ഓടിപ്പോകുമ്പോൾ വീണ തലക്കെട്ട്. ആ പാതകിയെ മുകുന്ദന്റെ ഭാര്യ സ്വന്തം കണ്ണുകൊണ്ടുതന്നെ കണ്ടിരിക്കുന്നു.

ഇതുകേട്ട അമാത്യൻ അതിവേഗത്തിൽ കുറ്റക്കാരനായ ക്ഷുരകന്റെ ഗൃഹത്തിൽ പോയി. കുതിരപ്പുറത്തു നിന്നിറങ്ങി. ഏതാനും ഭടന്മാരോട് ഒന്നിച്ച് അകത്തേയ്ക്കു കടന്നു. അവൻ കിടന്നുറങ്ങുകയായിരുന്നു. ഭടന്മാർ ആ ദുഷ്ടനെ തലമുടി ചുറ്റിപ്പിടിച്ച് കിടക്ക

യിൽ നിന്ന് എഴുന്നേൽപ്പിച്ചു. ക്ഷുരകാധമൻ കണ്ണുതുറന്നപ്പോൾ മുൻവശത്ത് കണ്ടത് അമാത്യനെയാണ്. അതിനാൽ രാത്രിയിൽ ചെയ്ത ദുഷ്കർമ്മം അവന് ഓർമ്മയിൽ വന്നു. ഒരു നിമിഷനേരം അവൻ മൃത്യു തലയിൽക്കേറിയതായി കണ്ടു. മുഖം കുനിച്ചുനിന്നു. മന്ത്രി ആ കുറ്റക്കാരനെ ഭടന്മാരെക്കൊണ്ട് പിടിപ്പിച്ച് രാജാവിന്റെ അടുത്തുകൊണ്ടു ചെന്ന് ഉണർത്തിച്ചു.

"തിരുമേനീ, ഇതാ ബ്രഹ്മഹത്യക്കാരാനായ ചണ്ഡകക്ഷുരകനെ കൊണ്ടുവന്നിരിക്കുന്നു."

രാജാവ് അതുകേട്ട് ആജ്ഞാപിച്ചു.

"ധർമ്മജ്ഞനായ സചിവശ്രേഷ്ഠ! കേൾക്കൂ! ഈ നിർമ്മലമായ ചന്ദ്രഭാഗാ നദിയുടെ അടുത്തുവെച്ച് പ്രാണൻ പോയവർ ദേവലോകത്താണല്ലോ ചെല്ലുക. അതിനാൽ ഈ ക്ഷുരകനെ ഇതിന്റെ അതിർത്തിക്കപ്പുറം അഞ്ചുനാഴികവെച്ച് കൊല്ലണം. ഇവൻ ഘോര നരകങ്ങളിൽ പതിക്കട്ടെ."

ഇതനുസരിച്ച് അവനെ രണ്ടു യോജന ദൂരത്ത് കൊണ്ടുപോയി തലവെട്ടി. ആ പാപി മരുഭൂമിയിൽ കൃഷ്ണ സർപ്പമായി ജനിച്ച് ഒരു വൃക്ഷത്തിന്റെ പൊത്തിൽ പാർത്തു. പാമ്പിന്റെ വിഷത്തീയ്യാൽ ആ വൃക്ഷം വരണ്ടുപോയി. അവന്റെ വിഷത്താൽ ആ പ്രദേശം പുല്ലും മറ്റും കരിഞ്ഞ് പശുക്കൾക്ക് മേയാൻ കഴിയാതെ തരിശായി തീർന്നു.

ഒരിക്കൽ ഒരു കൂട്ടം തീർത്ഥയാത്രക്കാർ അവിടെ വന്നെത്തി. അവർ ബദരീവനത്തിലേക്ക് പോകുകയായിരുന്നു. അവർക്ക് ഒപ്പം വഴിയിൽവെച്ച് ഒരു ബ്രാഹ്മണനും ചേർന്നു. അയാൾ അച്ഛനമ്മമാരുടെ അസ്ഥികൾ നിറച്ച ഒരു തൂക്കുകുട്ട തോളിൽ ഇട്ടിട്ടുണ്ടായിരുന്നു. അത് ഗംഗയിൽ ഇടുവാൻ പോകുകയായിരുന്നു. അദ്ദേഹവും സർപ്പത്തിന്റെ പാർപ്പിടമായ വനത്തിലെത്തി. ഇരുമ്പുകമ്പികൊണ്ട് മെടഞ്ഞ ആ കുട്ട അയാൾ ഒരു സ്ഥലത്ത് വെച്ചു. സർപ്പം പത്തികൊണ്ട് കമ്പി കുറേ അകത്തി ആ കുട്ടയിലേക്ക് കടന്നു. കമ്പി വീണ്ടും യഥാസ്ഥാനത്തായി. പാമ്പ് ആ കുട്ടയിൽ തന്നെ ചുരുണ്ടുകിടന്നു.

പ്രഭാതമായപ്പോൾ എല്ലാവരും യാത്ര തുടർന്നു. ബ്രാഹ്മണനും കുട്ട കരിമ്പടം കൊണ്ട് പൊതിഞ്ഞ് തലയിലേറ്റി. ഗംഗയിലേക്ക് നടന്നു. വളരെ നാളുകൾ കഴിഞ്ഞ് എല്ലാവരും അയോധ്യയിൽ

എത്തി. ബ്രാഹ്മണൻ തണുപ്പു സഹിക്കാത്തതിനാൽ കുട്ടപൊതിഞ്ഞിരുന്ന കരിമ്പടം അഴിച്ചെടുത്തു. അപ്പോൾ കാറ്റുകിട്ടാതിരുന്നതിനാൽ ആ പാമ്പ് കമ്പിയകറ്റി കുട്ടയിൽനിന്നു പുറത്തിറങ്ങി. ആളുകൾ അതുകണ്ടു. അവർ ലഹള കൂട്ടി പാമ്പിന്റെ അടുത്തേക്ക് വടിയുമേന്തി ചെന്നു. പാമ്പ് പായാൻ തുടങ്ങിയപ്പോൾ ഒരാൾ അടിച്ചു. അപ്പോൾ പ്രാണൻ പോയ സർപ്പം തീർത്ഥയാത്രക്കാർ കാൺകെ പാമ്പിൻരൂപം വെടിഞ്ഞ്, ദുഷ്പ്രാപമായ ദേവത്വം നേടി, വിമാനത്തിലേറി. അവരോടു പറഞ്ഞു.

"അല്ലയോ ദാക്ഷിണാത്യരായ ബ്രാഹ്മണരേ! കേട്ടാലും. കഴിഞ്ഞ ജന്മത്തിൽ ഞാൻ ചണ്ഡകൻ എന്നൊരു ക്ഷുരകാധമനായിരുന്നു. ബ്രഹ്മഹത്യ പറ്റിയതിനാൽ ഞാൻ അഞ്ചുലക്ഷം സംവത്സരം നരകദുഃഖങ്ങൾ അനുഭവിച്ച് മരുസ്ഥലത്ത് സർപ്പമായി ജനിച്ചു. ഇരുപതിനായിരം വർഷമായി സർപ്പജാതിയിൽ ജനിച്ചിട്ട്. ഇന്ന് ഈ തീർത്ഥത്തിന്റെ പ്രസാദത്താൽ എനിക്ക് ദേവത്വം കൈവന്നു. അതിനാൽ എല്ലാം നൽകുന്ന ഈ അയോധ്യാതീർത്ഥം ഒരിക്കലും ഉപേക്ഷിക്കരുത്. മഹാപാപിയായ ഞാൻ പോലും സ്വർഗ്ഗതി അടഞ്ഞു."

ഇപ്രകാരം പാപിയായ ക്ഷുരകൻ നികൃഷ്ടജാതിയിൽ ജനിച്ചിട്ടും ഈ തീർത്ഥത്തിന്റെ പ്രസാദത്താൽ വിമാനത്തിൽ കയറി സ്വർഗ്ഗമണഞ്ഞു. അവർ സന്യാസം കൈക്കൊണ്ട് ദുഷ്ടപ്രഭാവമായ ഈ തീർത്ഥത്തിൽ തന്നെ ഗോവിന്ദപാദാരവിന്ദം ധ്യാനിച്ചുകൊണ്ട് താമസിച്ചു. ആ ബ്രാഹ്മണോത്തമനും ഈ തീർത്ഥത്തിന്റെ മാഹാത്മ്യം കണ്ട് വിശ്വാസം ഉദിച്ചതിനാൽ ഇതിൽതന്നെ അസ്ഥികൾ നിക്ഷേപിച്ചു. അസ്ഥികൾ വീണതോടുകൂടി അദ്ദേഹത്തിന്റെ അച്ഛനമ്മമാർ ദിവ്യരായി വിമാനത്തിൽ കയറി ഇവിടെ വന്നെത്തി, മകനോട് മറ്റുള്ളവർ കേൾക്കേ പറഞ്ഞു.

"നീ വളരെക്കാലം ലോകത്തിൽ ധനധാന്യസൗഖ്യവാനായി ജീവിച്ചിരുന്നാലും. ഞങ്ങൾക്ക് മുക്തി വരുത്തിയതിനാൽ മകനും മുക്തി സിദ്ധിക്കും. ഗംഗയിൽ പിണ്ഡം വെച്ചാൽ പുത്രനു കിട്ടുന്ന ഫലവും പിതൃക്കൾക്കു ലഭിക്കുന്ന ഗതിയും ഇതിൽ അസ്ഥിയിട്ടാൽ ലഭിക്കും.

കുശലപത്ന്യുപാഖ്യാനം

ഹിമാലയത്തിന്റെ താഴ്വരയിൽ രമ്യമായ കിരാതനഗരത്തിൽ കുശലൻ എന്ന ഒരു ബ്രാഹ്മണൻ ഉണ്ടായിരുന്നു. അയാളുടെ ഭാര്യ ദുർവൃത്തയായിരുന്നു. അവൾ ഭർത്താവിനെ മയക്കി വേശ്യാവൃത്തി നടത്തിപ്പോന്നു. ദരിദ്രനായ ആ ബ്രാഹ്മണൻ ഒരു അടിമയായി. അവളുടെ ഇഷ്ടത്തിനനുസരിച്ച് കഴിയുന്നവനായി. അദ്ദേഹത്തെ ആളുകൾ പരിഹസിച്ചു. പരിഹാസത്താൽ അദ്ദേഹം ഗൃഹത്തിൽനിന്ന് പുറത്ത് ഇറങ്ങാതായി. ഭാര്യ മറ്റുള്ളവർ കൊടുക്കുന്ന വസ്ത്രാഭരണങ്ങൾ അണിഞ്ഞു. ആളുകൾ എന്തു പറഞ്ഞാലും അവൾക്ക് നാണമില്ല. ഭർത്താവിന് അവൾ ഉപയോഗിച്ചു കീറിയ വസ്ത്രം വലിച്ചെറിഞ്ഞ് കൊടുക്കും. ഇങ്ങനെ ആ ദുർനടപ്പുകാരിയുടെ ധിക്കാരം സഹിക്കാൻ വയ്യാതെ ആ ബ്രാഹ്മണൻ വിഷം കഴിച്ച് മരിച്ചു. അവൾ പാപത്തെയല്ല, രാജാവിനെ പേടിച്ച് ഞാനും പോവുകയാണ് എന്ന് നുണ പറഞ്ഞു. അപ്പോൾ അവൾ പറഞ്ഞ സഖിമാർ അവിടെ വന്ന് തടഞ്ഞു. "ഈ മകനെ രക്ഷിക്കൂ, ഭവതിയല്ലാതെ ആരുണ്ട് ഇവനെ വളർത്താൻ ? സുന്ദരീ! ഭവതി മരിക്കുകയാണെങ്കിൽ ഞങ്ങൾ എല്ലാവരും മരിയ്ക്കും. ഈ തറവാടു നോക്കി രക്ഷിക്കൂ. ഭവതിക്ക് മേലിൽ സുഖം വരുത്തുന്ന ഈ പുത്രന് നന്മവരട്ടെ. ബന്ധുക്കൾ എല്ലാവരും ഭവതി ജീവിക്കണം എന്ന് ആഗ്രഹിക്കുന്നു. അവരുടെ ഇഷ്ടം നിറവേറ്റുക. മുമ്പേ ഞങ്ങളെ കൊന്ന് പിന്നീട് പ്രിയതമനെ പിന്തുടർന്നു കൊൾക. ഭവതിയുടെ വേർപാട് ഞങ്ങൾക്ക് സഹിക്കാൻ കഴിയില്ല. ജീവിച്ചിരിക്കുമ്പോൾ ഭർത്താവിനെ വേണ്ടതുപോലെ രക്ഷിച്ചിരുന്നല്ലോ? ഭർത്താവിൽ ഭാര്യ ചെയ്യേണ്ടത് അനുഷ്ഠിച്ചിരിയ്ക്കുന്നു. സ്വപ്രയത്നം കൊണ്ട് ജീവിക്കാൻ ഈ പുത്രന് ത്രാണിയില്ല. അവനെ വളർത്തുക."

ഇപ്രകാരം കേട്ട ബ്രാഹ്മണപത്നി സാഹസം വേണ്ട എന്ന് തീരുമാനിച്ച് പുത്രനെക്കൊണ്ട് ഭർത്താവിന് ശേഷക്രിയ ചെയ്യിച്ചു.

വളരെക്കാലത്തിനുശേഷം വേശ്യാവൃത്തിയിൽ നിന്ന് ലഭിച്ച ധനം കൊടുത്ത് പുത്രന് ബ്രാഹ്മണരെക്കൊണ്ട് ഉപനയനം കഴിപ്പിച്ചു. അപ്പോൾ തത്വജ്ഞാനം ഉദിച്ച ആ ബാലൻ വിഷ്ണുപരനായി ഗൃഹത്തിൽ നിന്നുപോയി ഭൗതിക ശരീരം ഉപേക്ഷിച്ചു.

എന്നിട്ട് യോഗികൾക്കുപോലും കിട്ടാത്ത സനാതനലോകം പ്രാപിച്ചു. പുത്രന്റെ വേർപാട് അമ്മയെ ദുഃഖത്തിലാഴ്ത്തി. എന്നാൽ അവൾ വീണ്ടും തന്റെ പ്രവൃത്തി തുടങ്ങി. കിഴവിയായപ്പോൾ (വൃദ്ധ) അവൾ അവരാൽ ഉപേക്ഷിക്കപ്പെട്ടു. (ജാരന്മാരാൽ) അപ്പോൾ മറ്റു സ്ത്രീകളുടെ ദൂതിയായി നിന്നു.

അക്കാലത്ത് അവൾ ഒരു ബ്രാഹ്മണന്റെ പശുവിനെയും കുട്ടിയേയും അപഹരിച്ച് വിൽക്കുകയുണ്ടായി. കുറച്ചുകാലം കഴിഞ്ഞപ്പോൾ അവൾ ഒരു കുഷ്ഠരോഗിണിയായിത്തീർന്നു. രോഗത്താൽ അവളുടെ കൈകാലുകളും മൂക്കും മുരടിച്ചുപോയി. ഒരിടത്തുനിന്നും ആഹാരം കിട്ടിയില്ല. അപ്പോൾ ഒരു ദാസി അവളെ അങ്ങാടി തെരുവിൽ എത്തിച്ചു. അവിടെ കിടന്ന് പിച്ച എടുത്ത് അവൾ ജീവിച്ചു. അതുകണ്ട് പണ്ഡിതനായ അയൽക്കാരൻ ഇങ്ങനെ അഭിപ്രായപ്പെട്ടു. "മനുഷ്യർക്ക് ഇഹത്തിലും പരത്തിലും പാപം ദുഃഖപ്രദമാകുന്നു. അതിനാൽ ദുഃഖത്തെ പേടിയ്ക്കുന്നവൻ പാപം ചെയ്യരുത്. പാപം ചെയ്തുപോയവൻ പ്രായശ്ചിത്തം കഴിക്കുകയും വീണ്ടും പാപം ആചരിക്കാതിരിക്കുകയും ചെയ്താൽ പാപഫലം അനുഭവിക്കേണ്ടിവരില്ല. വീണ്ടും വീണ്ടും പാപം ആചരിക്കുകയും പ്രായശ്ചിത്തം കഴിക്കാതിരിക്കുകയും ചെയ്തവനോ ഇഹത്തിലും പരത്തിലും ഗതി ഈ പാപിനിയുടേതുതന്നെ. അവൾ ഈ ലോകത്തിൽ പാപങ്ങളുടെ ഒരു വലിയകൂമ്പാരം നേടിവെച്ചിട്ടുണ്ട്. അതിന്റെ ഫലം ഇഹത്തിൽത്തന്നെ അനുഭവിയ്ക്കുന്നു. ഇത് പരത്തിലും അനുഭവിയ്ക്കും. ശാസ്ത്രങ്ങളിൽ എല്ലാ പാപത്തിനും പ്രായശ്ചിത്തം കാണാം. സ്വകർമ്മം വെടിഞ്ഞ സ്ത്രീകൾക്ക് മാത്രമില്ല. ഇപ്രകാരം പറഞ്ഞ്, അവളെ കണ്ടതിനാൽ പേടിച്ച ആ ബ്രാഹ്മണൻ സൂര്യനെ നമസ്ക്കരിച്ച് നാരായണനെ സ്മരിച്ചു സ്മരിച്ചു നടന്നു.

അങ്ങനെ താൻ ചെയ്ത കർമ്മഫലം അനുഭവിച്ച് അവൾ അധികം താമസിയാതെ മരണമടഞ്ഞു. ആ പാപിനിയെ ആരും ദഹിപ്പിച്ചില്ല. നഗരത്തിന് പുറത്ത് കൊണ്ടിട്ടു. മരണസമയത്ത് യമകിങ്കരന്മാർ വന്ന് അവളെ കാലപുരിയിലേയ്ക്ക് കൊണ്ടുപോയി.

സാക്ഷാൽ യമദേവൻപോലും അവളെ കണ്ട് മുഖം തിരിച്ചു. നേരെ നോക്കാതെ അവളെ ഘോരമായ രൗരവനരകത്തിൽ തള്ളാൻ ഭടന്മാരോട് കല്പിച്ചു. അവർ അപ്രകാരം ചെയ്തു.

സ്വകർമ്മ ഓർത്ത് അവൾ കമിഴ്ന്നുവീണു. ഒരു മന്വന്തരം അതിൽ കിടന്നു. പിന്നീട് ഒരു ചുടുകാട്ടിൽ മരിച്ചവരുടെ മാംസം തിന്നുന്ന ഉടുമ്പായി പിറന്നു. അവിടെ ഒരു നൂറ്റാണ്ട് മൃതമാംസം തിന്നു കൊണ്ട് സ്വകർമ്മഫലദുഃഖം അനുഭവിച്ചു.

ഒരു ദിവസം ഒരു മുനികുമാരൻ ശ്മശാനത്തിൽ എത്തി. ഉടു മ്പിനെ കാണാനിടയായി. ക്ഷണനേരത്തെ ധ്യാനത്തിൽ അത് തന്റെ അമ്മയാണെന്ന് മനസ്സിലാക്കി. രക്ഷിക്കാൻ യാതൊരുവഴിയും കണ്ടില്ല. അവൻ അച്ഛന്റെ ആശ്രമത്തിലെത്തി. അമ്മയുടെ ദുർദശ അറിയിച്ചു. അദ്ദേഹം മകനോടു പറഞ്ഞു.

സ്വന്തം അമ്മയെ നയജ്ഞനായ രാജാവ് ശത്രുവിൽ നിന്ന് ജയ ലക്ഷ്മിയെ എന്നപോലെ ദുർഗ്ഗതിയിൽ നിന്ന് കരകയറ്റുക. തനിക്ക് കഴിവുണ്ടായി യാതൊരു പുത്രൻ സ്വന്തം മാതാപിതാക്കന്മാരെ ദുഃഖത്തിൽ നിന്ന് രക്ഷിക്കാതിരിക്കുന്നുവോ അവൻ നരകത്തിൽ വീഴും. സ്വപുത്രനിൽ നിന്ന് നീരും പിണ്ഡവും കിട്ടിയാൽ പിതൃ ക്കൾ നരകത്തിൽ നിന്ന് നാകവും നാകത്തിൽനിന്ന് നാരായണപ ദവും പ്രാപിക്കും. (നാകം-സ്വർഗ്ഗം) അതിനാൽ വേഗം പുറപ്പെടു ക. ഖാണ്ഡവ വനത്തിൽ പോവുക. അവിടെ മഹർഷി സേവിത യായ കാളിന്ദീ നദിയുടെ തീരത്ത് സർവ്വതീർത്ഥമായ മധുവനമു ണ്ട്. അതിൽ യഥാവിധി സ്നാനവും, നിത്യകർമ്മവും കഴിച്ച് അമ്മ യ്ക്കായി പിണ്ഡം വയ്ക്കുക. അവളുടെ സദ്ഗതിക്കായി നീ ശ്രാദ്ധ മൂട്ടിയാൽ അപ്പോൾ തന്നെ, അവൾ ഉടുമ്പിന്റെ രൂപം വിട്ട് വിഷ്ണു ലോകം പ്രാപിക്കും. ഗയയിൽ പിണ്ഡം വയ്ക്കുന്നതിന്റെ നൂറി രട്ടി പുണ്യമുണ്ട് മധുവനത്തിലെന്ന് വിദ്വാന്മാർ അഭിപ്രായപ്പെട്ടി രിക്കുന്നു." അച്ഛന്റെ വാക്കിനാൽ മകൻ മധുവനത്തിലേക്ക് യാത്ര യായി.

പുണ്ഡരീകോപാഖ്യാനം

വിദർഭ എന്ന നഗരത്തിൽ മാളവൻ എന്ന ഒരു ബ്രാഹ്മണനു ണ്ടായിരുന്നു. വിദ്വാനും ബ്രഹ്മജ്ഞനും ശാന്തനും വിഷ്ണുപരനു മായിരുന്നു ആ മഹാഭാഗൻ ഒരിക്കൽ വ്യാഴം ചിങ്ങമണയുമ്പോൾ മഹാപുണ്യമായ ഗോദാവരിയിൽ കുളിക്കാനായി പ്രഭാതത്തിൽ പുറപ്പെട്ടു. അവിടെ ദാനത്തിന് പതിനായിരം പലം സ്വർണ്ണം

ഗൃഹത്തിൽ നിന്ന് അദ്ദേഹം കൊണ്ടുപോയിരുന്നു. പോകുന്നവഴിയ്ക്ക് ആ ധാർമ്മികൻ ഇങ്ങനെ വിചാരിച്ചു.

"ഞാൻ ദാനത്തിനായി ഗൃഹത്തിൽനിന്നു കൊണ്ടുപോന്നിട്ടുള്ള പതിനായിരം പലം സ്വർണ്ണം പൂജനീയനായ വിശിഷ്ടനു വേണം കൊടുക്കാൻ. ദരിദ്രൻ, ബ്രാഹ്മണൻ, ഇങ്ങോട്ട് ഉപകാരം ചെയ്തിട്ടില്ലാത്തവൻ, പൂജനീയൻ ഇങ്ങനെയുള്ളവർക്ക് നൽകിയത് അക്ഷയമായിരിയ്ക്കും. അതിനാൽ അറിഞ്ഞുവേണം ധർമ്മാർജ്ജിതമായ ധനം, വിഷ്ണുപ്രീതിക്കായി ദാനം ചെയ്യാൻ. ഫലം ആഗ്രഹിക്കുകയും അരുത്. ഞാൻ ക്ഷണിച്ചിട്ടുള്ളതുകൊണ്ട് ഹസ്തിനപുരത്തിൽ നിന്ന് എന്റെ ധാർമ്മികനായ മരുമകൻ പുണ്ഡരീകൻ വന്നെത്തും. കൊണ്ടുപോന്നിട്ടുള്ള ധനത്തിൽ പകുതി ആ ഭാഗിനേയനും ബാക്കി ശ്രോത്രിയർക്കും വിധിപ്രകാരം നൽകും.

കുറച്ചുദിവസങ്ങൾക്കുശേഷം മാളവ ദ്വിജോത്തമൻ പുണ്യമായ ഗോദാവരിയിൽ ചെന്നെത്തി. അതിനുമുമ്പുതന്നെ മരുമകൻ പുണ്ഡരീകൻ അവിടെ എത്തിച്ചേർന്നു. മാളവബ്രാഹ്മണൻ ചിങ്ങസംക്രമത്തിൽ അവിടെ വിധിപോലെ സ്നാനം കഴിച്ച് ധനത്തിൽ പകുതി പുണ്ഡരീകന് 'ഹരിർമേ പ്രിയതാം' എന്ന് ദാനം ചെയ്തു. ധർമ്മാത്മാവായ പുണ്ഡരീകനും ഗോദാവരിയിൽ കുളിച്ച് ആ ധനത്തിൽ നാലിൽ ഒരു അംശം സന്തോഷത്തോടെ ശ്രോത്രിയന്മാർക്കു നൽകി. അവിടെ സ്നാനവും ദാനവും കഴിച്ച് മാളവൻ സ്വഗൃഹത്തിലേക്ക് പോകുന്ന ഭാഗിനേയനോടു പറഞ്ഞു. മീതെയുള്ളവരോടു നമസ്കാരവും താഴെയുള്ളവരോട് ആശിസ്സും പറയണം. ഇവിടെ ഇത്തിരിനേരം നമ്മൾ ഒത്തുകൂടിയല്ലോ? ഇതുപോലെയാണ് ശരീരികൾക്കെല്ലാം പുത്രകളത്രാദി ചേർച്ചയും, അത്രയും ക്ഷണികമായ സംസാരത്തിൽ നിന്ന് യാതൊരാൾ നിവൃത്തനാകുമോ ആ ധീമാൻ തീർച്ചയായും വിഷ്ണുവിന്റെ ദയയ്ക്കു പാത്രമാകും. വിഷ്ണു അനുഗ്രഹിച്ചാൽ സജ്ജനസംസർഗ്ഗത്തിൽ താല്പര്യം തോന്നും. ഇങ്ങനെ പറഞ്ഞ് മാളവൻ കണ്ണുനീരോടെ ഭാഗിനേയനെ തിരിച്ചയച്ച് പുണ്ഡരീകനും സ്വഗൃഹത്തിലേക്ക് യാത്രയായി.

മുചുകുന്ദമോക്ഷം

കംസനെ കൊന്നതുകേട്ട് അദ്ദേഹത്തിന്റെ ശ്വശുരനായ ജരാസ സന്ധൻ അനേകായിരം പടയോടുകൂടി കൃഷ്ണനെ കൊല്ലാനായി മധുരവളഞ്ഞു. രാമകൃഷ്ണന്മാർ ഈ വൻപട കാണാനിടവന്നു. ഉടനെ ഹരി തന്റെ സൂതനെ ഓർത്തു. അപ്പോൾ ദാരുകൻ, ശൈബ്യൻ, സുഗ്രീവൻ എന്നീ കുതിരകളോടു കൂടിയതും ശംഖച ക്രാദി ആയുധങ്ങളോടുകൂടിയതും ഗരുഡന്റെ കൊടി പാറുന്നതും ദേവന്മാർക്കുപോലും ജയിക്കാൻ കഴിയാത്ത തേരുമായി എത്തി. ദേവകിനന്ദനനും രോഹിണീസുതനായ ബലരാമനും തേരിൽക യറി. അവർ ആയുധങ്ങളും ആഭരണങ്ങളും അണിഞ്ഞ് യുദ്ധത്തിന് ഒരുങ്ങി. ദാരുകൻ വളരെ വേഗത്തിൽ തേര് യുദ്ധാങ്കണത്തിൽ എത്തിച്ചു. ജരാസന്ധസൈന്യം ആയുധങ്ങൾ വർഷിച്ച് ആ തേര് മൂടി. അപ്പോൾ കൃഷ്ണൻ സുദർശനം കൊണ്ട് അതെല്ലാം ചുട്ടുക ളഞ്ഞു. ചക്രം, ഗദ, അസ്ത്രം, വാൾ, കലപ്പ, ഉലക്ക എന്നിവകൊണ്ട് രാമകൃഷ്ണന്മാർ ആ സൈന്യത്തെ മുഴുവൻ നിലംപതിപ്പിച്ചു. ദേവ ന്മാർ അവരെ സ്തുതിച്ചു.

ഇതുകണ്ടപ്പോൾ ജരാസന്ധൻ അവരുമായി ഭീകരയുദ്ധം തുട ങ്ങി. ബലരാമൻ സാരഥിയോടൊപ്പം അവന്റെ തേര് ഭൂമിയിൽ വീഴ്ത്തി. തുടർന്ന് അദ്ദേഹത്തെ കൊല്ലാൻ നോക്കിയപ്പോൾ കൃഷ്ണൻ ജ്യേഷ്ഠനെ തടഞ്ഞു. ശത്രുവിനെ വിട്ടയച്ച് അവർ മധു രാപുരിയിലേക്ക് പോയി. ജരാസന്ധൻ വസുദേവപുത്രന്മാരുടെ പരാ ക്രമം കാലയവനസന്നിധിയിൽ ചെന്നറിയിച്ചു. അതുകേട്ട് കോപിച്ച യവനൻ തന്റെ വമ്പിച്ച പടയോട് കൂടിച്ചെന്ന് മഥുരാപുരി വളഞ്ഞു. കേശവൻ, ജനങ്ങളുടെ ക്ഷേമം ഓർത്ത് സമുദ്രത്തിൽ നിന്നും മുപ്പ തുയോജന യാചിച്ചുവാങ്ങി. അവിടെ ദിവ്യഗൃഹങ്ങളും, തടാക ങ്ങളും, തോരണങ്ങളും, സ്വർണ്ണമതിലുകളും ഒക്കെയായി മനോ ഹരമായ ദ്വാരകപണിതു. ഉറങ്ങിക്കിടന്ന ജനങ്ങളെയെല്ലാം അങ്ങോ ട്ടുമാറ്റി. ഉറക്കമുണർന്ന അവർ സ്വർണ്ണമാളികകളും ധനധാന്യസ മൃദ്ധിയും കണ്ട് അത്ഭുതപ്പെട്ടു. അവർ വിണ്ണിൽ വാനവരെന്ന പോലെ സുഖസമൃദ്ധരായി കുടുംബസമേതം കഴിഞ്ഞു.

നന്ദകുമാരന്മാർ യവനനോട് എതിരിടാൻ മഥുരയിൽ നിന്ന് പുറ ത്തേക്ക് വിവിധ ആയുധങ്ങളുമായെത്തി. ബാണങ്ങൾ കൊണ്ട് യവ

നപ്പടയെ സംഹരിച്ചതുകണ്ട യവനൻ ഗദയുമായി മാധവനോടു പൊരുതി കുറച്ചുനേരം യുദ്ധം ചെയ്ത കൃഷ്ണൻ യുദ്ധക്കളം വിട്ടോടി. യവനൻ പിന്നാലെ ചെന്നു. അച്യുതൻ ഒരു പർവ്വതഗുഹയിലേക്ക് ചെന്നു. അവിടെ കിടന്നുറങ്ങുകയായിരുന്ന മുചുകുന്ദ മഹർഷിയുടെ സമീപത്ത് ഒളിച്ചുനിന്നു. ഗദയുമായി എത്തിയ യവനൻ ഗോവിന്ദൻ എന്നു കരുതി മഹർഷിയെ അമർഷത്തോടെ കാലുയർത്തി ചവിട്ടി. ഞെട്ടിയുണർന്ന മഹർഷി കോപത്താൽ തുടുത്ത കണ്ണുകളുമായി ഹുങ്കാരമിട്ടു. അപ്പോൾ യവനൻ വെന്തുവെണ്ണീറായി.

തുടർന്ന് മുമ്പിൽ പീതാംബരമണിഞ്ഞ് ശംഖചക്രഗദാ പദ്മധാരിയായി നിൽക്കുന്ന കാർവർണ്ണനെ കണ്ട മഹർഷി ആനന്ദ ബാഷ്പം ഒഴുക്കി. അദ്ദേഹത്തിന്റെ കാൽക്കൽവീണു സ്തുതിച്ചു. സ്തുതിയിൽ സംപ്രീതനായ കാർവർണ്ണൻ അഭീഷ്ടവരം ചോദിക്കാൻ ആവശ്യപ്പെട്ടു. അപ്പോൾ വീണ്ടും ആവൃത്തിയില്ലാത്ത മോക്ഷം മുനി അപേക്ഷിച്ചു. അങ്ങനെ തന്നെ അച്യുതൻ വരം നൽകി.

മനുഷ്യശരീരം വിട്ട ആ ഋഷി ശ്രേഷ്ഠൻ വിഷ്ണുസാരൂപ്യം നേടി ഗരുഡന്റെ പുറത്തേറി അക്ഷയമായ ലോകം പ്രാപിച്ചു.

പൃഥുശാസനകഥനം

ഒരിക്കൽ ഭൂമീ ദേവിയോട് പൃഥു മഹാരാജാവ് ഇപ്രകാരം പറഞ്ഞു-

"ഒരു പാപിയുടെ നാശം നല്ല മനസ്സുള്ളവർക്ക് സുഖവും സമാധാനവും നൽകുമെന്നുള്ളതുകൊണ്ടുതന്നെ ആ ദുഷ്ടജീവിയെ കൊല്ലേണ്ടതാണ്. എല്ലാം നശിപ്പിച്ചുകൊണ്ടിരിക്കുന്ന നിന്നെ ഞാൻ കൊല്ലുക തന്നെ ചെയ്യും. പ്രജകൾ വിതച്ച വിത്തെല്ലാം വിഴുങ്ങി അനങ്ങാതിരിക്കുന്ന നിനക്ക് ശിക്ഷ അത്യാവശ്യമാണ്. അവരെ നശിപ്പിച്ച നിനക്ക് എവിടെനിന്ന് രക്ഷാമാർഗ്ഗം ലഭ്യമാകും. ദുർജ്ജനങ്ങളെ കൊല്ലുന്നത് ഇഹപരലോകങ്ങളിൽ പാപമല്ല. എന്റെ അഭ്യർത്ഥന മാനിച്ച് നീ ജീവിക്കുകയാണെങ്കിൽ നിനക്ക് ഞാൻ ഉപദ്രവമൊന്നുമുണ്ടാക്കില്ല. അല്ലാത്തപക്ഷം തീക്ഷ്ണവും ഘോരവുമായ ശരങ്ങൾ എയ്ത് നിന്നെ ഇല്ലാതാക്കുന്നതാണ്. ത്രൈലോ

ക്യരെ ഞാൻ എന്റെ തൈജധർമ്മപ്രഭാവത്താൽ നിലനിർത്തിക്കൊള്ളാം. എന്റെ വാക്കുകൾ മാനിക്കുന്നതായാൽ നിനക്കും മറ്റുള്ളവർക്കും പൂർണ്ണസംരക്ഷണം ഞാൻ നൽകും."

ശരീരത്തിലേറ്റ കൂരമ്പുകളുമായി പരുവേഷധാരിയായ ഭൂമി പൃഥുവിനോടു പറഞ്ഞു. ധർമ്മിഷ്ഠനായ രാജാവേ! അങ്ങയുടെ ആജ്ഞ ശിരസ്സാ നിറവേറ്റാൻ ഞാൻ സന്നദ്ധയാണ്. ഞാനെന്താണ് ചെയ്യേണ്ടതെന്ന് അങ്ങ് പറഞ്ഞാലും. പരിശ്രമവും ഉപായവും കാര്യസിദ്ധിക്ക് അത്യാവശ്യമാണല്ലോ? അതിനാൽ പ്രജകളുടെ ക്ഷേമത്തിനായുള്ള ഉപായം അങ്ങ് ആലോചിച്ചാലും. എന്റെ ശരീരത്തിൽ തറച്ച ഈ കൂരമ്പുകൾ നീക്കം ചെയ്ത് ജലം തങ്ങിനിൽക്കുന്ന രീതിയിൽ എന്നെ നിരപ്പുള്ളതാക്കിയാലും.

ഇതുകേട്ട് വേനപുത്രൻ ഭൂമിയുടെ ശരീരത്തിലെ മഹാപർവ്വതങ്ങളെ വില്ലിൻതലകൊണ്ട് നീക്കം ചെയ്ത്, തന്റെ ശരങ്ങളെല്ലാം പറിച്ചെടുത്ത് ഭൂമിയെ നിരപ്പുള്ളതാക്കിത്തീർത്തു. തുടർന്ന് കുറെ നേരത്തെ ആലോചനയ്ക്കുശേഷം ആദ്യം സ്വായംഭൂവമനുവിനെ ഭൂമിക്കു പുത്രനാക്കി.

മനുക്കളെല്ലാം അവസാനിച്ചപ്പോൾ ഭൂമി നിരപ്പല്ലാതെ മാർഗ്ഗമൊന്നും ഇല്ലാതെ കിടക്കുകയായിരുന്നു. ആദിസൃഷ്ടിവേളയിലെ ചാക്ഷുഷമന്വന്തരത്തിൽ ഭൂമി നിമ്നോന്നതമായിരുന്നു. ഗ്രാമം, പുരം, പട്ടണം, രാജ്യം, ക്ഷേത്രം, എന്നിവയൊന്നും അതിരുകൾക്കുള്ളിലായിരുന്നില്ല. കൃഷി, ഗോരക്ഷ, കച്ചവടം എന്നൊന്നുമുണ്ടായിരുന്നില്ല. എന്നാൽ ലോഭം, മോഹം, മദം, പാപകർമ്മം എന്നിവ തൊട്ടുതീണ്ടിയിരുന്നില്ല. വൈവസ്വതമന്വന്തരത്തിൽ പൃഥുവിന്റെ ജനനത്തിനുമുമ്പുതന്നെ ഭൂമിയിൽ പ്രജകളുണ്ടായിരുന്നു. അവർ ഗുഹകളിലും പർവ്വതങ്ങളിലും വള്ളിക്കുടിലുകളിലും തീർത്ഥസ്നാനഘട്ടങ്ങളിലും മറ്റും താമസിച്ച് തേനും പൂവും കായും ഭക്ഷിച്ച് ജീവിച്ചുപോന്നു. അതുതന്നെ അവർക്കു കിട്ടാൻ ബുദ്ധിമുട്ടായിരുന്നു. പ്രജകളുടെ ഈ അവസ്ഥ മനസ്സിലാക്കിയ വൈന്യഭൂപാലൻ സ്വയംഭൂവമനുവിനെ വത്സനാക്കി (കുട്ടിയാക്കി) സ്വന്തം കൈ പാത്രവുമാക്കി ഭൂമിയെ കറന്നു. സന്ന്യാസമായ പാൽ സമ്പാദിച്ചു. അതുകൊണ്ട് പിതൃക്കളേയും ദേവഗണങ്ങളേയും പ്രജകളേയും തൃപ്തിപ്പെടുത്തി. പൃഥുവിന്റെ ഈ പ്രവൃത്തി ജനങ്ങൾക്ക് സസുഖം വാഴാനുള്ള കാരണമായി മാറി. അതുതന്നെ ബ്രാഹ്മണർക്കും അതിഥി

കൾക്കും നൽകുകയും സ്വയം കഴിക്കുകയും ചെയ്തു. അതുകൊണ്ട് യജ്ഞം നടത്തി ദേവേശനായ വിഷ്ണുവിനെ പ്രസാദിപ്പിച്ചു. അദ്ദേഹം നിയോഗിച്ച മേഘം വർഷിച്ചപ്പോൾ ഭൂമിയിൽ നല്ല സസ്യ സമ്പത്തുണ്ടായി. പൃഥുവിന്റെ കാലം മുതലാണ് ഭൂമിയിൽ സസ്യ ങ്ങൾ ഉണ്ടാവാൻ തുടങ്ങിയത്. ആ അന്നംകൊണ്ടുതന്നെയാണ് ഇന്നും പ്രജകളെല്ലാം കഴിഞ്ഞുപോരുന്നത്.

സ്കന്ദമഹാപുരാണകഥകൾ

കഥകൾ

വജ്രാംഗദവൃത്താന്തം

മാർക്കണ്ഡേയന്റെ ആഗ്രഹപ്രകാരം നന്ദികേശ്വരൻ വജ്രാംഗദൻ എന്ന വിദ്യാധരന്റെ കഥ ഇപ്രകാരം പറഞ്ഞു.

ശിവഭക്തനായ വജ്രാംഗദൻ പാണ്ഡുരാജാവായിരുന്നു. രാജനീതി അറിയുന്നവനും, ക്ഷമയുള്ളവനും, ശാന്തനും, വിനയാന്വിതനും ആയിരുന്നു അദ്ദേഹം. ആ സേതുകേദാരം ഭൂമി ശത്രുക്കൾ ഇല്ലാതെ ഭരിക്കുവാൻ അദ്ദേഹത്തിന് സാധിച്ചു. ഒരിക്കൽ നായാട്ടിനുപോയി ക്ഷീണിതനായ അദ്ദേഹം ഒരു കസ്തൂരിമാനിനെ പിന്തുടർന്നു. ആ മൃഗമാകട്ടെ അരുണാചലത്തിന് പ്രദക്ഷിണമായി ഓടി. രാജാവ് കുതിരപ്പുറത്ത് അതിനെ പിന്തുടർന്നു. പ്രദക്ഷിണം പൂർത്തിയായപ്പോൾ കസ്തൂരിമാൻ അവിടെവീണു. പിന്തുടർന്ന രാജാവും കുതിരയും വീണു. രാജാവിന് എഴുന്നേൽക്കാൻ കഴിഞ്ഞില്ല. രാജാവിന് എന്തുപറ്റിയെന്ന് മനസ്സിലായില്ല. പക്ഷേ കുതിരയെ അവിടെ കാണാനില്ല എന്ന് രാജാവ് മനസ്സിലാക്കി. അതിനെ അന്വേഷിക്കാൻ പോലും ശക്തിയില്ലാതെ രാജാവ് അത്ഭുതപ്പെട്ട് കൊണ്ട് ഇരിക്കവേ ആകാശത്തിൽ ഒരു ദിവ്യപ്രകാശം കണ്ടു.

കസ്തൂരിമാനും കുതിരയും ദിവ്യവേഷത്തിൽ കിരീടം, കുണ്ഡലം തുടങ്ങിയവ ധരിച്ച് പോകുന്നത് രാജാവ് കണ്ടു.

അവർ രാജാവിനോടു പറഞ്ഞു:

“അങ്ങ് വിഷമിക്കേണ്ട. ശോണാദ്രീശന്റെ പ്രസാദം കൊണ്ടാണ് ഞങ്ങൾ ഇപ്രകാരമായിത്തീർന്നത്. അല്പം ആശ്വാസം തോന്നിയ രാജാവ് നിങ്ങൾ ആരാണ് എന്നു ചോദിച്ചു.”

കലാധരൻ എന്ന വിദ്യാധരൻ പറഞ്ഞു: “വസന്തമദന്മാരെപ്പോലെ പരസ്പരം വളരെയധികം സുഹൃത്തുക്കളായ ഗന്ധർവ്വന്മാരായിരുന്നു ഞാനും കാന്തിശാലിയും. ഒരിക്കൽ സുവർണ്ണ പർവ്വതത്തിന്റെ അടുത്തുള്ള ദുർവ്വാസാവിന്റെ ആശ്രമത്തിന്റെ അടുത്ത് ഞങ്ങൾ എത്തി. മറ്റുള്ളവർക്ക് മനസ്സുകൊണ്ടുപോലും എത്തിച്ചേ

രാൻ സാധിക്കാത്ത സ്ഥലമായിരുന്നു അത്. ശിവാരാധനാ തൽപരനായി തപസ്സുചെയ്തുകൊണ്ടിരുന്ന മുനിയുടെ സമീപത്തായി മനോഹരങ്ങളായ പുഷ്പങ്ങളോടു കൂടിയ ഒരു പൂന്തോട്ടം കണ്ടു. ഞങ്ങൾ വിനയാന്വിതരായിരുന്നു എങ്കിലും തത്വജ്ഞാനം ലഭിക്കാത്തവരായിരുന്നു. അങ്ങനെയുള്ള ഞങ്ങൾ പൂക്കൾ ശേഖരിക്കാൻ ആ ഉദ്യാനത്തിൽ പ്രവേശിച്ചു. പുഷ്പഗന്ധം കൊണ്ട് മോഹിതനായ ഞാൻ വിടർന്നു തുടങ്ങിയ പൂക്കളിൽ കൈവെച്ചു. അപ്പോൾ കൂവളത്തിന്റെ ചുവട്ടിൽ പുലിത്തോൽ വിരിച്ച് അതിലിരുന്ന് തപസ്സുചെയ്യുകയായിരുന്ന ഒരു മഹർഷി ഞങ്ങളെ ദഹിപ്പിക്കുമാറ് നോക്കി ഇപ്രകാരം പറഞ്ഞു:

"പാപികളായ ആചാരമറിയാത്ത അതിഗർവ്വിഷ്ഠരായ നിങ്ങൾ ആരാണ്? എന്തിനുവേണ്ടിയാണ് നിങ്ങൾ ഈ തപോവനത്തിൽ എത്തിയത്. എന്റെ കോപമാകുന്ന അഗ്നിയിൽ നിങ്ങൾ ശലഭങ്ങളാകാൻ പോകുന്നു. ഈ തപോവനത്തിൽ ഒരു കാറ്റുപോലും ചലിക്കുകയില്ല. ഇത് ശിവ പൂജയുടെ പര്യായമാകുന്നു. വണ്ടുകൾ മുരളുകയില്ല. അങ്ങനെയുള്ള സ്ഥലത്ത് പാദചാരിയായിരിക്കുന്ന നീ കുതിരയായി മറ്റുള്ളവരെ വഹിച്ചുകൊണ്ടു നടന്ന് പീഡിതനായിത്തീരട്ടെ. മറ്റേയാൾ കസ്തൂരിമാനായിത്തീർന്ന് അത്യുഗ്രമായ പർവ്വതത്തൽ പതിക്കട്ടെ."

ഈ ശാപവാക്കുകൾ കേട്ടമാത്ര അവർ താപസനെ ശരണം പ്രാപിച്ചു. കാൽക്കൽ വീണ് ശാപമോക്ഷത്തിനായി പ്രാർത്ഥിച്ചു. ദുഃഖം കണ്ട അദ്ദേഹം അരുണാചലപ്രദക്ഷിണം കൊണ്ട് ശാപമോക്ഷം ഉണ്ടാകും എന്ന് അനുഗ്രഹിച്ചു.

കലാധരനും കാന്തിശാലിയും കുതിരയും കസ്തൂരിമാനുമായി ജനിച്ചകഥ

പണ്ട് ശ്രീ പരമേശ്വരൻ ദേവസഭയിൽ ഇന്ദ്രാദി ദേവന്മാരോടു കൂടി ഇരിക്കുകയായിരുന്നു. അപ്പോൾ നന്ദനവനത്തിന്റെ ദേവത ചുവന്നനിറത്തിലുള്ള ഒരു പഴം ശിവന് ഉപഹാരമായി അർപ്പിച്ചു. കുട്ടികളായിരുന്ന ഗജാനനും, ഷഡാനനും (ഗണപതിയും, സ്കന്ദനും) കൗതുകം കൊണ്ട് പിതാവിനോട് ആ പഴം യാചിച്ചു. പഴം

കൈയിൽ മറച്ചുവെച്ചുകൊണ്ട് ശിവൻ ഇപ്രകാരം പറഞ്ഞു.

"ഈ ഭൂമി പ്രദക്ഷിണം വെച്ച് ആദ്യം ഇവിടെ എത്തുന്നവന് ഈ പഴം തരാം." ഇതുകേട്ട ഉടനെ സ്കന്ദൻ ഭൂമിയെ പ്രദക്ഷിണം വെയ്ക്കാൻ പുറപ്പെട്ടു.

ഗണപതിശോണ ശൈലാകൃതിയായ പിതാവിനെ പ്രദക്ഷിണം വെച്ചു. ഇപ്രകാരം ഗണപതിയുടെ സാമർത്ഥ്യം കണ്ട് ശിവൻ സന്തുഷ്ടനായി. പഴം നൽകി. ശിരസ്സിൽ ചുംബിച്ച് ഇപ്രകാരം പറഞ്ഞു.

"എന്റെ തന്നെ സ്വരൂപമായ സ്ഥാവരമായ ഈ അരുണാചലത്തെ പ്രദക്ഷിണം വയ്ക്കുന്നവൻ എന്നോടു സായൂജ്യം പ്രാപിക്കും. പ്രദക്ഷിണം കൊണ്ട് പാദങ്ങൾക്ക് രോഗം വരികയാണെങ്കിൽ അവൻ രാജാവായിത്തീർന്ന് അനശ്വരമായ സ്ഥാനം പ്രാപിയ്ക്കും."

ഇപ്രകാരം ശ്രീപരമേശ്വരന്റെ വാക്കുകൾകേട്ട് ശോണാചലത്തെ പ്രദക്ഷിണംവെച്ച് എല്ലാ ദേവന്മാരും അവരവരുടെ സ്ഥാനത്തെ പ്രാപിച്ചു. അപ്പോൾ ദുർവ്വാസാവു മഹർഷി പറഞ്ഞു.

"നിങ്ങളും അരുണാചല പ്രദക്ഷിണം കൊണ്ട് ശാപമുക്തരായിത്തീരും. തിര്യക്കുകളായിത്തീരുന്ന നിങ്ങൾക്ക് ശോണാചലത്തെ പ്രദക്ഷിണം വയ്ക്കാൻ പാണ്ഡ്യരാജാവായ വജ്രാംഗദൻ ഒരു നിമിത്തമായിത്തീരും. ഇപ്രകാരം ഇവർ കുതിരയും കസ്തൂരിമാനുമായി ജനിച്ചു. (ക്രാന്തിശാലിയും കലാധരനും)

ധർമ്മദത്തന്റെ കഥ

പണ്ടു സഹ്യാദ്രി പ്രദേശത്തു കരവീരപുരത്തിൽ ധർമ്മദത്തൻ എന്നു പേരായി ധർമ്മിഷ്ഠനായ ഒരു ബ്രാഹ്മണൻ ഉണ്ടായിരുന്നു. അദ്ദേഹം വിഷ്ണുവ്രതം അനുഷ്ഠിക്കുന്നവനും വിഷ്ണു പൂജാതൽപരനുമായിരുന്നു. ഒരു കാർത്തികമാസത്തിൽ ജാഗരണം നടത്തിയ അദ്ദേഹം രാത്രിയുടെ നാലാം യാമത്തിൽ വിഷ്ണുക്ഷേത്രത്തിലേയ്ക്കു പോകുകയായിരുന്നു. അപ്പോൾ അദ്ദേഹം തന്റെ നേരെ വരുന്ന ഭയങ്കരിയായ ഒരു രാക്ഷസിയെ കണ്ടു. അവളെ കണ്ടു ഭയപ്പെട്ട് പൂജോപകരണങ്ങളോടു കൂടി അദ്ദേഹം വീണു പോയി. വിഷ്ണുവിനെ ഓർത്തുകൊണ്ട് തുളസീമിശ്രിതമായ ജലം അവളുടെ ദേഹത്തിൽ തളിച്ചു. അപ്പോൾ പാപമുക്തയായിത്തീർന്ന അവൾക്കു പൂർവ്വജന്മസ്മരണയുണ്ടായി. അവൾ ധർമ്മദത്തനെ നമ

സ്കരിച്ചുകൊണ്ട് ഇങ്ങനെ പറഞ്ഞു.

"പൂർവ്വജന്മത്തിൽ ചെയ്ത പാപം കൊണ്ടാണ് ഞാൻ ഇപ്രകാരമായിത്തീർന്നത്. ഇതിൽനിന്നു കരകയറാനുള്ള മാർഗ്ഗം ഉപദേശിച്ചുതരണം."

പൂർവ്വജന്മത്തിൽ ചെയ്ത പാപമെന്താണെന്നു ചോദിച്ച ബ്രാഹ്മണനോട് അവൾ ഇപ്രകാരം പറഞ്ഞു. "സൗരാഷ്ട്രത്തിൽ ഭിക്ഷു എന്നുപേരായ ബ്രാഹ്മണന്റെ പത്നിയായിരുന്നു ഞാൻ. കലഹ എന്നായിരുന്നു എന്റെ പേര്. ഭർത്താവ് ഉപദേശിച്ചിട്ടും ശുഭമായ കാര്യമൊന്നും ഞാൻ ചെയ്തില്ല. അദ്ദേഹത്തിനു നല്ല ഭക്ഷണമുണ്ടാക്കി കൊടുത്തില്ല. നല്ല വാക്കുകൾ പറഞ്ഞില്ല. നിത്യം കലഹശീലയായിരുന്നു. അദ്ദേഹം ഒടുവിൽ വേറെ വിവാഹം കഴിക്കാൻ തീരുമാനിച്ചു. അപ്പോൾ ഞാൻ വിഷം കഴിച്ചു. പ്രാണത്യാഗം ചെയ്തു. യമകിങ്കരന്മാർ എന്നെ കെട്ടിവലിച്ചുകൊണ്ടുപോയി. യമൻ എന്റെ പ്രവൃത്തികളെക്കുറിച്ചു ചിത്രഗുപ്തനോടു ചോദിച്ചു. ചിത്രഗുപ്തൻ പറഞ്ഞു. "ഇവൾ ശുഭകർമ്മങ്ങളൊന്നും ചെയ്തിട്ടില്ല. നല്ല ഭക്ഷണങ്ങൾ ഉണ്ടാക്കി ഭർത്താവിന് കൊടുക്കാതെ സ്വയം ഭക്ഷിച്ചതിനാൽ ഇവൾ സ്വന്തം കുഞ്ഞുങ്ങളെ ഭക്ഷിക്കുന്ന പെൺപൂച്ചയായി ജനിക്കണം. കലഹപ്രിയയായതുകൊണ്ട് പെൺപത്നിയായി ജനിക്കണം. ഭർത്താവിനോടുള്ള വിരോധം കൊണ്ട് പ്രാണത്യാഗം ചെയ്തതിനാൽ പിശാചായിത്തീരണം." അങ്ങനെ ഞാൻ അമ്പതു വർഷം പ്രേതമായി ജീവിച്ചു. വിശപ്പും ദാഹവും സഹിക്കവയ്യാതെ ഒരു വ്യാപാരിയുടെ ശരീരത്തിൽ പ്രവേശിച്ച് ദക്ഷിണദേശത്ത് എത്തി. കൃഷ്ണ, വേണി എന്നീ നദികളുടെ സംഗമസ്ഥാനത്തു വന്നപ്പോൾ ആ ശരീരത്തിൽ നിന്ന് എന്നെ ശിവന്റെയും വിഷ്ണുവിന്റെയും ഗണങ്ങൾ ഓടിച്ചുകളഞ്ഞു. അപ്പോഴാണ് വിശന്നിരിക്കുന്ന ഞാൻ അങ്ങയെ കണ്ടത്. അവളുടെ ദുഃഖം കണ്ട് കുറേ നേരം ആലോചിച്ചിരുന്നശേഷം ആ ബ്രാഹ്മണൻ ദുഃഖത്തോടെ ഇപ്രകാരം പറഞ്ഞു: "തീർത്ഥങ്ങളിലുള്ള ദാനാദിൾകൊണ്ട് എല്ലാ പാപങ്ങളും കഴുകിക്കളയാം. പക്ഷേ, പ്രേതങ്ങൾക്കവിടെ പ്രവേശനമില്ല. നിന്റെ ഈ അവസ്ഥ എന്നെ ദുഃഖിപ്പിക്കുന്നു. അതിനാൽ ഞാൻ അനുഷ്ഠിച്ചുപോന്ന കാർത്തികാവ്രതത്തിന്റെ പുണ്യത്തിൽ പകുതി നിനക്കുതരാം. ഇങ്ങനെ പറഞ്ഞ് അദ്ദേഹം തുളസി ചേർന്ന വെള്ളം കൊണ്ട് അവലെ അഭിഷേകം ചെയ്തു. അപ്പോൾ അവൾ പാപമുക്തയായി ബ്രാഹ്മണനെ നമ

സ്കരിച്ച് ഇങ്ങനെ പറഞ്ഞു:

"അങ്ങയുടെ പ്രസാദം കൊണ്ട് ഞാൻ നരകത്തിൽ നിന്ന് രക്ഷപ്പെട്ടിരിയ്ക്കുന്നു." ഇത്രയും പറഞ്ഞപ്പോഴേയ്ക്കും ദിവ്യമായ വിമാനത്തിൽ നിന്നിറങ്ങി വന്ന പുണ്യശീല സുശീലന്മാർ അവളെ ആ വിമാനത്തിൽ കയറ്റി. ഇതുകണ്ട് ധർമ്മദത്തൻ അത്ഭുതപ്പെട്ടു. അപ്പോൾ ഇപ്രകാരം പറഞ്ഞു.

ധർമ്മനിരതനും, വിഷ്ണുഭക്തനും, ദീനാനുകമ്പയുള്ളവനായ അങ്ങ് ധന്യൻ തന്നെ. ഭവാന്റെ പുണ്യത്തിൽ പകുതി ഇവൾക്കു കൊടുക്കുക വഴി പുണ്യം ഇരട്ടിച്ചിരിക്കുന്നു. ഈ ജന്മം അവസാനിക്കുമ്പോൾ ഭവാനും ഭാര്യമാരോടും കൂടി വൈകുണ്ഠം പ്രാപിക്കും. വിഷ്ണുഭക്തന്മാർക്കു ലഭിക്കാത്തതെന്താണുള്ളത്. ധ്രുവൻ ധ്രുവപദത്തെയും ഗജേന്ദ്രൻ മോക്ഷവും പ്രാപിച്ചില്ലേ. ഭവാനും വൈകുണ്ഠത്തിലെത്തി വളരെക്കാലം ഭോഗങ്ങൾ അനുഭവിച്ച ശേഷം സൂര്യവംശത്തിൽ പ്രസിദ്ധനായ രാജാവായി ജനിക്കും. ദശരഥനെന്നു പേരായ ഭവാന് ഇപ്പോഴുള്ള രണ്ടു ഭാര്യമാരും ഭവാൻ പുണ്യം പകുത്തുനൽകിയ ഇവൾ മൂന്നാമത്തെ ഭാര്യയായും ഉണ്ടായിരിക്കും. വിഷ്ണു ഭവാന്റെ പുത്രനായി ജനിക്കുകയും ചെയ്യും എന്നു പറഞ്ഞു.

ധനേശ്വരന്റെ കഥ

പണ്ട് അവന്തിയിൽ ധനേശ്വരൻ എന്ന ഒരു ബ്രാഹ്മണനുണ്ടായിരുന്നു. പാപിയായ അയാൾ ബ്രാഹ്മണരുടെ കർമ്മങ്ങൾ ഒന്നും ചെയ്തില്ല. ക്രയവിക്രയത്തിനുവേണ്ടി പല ദേശങ്ങളിലും സഞ്ചരിച്ചുകൊണ്ടിരുന്നു. ഒരിക്കൽ ആ ബ്രാഹ്മണൻ 'നർമ്മദ' എന്ന പാപനാശിനിയോടുകൂടിയ മാഹിഷ്മതിയിലെത്തി. അയാൾ ഒരു മാസം അവിടെ താമസിച്ചു. ആ മാസം കാർത്തികമാസം ആയിരുന്നു. അയാൾ ദിവസവും സ്നാനവും, ജപവും നടത്തുന്ന ബ്രാഹ്മണരെ കണ്ടു. പുരാണപാഠാദികൾ കേൾക്കുകയും കാണുകയും ചെയ്തു. ഇങ്ങനെ വൈഷ്ണവരുടെ ദർശനസ്പർശനങ്ങൾ ഉണ്ടാകുകയും വിഷ്ണുനാമങ്ങൾ കേൾക്കുകയും ചെയ്തു.

അങ്ങനെ ഒരു മാസം കഴിഞ്ഞപ്പോൾ അയാൾ കൃഷ്ണസർപ്പ കടിയേറ്റ് മരിച്ചു. യമകിങ്കരന്മാർ അയാളെ യമന്റെ അടുത്ത് എത്തിച്ചു. അയാളെ കുംഭീപാക നരകത്തിലിടാൻ വിധിച്ചു യമൻ. അയാൾ

പതിച്ചപ്പോൾ അഗ്നി തണുപ്പായി മാറി. എന്തുകൊണ്ടെന്നാൽ വൈഷ്ണവസംസർഗ്ഗം കൊണ്ട് ഇയാൾക്ക് പുണ്യം ലഭിച്ചിട്ടുണ്ട്. അതിനാൽ നരം അർഹിക്കുന്നില്ലെന്നും യക്ഷനായിത്തീരേണ്ടതാണ് എന്നും നാരദൻ പറഞ്ഞു. നരകങ്ങളെല്ലാം കാണിച്ചു കൊടുത്താൽ മതി നാരദമഹർഷി പറഞ്ഞു. അതനുസരിച്ച് യമകിങ്കരന്മാർ എല്ലാ നരകങ്ങളും കാണിച്ചുകൊടുത്തു. കാർത്തികവ്രതം അനുഷ്ഠിച്ചിരുന്നവരുടെ സംസർഗ്ഗം കൊണ്ടാണ് ഭവാനീ നരകങ്ങളിൽ പതിക്കേണ്ടിവരാതിരുന്നത് എന്നും യമകിങ്കരന്മാർ പറഞ്ഞു. ഇങ്ങനെ നരകങ്ങളെല്ലാം കാണിച്ചുകൊടുത്ത ശേഷം ധനേശ്വരനെ യമലോകത്തിൽ എത്തിച്ചു. അദ്ദേഹം കുബേരന്റെ അനുജനായി ധനയക്ഷൻ എന്ന പേരിൽ പ്രസിദ്ധനായിത്തീർന്നു.

സർവ്വതീർത്ഥസ്വരൂപകഥനം

പണ്ട് സുപരിചിതൻ എന്ന മുനി ഗന്ധമാദന പർവ്വതത്തിൽ തപസ്സു ചെയ്തുകൊണ്ടിരുന്നു. ജന്മനാ അന്ധനും, ജാരബാധയാൽ ക്ഷീണിതനുമായ അദ്ദേഹത്തിന് തീർത്ഥയാത്ര നടത്താൻ കഴിയുമായിരുന്നില്ല. എന്നാൽ എല്ലാ തീർത്ഥങ്ങളിലും പോകണമെന്ന ആഗ്രഹവും അദ്ദേഹത്തിന് ഉണ്ടായി. അതിനുവേണ്ടി ഭഗവാൻ ശങ്കരനെ ഉദ്ദേശിച്ച് കഠിനമായ തപസ്സനുഷ്ഠിച്ചു. മൂന്നുനേരം അർച്ചനചെയ്തും, ഭസ്മപൂശിയും, രുദ്രാക്ഷം ധരിച്ചും അദ്ദേഹം പത്തുവർഷക്കാലം കഠിനമായ തപസ്സ് അനുഷ്ഠിച്ചു. അതിൽ പ്രീതനായി ശങ്കരൻ പ്രത്യക്ഷപ്പെട്ടു. അദ്ദേഹത്തെ കാണാൻ വേണ്ടി മാത്രം മുനിക്ക് കണ്ണുകൾ നൽകി. ചന്ദ്രശേഖരനും, ഭസ്മപാണ്ഡുരശരീരനും, ശൂലിയം, ജഡാമണ്ഡലധാരിയും, സർപ്പദൂഷിതനുമായി ഗിരിജയോടുകൂടി വൃഷദാരൂഢനായ അദ്ദേഹത്തെ കണ്ട് മുനി ആനന്ദപരവശനായി. നല്ലതുപോലെ സ്തുതിച്ചു. അതിൽ പ്രീതനായ ശങ്കരൻ വരം ചോദിച്ചുകൊള്ളൂ എന്നു പറഞ്ഞു. അപ്പോൾ മുനി ഒരു തീർത്ഥത്തിലും പോകാൻ കഴിയാത്ത തനിക്ക് എല്ലാ തീർത്ഥങ്ങളിലും സ്നാനം ചെയ്ത ഫലം ഉണ്ടാകാൻ മാർഗ്ഗം ഉപദേശിച്ചുതരണം എന്ന് അഭ്യർത്ഥിച്ചു. അതനുസരിച്ച് ശങ്കരൻ എല്ലാ തീർത്ഥങ്ങളേയും ഗന്ധമാദനത്തിൽ ആവാഹിച്ചു വരുത്തി. അതിനാൽ ആ തീർത്ഥത്തിന് സർവ്വതീർത്ഥം എന്ന് പേരുണ്ടായി.

അവിടെ സ്നാനം ചെയ്ത ഉടനെ മുനി ജരാവ്യാധികളെല്ലാം തീർന്ന് സുന്ദരനായ യുവാവായി മാറി. “ഭവാൻ മറ്റൊരു തീർത്ഥത്തിലും പോകേണ്ട- ഇവിടെത്തന്നെ വസിച്ചാൽ മതി.” എന്ന ശങ്കരന്റെ ആജ്ഞയനുസരിച്ച് അവിടെത്തന്നെ വസിച്ചു. സർവ്വതീർത്ഥത്തിൽ സ്നാനം ചെയ്ത് അവസാനം ശിവസായൂജ്യം പ്രാപിച്ചു.

അമരാവതീ നാമകഥനം

പണ്ട് കശ്യപൻ പുത്രനുണ്ടാകാൻ വേണ്ടി കുശസ്ഥലിയിൽ തപസ്സുചെയ്തു. ദിവ്യമായ ആയിരം വർഷമായിരുന്നു തപസ്സ്. ഉണങ്ങിവീണ ഇലകൾ മാത്രം ഭക്ഷിച്ചും, വായു മാത്രം ഭക്ഷിച്ചും കഠിനമായ തപസ്സനുഷ്ഠിച്ചു. അവസാനം ഇപ്രകാരമൊരു അശരീരി വാക്യം കേട്ടു-

“ഭവാൻ പുത്രനുണ്ടാകാൻ വേണ്ടി തപസ്സ് അനുഷ്ഠിച്ചതുകൊണ്ട് ചന്ദ്രസൂര്യാദികൾ ഉള്ളിടത്തോളം കാലം ഭവാന്റെ സന്തതി പുത്രപൗത്രാദികളോടുകൂടി നിലനിൽക്കും. പതിവ്രതയായ അദിതിയും ഭവാന്റെ നിഴലായിത്തീരും, പുത്രന്മാർ അമരന്മാർ, നിർജരൻ എന്നീ പേരുകളിൽ സ്വർഗ്ഗത്തിൽ പ്രസിദ്ധരായിത്തീരും. അങ്ങും പ്രജാപതിയായിത്തീരും. സംശയമില്ല.” ഇത്രയും പറഞ്ഞ് അശരീരി അപ്രത്യക്ഷമായി. അന്നുമുതൽ കശ്യപൻ അദിതിയോടൊപ്പം കുശസ്ഥലിയിൽ തന്നെ താമസിച്ചു. ദേവാസുരരൂപത്തിൽ അദ്ദേഹത്തിന്റെ സന്തതി പരമ്പര വർദ്ധിയ്ക്കുകയും ചെയ്തു. അമൃതപാനം കൊണ്ട് ദേവന്മാർ അമരന്മാർ ആയി മാറി. കല്പവൃക്ഷവും കാമധേനുവും മഹാകാലവനത്തിൽ ശങ്കരനെ സേവിച്ചുകൊണ്ടിരുന്നു. വാടാത്ത താമരപ്പൂക്കളോടുകൂടിയ ബിന്ദുസരസ്സ് മാനസസരസ്സു തന്നെയായി പ്രപഞ്ചത്തിൽ ദിവ്യങ്ങളായ എന്തെല്ലാം വസ്തുക്കളുണ്ടോ അവയെല്ലാം മഹാകാല വനത്തിൽ സ്ഥിതിചെയ്തു. അതിനാൽ ഇവിടെ വസിക്കുന്ന മനുഷ്യരെല്ലാം ദേവതുല്യരായിരിക്കുന്നു. സ്ത്രീകൾ ദേവസ്ത്രീകളോട് തുല്യകളാണ്. ഇപ്രകാരം എല്ലാം ഇരിക്കുന്നതുകൊണ്ട് ഈ പട്ടണം അമരാവതിയായി. എങ്ങനെയെങ്കിലും ഇവിടെ എത്തിച്ചേരുന്നവർ സ്നാനാദികൾ ചെയ്ത് കഴിയുമ്പോൾ മഹേശ്വരനെ കാണുക തന്നെ ചെയ്യും. പിന്നെ അയാൾക്ക് എന്തും ലഭ്യമാകും.

വിശാലാഭിധാന കഥനം

ഉജ്ജയനിക്ക് "വിശാലം" എന്നും പേരുണ്ട്. ആ പേര് വരാനുണ്ടായ കാരണം ഇങ്ങനെയാണ്. ഒരിയ്ക്കൽ ശങ്കരൻ പാർവ്വതീദേവിയുമൊത്ത് വനത്തിൽ സഞ്ചരിച്ചുകൊണ്ടിരുന്നു. അപ്പോൾ ഭൂതഗണങ്ങളും, ദേവാസുരന്മാരും, പത്ത് അവതാരങ്ങളോടുകൂടി വിഷ്ണുവും, മാതാക്കളും, വിനായകനും, വേതാളാദികളും, പിതാക്കളും, ക്ഷേത്രങ്ങളും, തീർത്ഥങ്ങളും എല്ലാം അദ്ദേഹത്തെ ഉപാസിച്ചുകൊണ്ടിരുന്നു. ഇതുകണ്ട് കൃപ തോന്നിയ ദേവി പറഞ്ഞു.

"അങ്ങയുടെ ആശ്രിതന്മാരായ ഇവർ അങ്ങയെ ആരാധിക്കുന്നതു നോക്കൂ. കാറ്റും മഴയുമെല്ലാം സഹിച്ചു വിഷമിയ്ക്കുന്ന ഇവരെ ഉപേക്ഷിക്കരുത്. ഇവർക്കു താമസിക്കാനായി പരമശോഭനമായ ഒരു സ്ഥാമുണ്ടാക്കിക്കൊടുക്കണം."

ഇതുകേട്ട മഹേശ്വരൻ മനോഹരമായ ഒരു പുരം നിർമ്മിച്ചു നൽകി. ക്രയവിക്രയങ്ങൾ സാധിപ്പിക്കുന്ന അങ്ങാടികളോടും സ്ഫടികഭിത്തികളോടും കൂടി വൈഡ്യൂര്യം പതിച്ച പ്രാസാദങ്ങളോടുകൂടിയതും ആയിരുന്നു ആ പുരം. ഓരോ വീട്ടിലും സ്വർണ്ണസ്തംഭങ്ങളോടുകൂടിയ പതാകകൾ ഉണ്ടായിരുന്നു. കുളങ്ങളും കിണറുകളും, താമരമണമുള്ള സരസ്സുകളും, ഘടീയന്ത്രങ്ങളും നിർമ്മിച്ചിരുന്നു. കുയിലുകളുടെ ഗീതവും, മയിലുകളുടെ നൃത്തവും ആ പുരത്തിന് ശോഭയേറ്റി. അവിടെ അളകാപുരിയും, ഭോഗവതിയും, സംയമനിയും, അമരാവതിയും ഒന്നിച്ചുശോഭിച്ചു. വേദാധ്യയനം, നൃത്തഗീതാദികൾ, യാഗങ്ങൾ അവഭൃഥസ്നാനങ്ങൾ ഇവ നിത്യസംഭവങ്ങളായി. നല്ല വിസ്താരയുക്തമായ ഈ പുരി "വിശാലാ" എന്നറിയപ്പെട്ടു. ഇവിടെ ഇരുന്നുകൊണ്ടായാലും, വിശാലാ എന്നു ജപിച്ചാൽ ശിവലോകത്തിൽ എത്തിച്ചേരും.

പാപഘ്നീകഥനം

കൃതയുഗത്തിൽ കീകട ദേശത്ത് "ദമനൻ" എന്നുപേരായ ഒരു ദുഷ്ടനായ രാജാവ് ഉണ്ടായിരുന്നു. അദ്ദേഹം ചെയ്യാത്ത പാപങ്ങളില്ല. ഒരിക്കൽ നായാട്ടിനുപുറപ്പെട്ട രാജാവ് ഒറ്റപ്പെട്ട് ക്ഷീണിതനും, വിശപ്പും ദാഹവുംകൊണ്ട് വലഞ്ഞവനും ആയി മഹാകാല വന

ത്തിൽ എത്തിച്ചേർന്നു. അദ്ദേഹം കുതിരയെ ഒരു വൃക്ഷത്തിൽ കെട്ടിയിട്ട് അവിടെത്തന്നെ ഇരുന്നു. അപ്പോൾ ഒരു സർപ്പം വന്ന് തലയിൽവീണു. അദ്ദേഹം ഇതെന്താണെന്ന് വിചാരിച്ച് കൈകൊണ്ട് തലയിൽ തട്ടിയപ്പോൾ അത് വിരലിൽ കടിച്ചു. ഉടൻ തന്നെ രാജാവ് മരിച്ചു.

യമദൂതന്മാർ രാജാവിനെ യമലോകത്തേക്ക് കൊണ്ടുപോയി. മഹാകാലവനത്തിനു സമീപം കിടന്ന ശരീരം കഴുകന്മാർ ഭക്ഷിച്ചു. ശേഷിച്ച അല്പം മാസം കാക്ക കൊത്തിക്കൊണ്ടു പറന്നു മറ്റു കാക്കകൾ ആ മാംസത്തിനുവേണ്ടി അവന്റെ പിന്നാലെ പറന്നു. കാക്കകളുടെ വഴക്കിനിടയിൽ മാംസം ശിപ്രയിൽ വീണു. ഉടൻ ദമനകരാജാവ് ശിവാകൃതനായി. ഇതുകണ്ട് പരിഭ്രമിച്ച യമഭടന്മാർ യമരാജാവിനെ സമീപിച്ചു. രാജാവ് ചെയ്ത പാപങ്ങളെല്ലാം വിസ്തരിച്ചു പറഞ്ഞു. ഈ ദുഷ്ടൻ എങ്ങനെയാണ് ശിവനായിത്തീർന്നത് എന്ന് ചോദിച്ചു.

യമൻ ധ്യാനത്തിൽ മുഴുകി ദിവ്യദൃഷ്ടികൊണ്ട് എല്ലാം മനസ്സിലാക്കി. ശവശരീരത്തിൽനിന്ന് ഒരു കഷ്ണം മാംസം ശിപ്രയിൽ വീണതുകൊണ്ടാണ് ദമനകൻ ശിവനായി മാറിയത് എന്ന് പറഞ്ഞ് മനസ്സിലാക്കി. അന്ന് മുതൽ ശിപ്രപാപനാശിനി (പാപഘ്നി) എന്നറിയപ്പെടാൻ തുടങ്ങി.

സരസ്വതീശാപമോചനം

സരസ്വതി കുറേക്കാലം രക്തനദിയായി ഒഴുകി. ഒടുവിൽ അർബുദ പർവതത്തിൽ ചെന്ന് വസിഷ്ഠന ശരണം പ്രാപിച്ച് ഇങ്ങനെ അഭ്യർത്ഥിച്ചു-

"അങ്ങേയ്ക്കുവേണ്ടിയാണ് ഞാൻ വിശ്വാമിത്രന്റെ ശാപം ഏറ്റുവാങ്ങേണ്ടിവന്നത്. ഇപ്പോൾ താപസന്മാരെല്ലാം എന്നെ ഉപേക്ഷിച്ചു. അതിനാൽ അങ്ങ് പ്രസാദിക്കണം. എന്റെ ഒഴുക്കിൽനിന്ന് രക്തം ഒഴിവാകുകയും ശുദ്ധമായ ജലം ഉത്ഭവിക്കുകയും വേണം. അങ്ങു വിചാരിച്ചാൽ നടക്കാത്ത കാര്യമില്ലല്ലോ?"

ഇതുകേട്ട വസിഷ്ഠൻ ശരി എന്നുപറഞ്ഞ് സരസ്വതിയുടെ ഉൽപത്തിസ്ഥാനമായ പ്ലക്ഷതരുവിനെ സമീപിച്ചു. അവിടെ സമാധിയിലിരുന്ന് വരുണമന്ത്രം ജപിച്ച് ഭൂമിയെ ഉറ്റുനോക്കിക്കൊണ്ടിരുന്നു.

ഇങ്ങനെ രണ്ടുകണ്ണുകൾ കൊണ്ടും നോക്കികൊണ്ടിരിക്കുമ്പോൾ ഭൂമി പിളർന്ന് രണ്ടു രന്ധ്രങ്ങളിലൂടെ കണക്കില്ലാതെ ജലം പുറത്തുവന്നു. ഒന്ന് സരസ്വതി നദിയിലെ രക്തമെല്ലാം ഒഴുക്കി കളഞ്ഞ് ശുദ്ധമാക്കി. രണ്ടാമത്തേത് സാഭ്രമതി എന്ന ഒരു പുതിയ നദിയായിത്തീർന്നു. വിശ്വാമിത്രന് സംഭ്രമം ഉണ്ടാക്കിയതിനാലാണ് ആ നദിക്ക് സാഭ്രമതി എന്ന പേരുവന്നത്. ഈ സരസ്വതീ ശാപമോചം പഠിക്കുന്നവർക്ക് സരസ്വതീ പ്രസാദം കൊണ്ട് ബുദ്ധിവർദ്ധിയ്ക്കും.

പിപ്പലാദോൽപത്തി

യാജ്ഞവല്ക്യന് കംസാരി എന്ന ഒരു സഹോദരി ഉണ്ടായിരുന്നു. അവൾ കൗമാര ബ്രഹ്മചര്യം സ്വീകരിച്ച് തപസ്സു ചെയ്തുവരികയായിരുന്നു. അങ്ങനെ ഒരു ദിവസം ഏതോ ഒരു അപ്സരസ്സിനെ കണ്ട് യാജ്ഞവൽക്യന് രേതഃസ്ഖലനമുണ്ടായി. അതുകൊണ്ട് നനഞ്ഞ വസ്ത്രം അദ്ദേഹം പുറത്തുകളഞ്ഞു. കംസാരി ഇതൊന്നും അറിഞ്ഞിരുന്നില്ല. സ്നാനത്തിനു പോയപ്പോൾ അവൾ ആ വസ്ത്രം എടുത്ത് ധരിച്ചു. അവൾ ഗർഭിണിയായിത്തീർന്നു.

ഗർഭം വളർന്നുകൊണ്ടിരിക്കെ ലജ്ജിതയായ അവൾ വ്രതം എന്ന വ്യാജേന പുറത്തിറങ്ങാതെ ഇരുന്നു. പത്താം മാസത്തിൽ അവൾ അർക്കനു തുല്യം തേജസ്വിയായ ഒരു പുത്രനെ പ്രസവിച്ചു. ഒരു വസ്ത്രംകൊണ്ട് പൊതിഞ്ഞ ശിശുവിനേയും എടുത്ത് കരഞ്ഞുകൊണ്ട് അവൾ കാട്ടിലേയ്ക്കു തിരിച്ചു. അവിടെ വിജനമായ സ്ഥലത്ത് ഒരു വലിയ ആൽമരം നിൽക്കുന്നതുകണ്ടു. അതിന്റെ ചുവട്ടിൽ ശിശുവിനെ കിടത്തി. എന്നിട്ട് അവൾ ഇപ്രകാരം പ്രാർത്ഥിച്ചു–

"അശ്വത്ഥ! ഭവാൻ വിഷ്ണുസ്വരൂപനാണല്ലോ? അനാഥനായ എന്റെ പുത്രനെ രക്ഷിക്കണമേ." എന്നു പറഞ്ഞ് കംസാരി കരഞ്ഞുകൊണ്ടിരിക്കേ ഇങ്ങനെയൊരു അശരീരി കേട്ടു.

"നീ ദുഃഖിക്കേണ്ട. ഉതഥ്യന്റെ ശാപം കൊണ്ട് ബൃഹസ്പതി ഭൂമിയിൽ ജനിച്ചിരിക്കുകയാണ്. അദ്ദേഹം അഥർവ്വവേദം വ്യാഖ്യാനിക്കുകയും, ശാഖകൾ ഉണ്ടാക്കുകയും ചെയ്യും. ഈ പിപ്പലവൃക്ഷത്തിന്റെ രസം ഭക്ഷിച്ച് വളരുന്നതിനാൽ ഇവന് പിപ്പലാദൻ എന്ന പേരും ഉണ്ടാകും."

ഇത്രയും പറഞ്ഞശേഷം അവൾ ഗർഭിണിയാകാൻ ഉണ്ടായ സാഹചര്യവും അശരീരി അറിയിച്ചു.

ഈ അശരീരി കേട്ടയുടൻ ഉറക്കെ നിലവിളിച്ച് അവൾ വീണു. യാജ്ഞവൽക്യൻ സഹോദരിയെ കാണാതെ ദുഃഖിതനായി ചുറ്റിത്തിരിഞ്ഞു. അപ്പോൾ അവൾ ആൽമരത്തിനു താഴെ വീണുകിടക്കുന്നു എന്ന് ഏതോ ഒരു താപസൻ അറിയിച്ചു. അദ്ദേഹം ഓടി അവിടെയെത്തി. മുഖത്ത് വെള്ളം തളിച്ച് ഉണർത്താൻ ശ്രമിച്ചു. അപ്പോഴും കാർത്ത്യായനിയും മൈത്രേയിയും അവിടെ എത്തി. സഹോദരൻ ഭാര്യമാരോടൊപ്പം നിൽക്കുന്നതുകണ്ട് ഒന്നും മിണ്ടാനാകാതെ ലജ്ജകൊണ്ട് അവൾ പ്രാണൻ ഉപേക്ഷിച്ചു. യാജ്ഞവൽക്യനും പത്നിമാരും അവളുടെ ശരീരം ദഹിപ്പിച്ച് തിരിച്ചു പോയി.

കാവേരീസംഗമമാഹാത്മ്യം

കാവേരിയുടെയും നർമ്മദയുടേയും സംഗമസ്ഥാനത്ത് സ്നാനം ചെയ്തതുകൊണ്ട് കുബേരൻ യക്ഷരാജാവായി. അദ്ദേഹം അവിടെ വിധിയാംവണ്ണം സ്നാനം ചെയ്ത് നിയമം സ്വീകരിച്ച് പരമശിവനെ ആരാധിച്ച് വസിച്ചു. ഒരു നേരം മാത്രം ആഹാരം കഴിച്ച് ഒരു മാസം കഴിച്ചുകൂട്ടി. അതിനുശേഷം ആറുദിവസത്തിൽ ഒരുപ്രാവശ്യം ആഹാരമാക്കി. പിന്നീട് പക്ഷത്തിൽ ഒരു പ്രാവശ്യം, പിന്നീട് ചാന്ദ്രായണവും, വായുമാത്രം ഭക്ഷണവും ആക്കി. ഇങ്ങനെ നൂറുവർഷം കുബേരൻ അവിടെ താമസിച്ച് ശിവപൂജ നടത്തി. ഇതുകണ്ട ദേവൻ പ്രത്യക്ഷപ്പെട്ടു. വരം വരിച്ചുകൊള്ളുവാൻ ആവശ്യപ്പെട്ടു. അപ്പോൾ കുബേരൻ ഇങ്ങനെ ആവശ്യപ്പെട്ടു.

“തനിക്ക് യക്ഷന്മാരുടെ അധിപൻ ആകണം, ഉറച്ച ശിവഭക്തി ഉണ്ടാകണം.” അങ്ങനെ തന്നെ എന്ന് വരം നൽകി ഭഗവാൻ അപ്രത്യക്ഷമായി. സന്തുഷ്ഠനായി കുബേരൻ ഗൃഹത്തിലെത്തി. യക്ഷന്മാർ അദ്ദേഹത്തെ യക്ഷരാജാവായി അഭിഷേകം ചെയ്തു. അനേകം ദേവന്മാരും ഋഷിമാരും അവിടെ സ്നാനം ചെയ്ത് സിദ്ധി നേടിയിട്ടുണ്ട്. കാവേരീ നർമ്മദാ സംഗമത്തിൽ ശ്രാദ്ധം അനുഷ്ഠിച്ചാൽ കഴിഞ്ഞ പത്ത് തലമുറയും, വരാൻ പോകുന്ന പത്ത് തലമുറയും നരകത്തിൽ നിന്ന് രക്ഷനേടും.

ചന്ദ്രനുനൽകിയ ഇരുപത്തേഴ് ദക്ഷപുത്രിമാരുടെ കഥ

ഈ ഇരുപത്തേഴ് ദക്ഷപുത്രിമാർ ഇരുപത്തേഴ് നക്ഷത്രങ്ങളാണ്. ഇരുപത്തേഴ് പേരിൽ രോഹിണിയോടായിരുന്നു ചന്ദ്രന് കൂടുതൽ സ്നേഹം. മറ്റു ഇരുപത്താറ് പുത്രിമാരുടെ ദുഃഖം കണ്ട് ദക്ഷന് സഹിക്കാൻ സാധിച്ചില്ല. അദ്ദേഹം ചന്ദ്രനെ ഇങ്ങനെ ശപിച്ചു.

"നീ ക്ഷയരോഗിയും, കുഷ്ഠരോഗിയും ആയിത്തീരട്ടെ എന്ന്." ശാപത്താൽ ആ അവസ്ഥ പ്രാപിച്ച ചന്ദ്രൻ രോഹിണിയുടെ ഉപദേശത്താൽ ദക്ഷനെ ശരണം പ്രാപിച്ചു. ശാപമോക്ഷത്തിനായി പ്രാർത്ഥിച്ചു. അതിൽ ദയ തോന്നിയ ദക്ഷൻ ഇപ്രകാരം പറഞ്ഞു.

"ഞാൻ പറഞ്ഞ വാക്കുമാറ്റാൻ മഹേശ്വരന് ഒഴികെ ആർക്കും സാധ്യമല്ല. അതുകൊണ്ട് മഹേശ്വരനെ തന്നെ ശരണം പ്രാപിക്കുക." ഇതുകേട്ട ചന്ദ്രൻ എവിടെവെച്ചാണ് മഹാദേവനെ ശരണം പ്രാപിക്കുക എന്ന് ചോദിച്ചു. അതിന് ദക്ഷൻ ഇപ്രകാരം ഉത്തരം നൽകി.

"പടിഞ്ഞാറു ദിക്കിൽ സമുദ്രസമീ പത്തു (പ്രഭാസത്തിൽ) സ്വയംഭൂതമായ ലിംഗമുണ്ട്. സൂര്യബിംബത്തോളം പ്രകാശമുള്ളതും, സർപ്പത്താൽ ചുറ്റപ്പെട്ടതും, കോഴിമുട്ടയോളം വലിപ്പവും ഉള്ളതാണ് ആ ലിംഗം. ഭക്തികൊണ്ട് അങ്ങേയ്ക്ക് അതുകണ്ടുപിടിക്കാൻ സാധിയ്ക്കും. അതിൽ ഭഗവാൻ ശങ്കരന്റെ നിത്യസാന്നിധ്യമുണ്ട്. അവിടെപ്പോയി കഠിനമായി തപസ്സുചെയ്യുക. നിന്റെ ശരീരം നിർമ്മലമായിത്തീരും."

ഇതുകേട്ട ചന്ദ്രൻ തപസ്സുചെയ്യാനായി ദക്ഷത്തിന്റെ നിർദ്ദേശപ്രകാരം പ്രഭാസത്തെ പ്രാപിച്ചു.

♦

www.ingramcontent.com/pod-product-compliance
Lightning Source LLC
LaVergne TN
LVHW100303051026
849517LV00006B/2179
* 9 7 8 9 3 9 4 4 7 2 3 3 4 *